AF758707

## சரவணன் சந்திரன்

சரவணக்குமார் என்கிற இயற்பெயரைக் கொண்ட, தொழில்முறை ஹாக்கி விளையாட்டு வீரரான இவர் சென்னை கிறித்துவக் கல்லூரியில் இளங்கலை தமிழ் படித்தவர். மதுரை, தேனி, கோவில்பட்டி எனப் பல ஊர்களைச் சொந்த ஊராகக் கொண்ட இவர் தற்போது சென்னையில் வசிக்கிறார். ஆறாம் திணை, மின்தமிழ், காலச்சுவடு, இந்தியா டுடே போன்ற அச்சு மற்றும் மின் ஊடகங்களில் பணிபுரிந்த இவர் கடந்த பத்தாண்டுகளுக்கும் மேலாக காட்சி ஊடகத்தில் பணிபுரிந்திருக்கிறார்.

விஜய் டீவி, ஜீ தமிழ் போன்ற காட்சி ஊடகங்களில் பல்வேறு நிகழ்ச்சிகளில் பல்வேறு பொறுப்புகளில் இருந்திருக்கிறார். ஜீ தமிழில் ஒளிபரப்பாகி வரும் 'சொல்வதெல்லாம் உண்மை' நிகழ்ச்சியைத் துவக்கியவரும் இவரே. அதன் இயக்குநர் பொறுப்பில் இருந்த இவர், தமிழ் தி ஹிந்து, உயிர்மை, ஆனந்த விகடன், மின்னம்பலம் உள்ளிட்ட பல்வேறு பத்திரிகைகளுக்கு கட்டுரைகளும் எழுதி வருகிறார். அச்சு ஊடகம், மின் ஊடகம், காட்சி ஊடகம் என ஊடகங்களின் பல்வேறு வகைகளிலும் இவரது பங்களிப்பு இருந்திருக்கிறது என்பது குறிப்பிடத்தக்கது.

சென்னையில் நவநாகரிக மீன் அங்காடியகம் ஒன்றையும் கடந்த பத்தாண்டுகளாக நடத்திவருகிறார். வேளாண்மையைத் தொழில் முறையாகச் செய்துகொண்டிருக்கிறார்.

**ஆசிரியரின் பிற நூல்கள்**

ஐந்து முதலைகளின் கதை (நாவல்)

ரோலக்ஸ் வாட்ச் (நாவல்)

அஜ்வா (நாவல்)

பார்பி (நாவல்)

சுபிட்ச முருகன் (நாவல்)

அன்பும் அறமும் (வாழ்வியல் கட்டுரைகள்)

வெண்ணிற ஆடை (வாழ்வியல் கதைகள்)

பாவத்தின் சம்பளம் (வாழ்வியல் கதைகள்)

எக்ஸ்டஸி (கட்டுரைகள்)

மதிகெட்டான் சோலை (கட்டுரைகள்)

கடலும் மகனும் (கட்டுரைகள்)

# லகுடு

சரவணன் சந்திரன்

கிழக்கு

லகுடு
Lagudu
*Saravanan Chandran ©*

First Edition: June 2019
184 Pages

ISBN: 978-93-5135-018-7
Kizhakku 1156

Kizhakku Pathippagam
177/103, First Floor, Ambal's Building, Lloyds Road,
Royapettah, Chennai - 600 014. Ph: +91-44-4200-9603
Email : support@nhm.in | Website : www.nhm.in

kizhakkupathippagam | kizhakku_nhm

Author's Email: saravanamcc@yahoo.com

Cover Design: Santhosh Narayanan
Cover Photograph: Visual Treasure - Perinba Kumar

Kizhakku Pathippagam is an imprint of New Horizon Media Private Limited

அழகரசன் சாருக்கு

# முன்னுரை

வெக்கை தகிக்கிற காலத்தில் சுபிட்ச முருகனை எழுதத் துவங்கி, இருட்டிக்கொண்டு இடிச் சத்தங்களோடு மின்னல் வெட்டி ஒளி பெருகிய மழை நாளொன்றில் முடிக்கவும் செய்தேன். 'மழையைக் கொண்டுவந்தான் சுபிட்ச முருகன்' என எனக்கு நானே சொல்லிக்கொண்டபோது உண்மையிலேயே அந்த மழையாகவும் மாறத் துடித்தேன். ஆனாலும் கோடை மழை அடித்துப் பெய்தும் வெக்கை தீரவில்லை. அதற்கடுத்து பருவங்கள் சிலவும் வந்தன. ஆனால் எதிலுமே ஒட்ட முடியாமல் தனித்து வெப்பத்தை ஏந்தி அலைந்தேன். எழுதும்போது இருந்த பித்துநிலை அந்நாவலை விட்டு வெளியேறிய பிறகும் தொடர்ந்தது. அதைத் துரத்தப் படாதபாடு பட்டேன். நண்பர்கள் ப்ரியத்தோடு சுபிட்சமுருகன் குறித்துப் பேச நெருங்கி வந்தார்கள். அவர்களிடமிருந்து தப்பித்து ஓடவே விரும்பினேன்.

சுபிட்ச முருகன் நாவல் என்னையே மிரட்டிய ஒரு பேரனுபவம். அதிலிருந்து விலகி இன்னொரு உலகத்தினுள் உடனடியாக நுழைந்து விட வேண்டுமென வேண்டிக்கொண்டே ஒவ்வொருநாள் காலையிலும் விழித்தெழுவேன். ஏதோ ஒருகட்டத்தில் அன்றைய பொழுதின் ஏதாவதொரு பிசகால் சுபிட்ச முருகனாகவே மாறி விடுவேன் என்னையுமறியாமல். இன்னொன்று தோளில் ஏறினால்தான் ஏற்கனவே பிடித்தாட்டுவது கீழே இறங்கும். எது அந்த இன்னொன்று? நிதமுமே ரோதனையாகப் போனது. பதற்றத்தோடே எல்லா திக்குகளுக்கும் அலைந்தேன். எதனோடும் ஆர்வத்தோடு ஒட்ட முடியவில்லை. எதைப் பிடித்து மேலெழுவது?

சின்ன துரும்பு கிடைத்தால்கூட விரும்புகிற உலகத்தினுள் நுழைந்து விடலாம் என்கிற பரிதவிப்பில் இருந்தேன். கொண்டாட்டங் களுக்குப் போனால் அவற்றிலும் ஒன்ற முடியவில்லை. அடியாழம்

பற்றற்று இருந்ததாகச் சொல்லிக்கொண்டது. எதனையுமே கட்டியணைத்துப் பற்றிக் கொள்ள விழையவில்லை அது. எது எனக்கான புள்ளி? ஓடாத ஓட்டமில்லை. உச்சியொன்றில் போய் ஏறி நிற்கவேண்டும் எனத் தோன்றியது. ஏற முடியுமா? என்கிற சந்தேகமும் கூடவே எழுந்தது. வலுக்கட்டாயமாக எனக்குத் தெரிந்த உச்சிகளை நோக்கி ஓடினேன். ஹெலிகாப்டரில் பறக்கவேண்டும் போலத் தோன்றியது. பாரா கிளைடிங் போவதற்குப் பதிவு செய்யலாமா எனத் தீவிரமாக யோசித்தேன், அச்சிந்தனைகளின் ஊடாக. சுபிட்ச முருகன் என்னுடைய உயரங்கள் குறித்த பயத்தினை அடித்து நொறுக்கி இருந்தான் என்பதை உணர்ந்தேன் அப்போது. இன்னொருத்தனாய் மாற அவன் என்னைத் தயார் செய்கிறான் என்பதைப் படிப்படியாக அறியவும் செய்தேன். நிம்மதி என்கிற மாதிரி ஒன்று எனக்குள் கூடி வந்தது.

அவனளித்த கொடைதான் இது எல்லாமும் என உணர்ந்த தருணமொன்றில், அதிகாலை மேகக் கூட்டங்களுக்கு நடுவில் நிகழ்ந்த ஒரு பறத்தல், என்னை வேறொரு உலகத்துக்குள் தூக்கிப் போட்டது. உள்ளுக்குள் சதிராட்டம் போட்ட அலைச்சல் மட்டுப் பட்டு, காற்றற்ற வேம்பைப்போல தலையாட்டாமல் நின்றது மனம். அசாத்தியமான நம்பிக்கையுணர்வை உணர்ந்தேன் உடனே போய் எழுதச் சொல்லிக் கட்டளையிட்டது ஒரு குரல். பக்கத்தில் இருந்த பெரியவரிடம், ‘என்ன பறவையது’ என்றேன். ‘லகுடு’ என்றார் கண்ணைச் சுருக்கிப் பார்த்து. பின்னர் அதுவே அதன் பெயராகியும் போனது. லகுடு என்னையும் சேர்த்துத் தூக்கிக்கொண்டு நிலங்களினூடாகப் பறந்தது. உச்சிக்குப் போகிற போதெல்லாம் நானும் லகுடாய் ஆயிருந்தேன். மொத்தத்தில் இது லகுடாய் மாற விரும்புகிறவர்களின் கதை.

உயரங்கள் மீதான பயம்கொண்ட ஒருத்தனுக்கு பறத்தலின் அனுபவம் கிடைக்கையில் எப்படி உணர்வான்? நாவலை எழுதி முடித்த கணம் மனம் ஆழ்கடலைப்போல அமைதியாக இருந்தது. ஆழமான நம்பிக்கையோடு லகுடு நாவலை உங்கள் முன்னர் வைத்துவிட்டு வேறொன்றைத் தேடி ஓடவே மனம் பிரியப்படுகிறது. இந்த ஓட்டம் எனக்குப் பிடிக்கவும் செய்திருக்கிறது. இந்த ஓட்டத்துக்கான எரிபொருளை என் நண்பர்கள் எல்லோரும் சேர்ந்து மனம் கோணாமல் வழங்கிக்கொண்டிருக்கிறார்கள்.

முன்னுரை போன்ற இதுமாதிரி இடங்களில்தான் அவர்களைப் பற்றி நினைத்துக் கொள்ளவும் வேண்டியிருக்கிறது. என்னுடைய பால்ய கால நண்பரான வழக்கறிஞர் கோவை எம். சரவணன், இந்த

நாவலுக்கு ஏராளமான தகவல்களை வழங்கிய பீனா கானா, என்னைப் பக்குவமாகப் பார்த்துக் கொள்ளும் பழனி பாவேந்தன், எழுத முடியுமா எனத் தத்தளித்துக்கொண்டிருந்தபோது, 'அதெல்லாம் எழுதிருவீரு' என நம்பிக்கையளித்த போகன் சங்கர். வெக்கை வழிந்துகொண்டிருந்தபோது வேம்பினடியில் நின்று இந்தக் கதையை எழுதுவதற்கு முன்பு கேட்ட ராமதாஸ் சென்றாயன், என்னுடைய நாவலுக்கான முகத்தை அட்டையாய் வடிவமைக்கும் நண்பன் சந்தோஷ் நாராயணன், என்னோடு தொடர்ச்சியாய் உரையாடும் நண்பர்களான இளங்கோவன் முத்தையா, வல்லபாய், ஜார்ஜ் ஆண்டனி, தம்பிகளான ஆன்மன், அகர முதல்வன் ஆகியோரை இந்த நேரத்தில் நன்றியோடு நினைத்துக் கொள்கிறேன்.

அச்சுக்குப் போவதற்கு முன்பு நாவலைப் படித்துக் கருத்துச் சொன்ன நண்பர்களான விஜிலா செல்வமோகன், சுபா பாரதி என்கிற சுபத்ரா, இயக்குனர் சீனிவாசன், தம்பியான நடிகர் லகுபரன் ஆகியோருக்கு சிறப்பு நன்றி. ஒரு படைப்பு முடிந்ததும் அதைப் பற்றி இன்னொருத்தர் எப்படி உள்வாங்கிக் கொள்கிறார் என்பதை உடனடியாக அறிந்து கொள்ள வேண்டுமென்கிற பதற்றம் இயல்பாகவே வரும். அரைமணி நேரத்துக்கு ஒருதடவை அழைத்து, படித்துவிட்டீர்களா? என இம்சை கொடுப்பேன். தார்க்குச்சியை வைத்துக் குத்தியெல்லாம் படிக்க வைக்க முடியாது என்பது தெரியும்தான். ஆனாலும் என்ன சொல்லப் போகிறார்கள் என்கிற குறுகுறுப்பு. சரியாகக் கடத்தி விட்டேனா என்பது குறித்த நிச்சயமான வார்த்தைகளைப் பெற்று விட்டால், அடுத்ததுக்கு நகர்ந்து விடலாம் என்கிற பரிதவிப்பு. அப்படிக் கொடுக்கப்பட்ட நெருக்கடிகளையெல்லாம் பொறுத்துக் கொண்டு படித்துக் கருத்துச் சொன்னதாலேயே அவர்களுக்குச் சிறப்பு நன்றியெனச் சொல்கிறேன். இந்நாவலை வெளியிடும் கிழக்குப் பதிப்பகத்துக்கும் ஹரன் பிரசன்னாவுக்கும் நூல்வனம் மணிகண்டனுக்கும் நன்றி.

'ஏதாவது எழுது சரவணா' எனப் பல வருடங்களாக இன்னொரு குரலும் என்னைத் துரத்தி வந்திருக்கிறது. சென்னைப் பல்கலைக் கழகத்தின் ஆங்கிலத் துறைப் பேராசிரியரான அழகரசன் சாருடைய குரலே அது. அவர் எனக்குப் பல வழிகளில் பாதை காட்டியவர். குழப்பமும் பதற்றமும்கொண்ட என்னுடைய இளமைக் காலத்தில் கைபிடித்து வழிநடத்தியவர். அவருக்கு இந்த நாவலைச் சமர்ப்பிப்பதில் உண்மையிலேயே ஆழமான நிறைவை உணர்கிறேன். ஒருவகையில் இது நன்றிக்கடன் தீர்க்கிற படலமே. கோடி ரூபாயைவிட இதைத்தான் உயர்ந்த ஸ்தானத்தில் இருக்கிற எவரும் விரும்புவார்கள். பாதுகாப்பான கூட்டில் இருக்கிறேன் என்பதை

உணரச் செய்யும் நண்பர்கள் சூழ இருக்கிறேன். கூடென்றதும் பவித்ராவின் நினைவும் கூடவே சேர்ந்து எழுகிறது.

பாதுகாப்பான கூட்டில் இருப்பதைப் போல கதகதப்பான உணர்வு இதை எழுதும்போதுகூடக் கிடைக்கிறது. அந்த உணர்வை இந்த நாவலின் வழியாக லகுடாக நினைக்கும் ஒவ்வொரு கைக்கும் கடத்த விழைகிறேன். எதுவாக இருந்தாலும் கூடடைவதற்கு முன்பு பறத்தலே, ஒவ்வொன்றின் விதியும்.

**சரவணன் சந்திரன்**
சென்னை

# அத்தியாயம் 1

தரையிலிருக்கையில் கரிச்சாங்குருவி சிறகடிப்பதைப் போலக் கால்களை ஆட்டுமளவுக்குப் பதற்றம் வந்தடங்கும் எனக்கு. முகத்தில் பொட்டிடாத அம்மாவைச் சாத்தி வைத்திருந்த, மரநாற்காலியை நிமிர்த்துப்போட்டு அமர்ந்தால்கூட சம்மணம் போட்டோ, குத்துக்காலிட்டோதான் அமர்வேன். வீட்டுக்கு வெளியே கட்டாந்தரையில் கேட்பாரின்றிக் கிடந்தது அது. காலத்தில் அடிவாங்கி கால்கள் தள்ளாடினாலும் எடையற்ற என்னை மட்டும் ஏந்திப் பிடிக்க இன்னமும் உயிர் தரித்திருந்தது. உட்கார்ந்த வாக்கிலேயே இடுப்பில் இருகைகளையும் ஊன்றி, முதுகுத் தண்டுவடத்தை நேராக நிமிர்த்தி வைத்தமர்ந்து, உதடுகளைக் குவித்து, கழுத்தை வெடுக்கென்று ஆட்டிக் கூர்மையாய்க் கடந்து போகிறவர்களைப் பார்ப்பேன். என்னளவில் அறிந்த வானத்தைப் பார்த்து என்னுடைய இரையைக் குறி வைக்கிறேன். ஆனால், 'இதென்ன பெரிய மனுஷ தோரணையென' தலையில் இழுத்து வைத்து வலிக்கிற மாதிரிக் கொட்டுவார்கள். அதனாலேயே எதிரில் யாராவது இருக்கையில் தரையில் காலைத் தொங்கப் போட்டு அமர்கிற நேரத்தில் நரகத்தில் இருப்பதைப் போல உணர்வேன்.

எனக்கு எதன் மீதாவது ஏறி அமர்ந்து, தரையிலிருந்து அரை அங்குலமாவது மேலே பறக்க வேண்டும். ஆள் நகர்ந்ததும் நத்தை ஓட்டுக்குள் இழுப்பதைப் போலக் கால்களை விசுக்கென தூக்கி நாற்காலிக்கு மேலே சுருட்டிக் கொள்வேன். பார்வை படுகிற திசைகளில் இருக்கும் மரங்களைக் கூர்மையாக நோக்குவேன். நவ்வாப்பழ மர நிழலடி என் தலைக்கு மேலாடும். கஞ்சி வடிக்கிற வாடையை நுகர்ந்தபடி அமர்ந்திருக்கிற என்னைக் கடந்து மனிதர்கள் போவார்கள், வருவார்கள்.

மூன்று வயதிலேயே எனக்குப் பறக்கிற கனவுகள் வந்துவிட்டன. வலியத் துரத்தினாலும் விடாமல் துரத்தும் கனவது. அந்தந்த வயதுக்கேற்ப பறக்கிற உயரம் மாறியபடியே இருக்குமே தவிர, பறக்கிற வெளி ஒன்றே. கனவில் குறுக்காலே நீட்டிக்கொண்டு ஓடும் ஒற்றைச் செம்மண் தடத்தை உள்வாங்கி பொட்டல் வெளியொன்று விரிந்து கிடக்கும். இருகைகளையும் விரித்து தும்பி போல அத்தடத்தில் ஓடிக்கொண்டே தோள்ப்பட்டையுடன் சேர்த்துத் தரையை நோக்கிக் கீழ் நோக்கி பலம்கொண்டு அழுத்தியெக்கிச் சிறகடிப்பேன். சாம்பல் வண்ணப் புறாவைப்போல கால்கள் அந்தரத்தில் நீட்டிக்கொண்டு தொங்கத் துவங்கும். நீந்துவதைப் போல சமநிலையில் என்னுடல் காற்றில் மிதக்கையில் றெக்கைகளை ஆட்டி வெறியோடு துளாவுவேன். பனை மரத்தைத் தாண்டி மேலே பறக்கும்போது, கீழே தவிட்டுக் குருவிகள் இரை மேயும். அய்யோ பாவம், அதனால் மின்கம்பங்களின் உயரத்துக்கே பறக்க முடியும். அக்கக்கா குருவிகள் அதைவிடப் பரவாயில்லை. கால்களை ஊசி போல மடக்கி வைத்துப் பறக்கும் கொக்கைக் கடந்து மேலே போக எத்தனிக்கையில் தரை நோக்கி தலைகீழாக வீழ்வேன். என் உயரம் அவ்வளவுதானா? பறக்கவியலா என்னைக் கவ்வி வானோக்கித் தூக்கிப் போக எதுவுமில்லையா? எழுந்தமர்ந்து குளிரடிக்கும் அதிகாலைப் பொழுதுகளில் அழும்போது யாரும் என்னுடன் இருந்ததில்லை.

கனவில் கண்ட மாதிரி பறக்க உந்தப்பட்டு வெட்டவெளிக்குப் போனேன். புழுதியைக் கிளப்பியபடி வந்த சுழற்காற்று என் முதுகில் மோதுகிற சமயத்தில் அந்தரத்தில் கைகளை ஆட்டியபடி லாகவமாக எம்பிக் குதித்தேன். தலைகுப்புற வீழ்ந்ததில் மூக்கு சிராய்த்து விட்டது. குண்டு மிளகாயை அரைத்து ஊற்றியதுபோல எரிந்தது. கண் தெரியாத வளத்தம்மா அப்பத்தாவிடம் போய்ச் சொல்லி அழுதேன். பிறவியிலேயே பார்வை இல்லாத அவள் ஓட்டுவீட்டை ஒட்டி துருத்தித் தெரியும் திண்ணையில் அமர்ந்திருப்பாள் எந்நேரமும். சின்ன அப்பத்தா வீட்டில் இருக்கும் அவளுடைய அக்கா. மடியில் போட்டு எங்கோ பார்த்தபடி தலையைச் சொறிந்து விடும் அவள் எங்களுக்கெல்லாம் வளத்தம்மா. எப்படிப் பறக்க முயற்சித்தேன் என்பதை மறுபடி பொம்மைத்தனமாய் அவளுக்கு நடித்துக் காட்டினேன்.

'ஏலே கிறுக்கு மூதி. பறவைதாம்ல பறக்கும். உங்கப்பன மாதிரி சூதுவாது தெரியாதவனா செத்து ஒளியாம, ப்ளேன்ல போயி ஏவாரம் பண்ணனும்னு நெனை. ஏரோப்ளேன்ல போற மனுஷங்களும் பறக்கறாங்கல்ல' என்றாள். 'ஏரோப்ளேன்ல எங்க போயி ஏறணும்' என்றேன் ஆதங்கக் குரலில். அந்தாவென அப்பத்தா மேற்கு நோக்கிக் கை காட்டினாள். செந்நிறப் பந்தொன்று அந்தப் பக்கம் தரையிறங்கத்

தயாரானது. அதை நோக்கி ஓடத் துவங்குகையில் வளத்தம்மா கேட்டாள்.

‘ஏரோப்ளேன் எவ்ளோ பெரிசு இருக்கும்ல. சத்தமெல்லாம் நல்லாதான் இருக்கு. எவ்ளோ ஆளுங்க உக்கார முடியும்’

‘ரெண்டாயிரம் பேர் உக்காரலாம் வளத்தம்மா’ என்றேன்...

கொஞ்சம் வளர்ந்த பிறகும், பொட்டல் வெளிகளிலிருக்கிற மரங்களில் ஏறி அமர்ந்திருப்பதே என்னுடைய பொழுதுபோக்கு. வியாபாரத்தில் என்னைக் காணாவிட்டால் என்னுடைய நண்பர்கள் மரங்களின் மேல் பார்வையைத் தூக்கிவைத்து என்னைத் தேடுவார்கள். தோப்பு மரங்களில் கிடைக்கும் பழங்களைக் காய்களை அந்த நேரங்களில் சாப்பிட்டுக் கொள்வேன். என்னுடைய ஒரே குறை என்னால் பறக்க முடியவில்லை என்பதுவே. நிழல் தருவதற்கென்றே விரிந்து எழுந்து நிற்கும் புங்க மர உச்சியில் அமர்ந்திருந்த எனக்குக் கீழே இரை யெடுக்கிற பறவைகள் எதனையும் பிடிக்கவில்லை. அவையும் என்ன செய்யும் பாவம்... வைத்துக்கொண்டா வஞ்சகம் செய்கின்றன? என்னைப்போலப் பிறக்கும் போதே இளைத்துப் போனவைதானே? அவற்றோடு நெருங்கி ஊடாடும் என்னை அவர்களுக்குப் பதில் அதிக தூரத்துக்குப் பறக்கப் பலமிருக்கிற ஒன்றாகக்கூட நினைக்கலாம் இல்லையா? பார்வை வெளியைத் தாண்டியிருக்கிற உச்சிக்குப் பறக்கிற பறவைகளே என் தேடல்களாகின. என்னோடு ஊடாடு பவற்றை நெருங்கிப் போய்த் தொந்தரவு செய்வதில்லை என்பதால் சிறு வட்டத்தை எனக்கொதுக்கியும் தந்திருந்தன. அதைத் தாண்டி நானாகப் போக மாட்டேன். பல நேரங்களில் என் கைகளில் வந்து கடலையைக் கொறித்துப் போயிருக்கின்றன. அவை தரையிலிருந்து எம்பிப் பறப்பதை வேடிக்கை பார்க்கும் சமயங்களில் மனம் லேசாயிருக்கும். வேம்பின் உச்சியில் அமர்ந்திருக்கும் கொக்கை, தென்னை மர உச்சியில் பறந்து மேலெழும்பிப் போய் அமரச் சொல்லி உற்சாகப் படுத்தினேன் அன்றைக்கு.

கிளையில் சாய்ந்தமர்ந்து கண்களைச் சுழற்றி வானத்தைப் பார்த்த போது, மேகங்கள் பெரும் தானிய மூட்டைகளைச் சிதறவிட்டது போல தூரத்தில் இறைந்து கிடந்தன. மேகங்கள் கால்களைத் தொட்டுச் செல்லும் அந்த உச்சிக்குப் போகவேண்டும். அங்கிருந்து தரையைப் பார்த்தால் நீலமாய் கால்களை விரித்து மல்லாக்கப் படுத்த வாக்கில் கடல் இருக்குமென கேள்விப்பட்டிருக்கிறேன். கடலை தாழப் போய் முத்தமிட்டுவிட்டு நிலத்துக்குத் திரும்பி வாகாய் வந்தமரும் பறவையே என் தேடல். பார்வையில் தட்டுப்படுகிற பறவைகளெல்லாம் தரையைத் தொட்டே பறந்தன. அசத்துகிற

மாதிரி பறவையொன்று எங்களூர் மொட்டைப் பாறை உச்சியில் இருப்பதாக அசோகன் சொன்னான். இரண்டு கிலோமீட்டர் சுற்றளவில், செங்குத்தாய் உயர்ந்து நிற்கிற மொட்டைப் பாறை அது. இதுவரை அதன் உச்சிக்கு எனக்குத் தெரிந்து உள்ளூர்க்காரர்கள் யாரும் ஏறியதில்லை. கொஞ்சம் மெனக்கெட்டால் ஏறிவிடுகிற உயரத்தையே உச்சியாகவும் நிர்ணயித்திருந்த அதைப் பார்த்து கால்கள் நடுங்குகிற சிறுவனுமல்ல அப்போது.

'அது என்ன பறவை' என்றேன் ஆவலாக.

'லகுடு' எனச் சொன்ன கணமே அந்தப் பெயர் எனக்குப் பிடித்துப் போனது.

வேட்டைப் பறவையது என்றவன், அதன் இயல்புகளை விளக்கிச் சொன்னான். அவனுடைய அப்பா பள்ளியில் வாத்தியாராக இருக்கிறார். பறவைகள் குறித்த சந்தேகங்களைக் கேட்கையில், வழுக்குகிற தாள்களில் அச்சடித்த பறவைகளின் படங்களைக் கொண்டு வந்து காட்டுவான். விலைகூடிய புத்தகமாக அது இருக்கக் கூடும். கழுகு வகையைச் சேர்ந்த லகுடுதான் உலகிலேயே அதிக வேகமாகப் பறக்கும் பறவையினம், அதன் வேகத்துக்குத் தரையில் எந்த விலங்கும் ஓடுவதில்லை. மணிக்கு இருநூற்று ஐம்பது மைல் வேகத்தில் பறக்கும். அதே வேகத்தில் தரையிறங்கி தன் இரையைக் கொத்தி அந்தரத்தில் வந்த வேகத்தில் மேலெழும்பிப் பறக்கும் என்றான். விவரிக்கையில் கைகளை விரித்துக்கொண்டு சோளக்கொல்லை பொம்மையைப் போல உடம்பை வளைக்காமல் நடித்துக் காட்டினான். எனக்கு அப்போதே மலையேற வேண்டுமெனத் தோன்றிவிட்டது.

ஊரின் வடக்குப் பக்கமாகப்போய் மலையேறினால் யாருக்கும் தெரியாது. எலியொன்றை நெல் வயல் பொந்திலிருந்து பிடித்தேன். வெல்வெட் துணியை அழுத்திப் பிடிப்பதுபோல அதன் வயிற்றுப் பாகம் மென்மையாக இருந்தது, நெல்மணிகளைத் தின்று கொழுத்துக் கிடந்த அது அரைக் கிலோ எடையிருக்கும். கழுத்தும் முதுகும் சந்திக்கிற இடத்தில் மாற்றிப் பிடித்தபோது மீசை மயிரை நட்டுக் கொண்டு கீச்சென சத்தமெழுப்பித் திமிறி என் கண்களைப் பார்த்தது. தொலி உரிக்காத உளுந்தம் பருப்பைப் போலிருந்தன அக்கண்கள். குற்றாலத் துண்டை விரித்து அதில் போட்டு இறுக்கிச் சுற்றினேன். இடுப்பில் சட்டைக்கு மேலே அதை பெல்ட் மாதிரிக் கட்டியபின் மலையேறத் துவங்கினேன். வயிற்றுக்குள் உருளையைப் போலக் கிடந்துருண்ட அது துண்டினைக் கடித்துத் தப்பிக்க முயற்சி செய்வதைக் கைவிடவே இல்லை. சின்ன வயதிலிருந்து இம்மலை பற்றி

அச்சுறுத்தும் நோக்கோடு சொல்லப்பட்ட கதைகள் எதுவும் பயமுறுத்தியதில்லை என்னை.

மேலேயிருக்கிற வேட்டைச் சுனை, போகிற ஆள்களை அப்படியே உறிஞ்சி உள் இழுத்துக் கொள்ளுமாம். நூத்தைம்பது வயதான தாத்தா ஒருத்தர் மலையுச்சியைக் காவல் காக்கிறார் என்று சொன்னது எனக்குப் பிடித்திருந்தது. என் நகரத்தை நன்றாக அறிந்திருந்த மூத்த லகுடான அந்தத் தாத்தாவைப் பார்த்துவிடலாமென்கிற வேட்கையில் மலையேறினேன். எப்படியிருப்பார் அவர்? படங்களில் காட்டும் சைனாக்கார தாத்தாவைப் போல, வண்ணத் தொப்பியணிந்து அமர்ந்திருப்பாரா? வழுக்குப் பாறை என்றாலும் கால்களை வசதியாய் வைத்து ஏறுவதற்கு வாகாய் செடிகள் முளைத்த சிறுபாதை மேல் நோக்கி நீண்டிருந்தது. சிறுகற்கள் ஒன்று கூடி உருவான பெரும் பாறையாய் உயர்ந்திருந்த மலையைத் தழுவிப் பற்றி ஏறினேன்.

கணித்ததைவிட வெகுசீக்கிரத்திலேயே உச்சிக்கு ஏறிவிட்டேன். உச்சியென்றால் என்ன? அங்கேயும் சமதளமொன்று இருந்தது. மேலிருந்து பார்க்கையில், பூசணிக்காயை சரிபாதியாய் வெட்டிக் கவிழ்த்துப் போட்டிருக்கிற மாதிரி மஞ்சளும் செம்மண்ணும் கலந்த நிறத்தில் மொட்டை மலையிருந்தது. வானம் பார்த்த சமதளத்தில் அரசமரமொன்று தலைபரப்பி நின்றிருந்தது. மலை உச்சியிலிருந்து குனிந்து என்னுடைய வீட்டைத் தேடினேன். பெரும்பங்களாக்களெல்லாம் தீப்பெட்டிகள் ஆகுகையில் என் சிறுகூடு எப்படித் தட்டுப்படும்?

நினைக்கையில் அழுகை முட்டி, எம்பிக் கீழே குதித்து விடலாமெனவும் தோன்றியது. சிமெண்ட் கரைசலையே பார்க்காத, சுவர்கூடக் குளிரும் இரவுகளில் சாக்குப் படுதாவுக்குள் படுத்துக்கொண்டு அழத் தேவையில்லை. வீடு வீடாக வட்டிலை ஏந்தி தவ்வ வேண்டுமா? பறவைக்கு நாலு பருக்கைபோதுமென முடிவு கட்டியிருப்பார்கள் போல. சிதறிக்கிடக்கும் ஒரு மூடை தானியத்தை ஒரே நாளில் கொத்தித் திங்க ஆசைப்படும் நானறியாத ஏதோவொன்று நான். அப்பாவின் நினைவு அந்த நேரத்தில் சரியாக வந்தது. காலொன்று ஒடிபட்ட அப்பாவிப் பறவையது. எவ்வளவுதான் பறந்துவிட இயலும் அதனாலும்?

மொட்டைப் பாறை உச்சியில் அமர்ந்து கீழே விரிந்திருக்கும் எனக்கு விதிக்கப்பட்ட நகரத்தை உற்றுப் பார்க்கத் துவங்கினேன். ஆனந்தி லாலா அல்வா கடை தெரிந்தது. இதுவரை நாலைந்து தடவை மட்டுமே அங்கே போய் வாங்கித் தின்றிருக்கிறேன். அர்ச்சுனன் பாத்திரக் கடை தாண்டி ராமசாமித் தியேட்டரைக் கடந்தால் எதிரில்

இருக்கும் எம்பயர் செருப்புக் கடை தெரிந்தது. கடை வாசலில் அப்பாவோடு அந்தக் கூண்டுக்கு முன்னால் நின்று வியாபாரம் செய்கிற காட்சி தெரிந்தது. வானம் பார்த்து லாட்டரிகளைப் படுத்த வாக்கில் அடுக்கி வைத்திருக்கிற, கிளிப்புகளைத் தாங்கியிருக்கிற அட்டை. அதனைத் தாங்கியிருக்கும் இரண்டுக்கு இரண்டு அளவிலான மரக் கூண்டு நின்ற மேனிக்கு இருக்கும். அதற்குப் பெயர்தான் கடை. வேறு இடமாக இருந்தால் நாற்காலியைப் போட்டு கூண்டுக்கு உட்புறமாய் கால்களை நுழைத்து சாவகாசமாக அமரலாம். ஆனால் அங்கே உட்கார்ந்து வியாபாரம் பார்க்கக் கூடாதென்பது விதி. அசதி வரும் போதெல்லாம் கால்களை மாற்றி மடக்கி வைத்துத் தாங்கி நிற்கிற அந்த இடம்தான் அப்பாவுக்குக் கட்டுப்படியானது. ஒருகால் பலத்தில் நிற்பது அப்படியே தொடர்ந்தால், ஒருநாள் முதுகெலும்பு உடைந்து போகும். அந்தக் கூண்டைத் தாண்டிப் போக அவருக்குப் பலமுமில்லை. அவரோடு என்னையும் சேர்த்துக் கட்டிப் போட்டிருக்கிற இடமான அங்கேயிருந்தே எம்பிப் பறக்க வேண்டும்.

காலில் கட்டியிருக்கிற சிறுநூலை வெட்டி அறுத்துவிட்டு எப்போது பறப்பது? எது உயரமென எப்படித் தெரியும்? எனக்குக் கற்றுக் கொடுக்க ஆளில்லையா? வயிற்றில் கட்டியிருந்த எலி இடைவிடாமல் சத்தம் போட்டு முண்டியது. எப்போது வருமென அமைதியாய் வேடிக்கை பார்த்தபடி, கழுத்தைச் சேர்த்து எலியைக் கொத்தாக அழுத்திப் பிடித்துக் கையில் வைத்துக்கொண்டேன். பிடிபட்ட எலியின் கிறீச்சென்ற முனகல் சத்தம் மலை உச்சியெங்கும் கேட்டது. என் வலப்புறத்தில் பார்வைக்குத் தட்டுப்பட்ட அது, ஒரு வயதுக் குழந்தையின் உயரத்துக்கு இருந்தது.

கிணற்றில் தூர்வாரும் இரும்புக் கிடுக்கிகளைப் போல, அதன் நகங்கள் இருந்தன. சாம்பல் நிறத்தில் இருந்தது முதுகு. வயிற்றில் கழுத்திற்குப் பக்கத்தில் இலவம் பஞ்சை பொதித்து வைத்த மாதிரி வெள்ளை அப்பிக் கிடந்தது. அதற்குக் கீழே அடிவயிற்றில் ஆங்காங்கே சாம்பல் திட்டுகள் விரவிக் கிடந்தன. ராணுவ வீரர்கள் அணியும் மார்புக் கவசம் போல ஒன்று சேர்ந்த மொட்டு வடிவத்தில் அச்சாம்பல் திட்டுக்கள் உருத்திரண்டிருந்தன. மூக்குக்கு மேல் இரண்டு மூக்குத்திகளை ஒட்டிய மாதிரி இரண்டு மஞ்சள் குன்றி மணிகள். ராஜநடை போட்டு வந்த அதற்கு அச்சமே இல்லை. பழகிய மனிதனிடம் வருவதைப் போல நெருங்கி வந்த அது அச்சப்படும் இனமுமல்ல எனத் தோன்றியது.

எனக்கு மூன்றடி தூரத்தில் பக்கவாட்டில் வந்து நின்று என்னைப் போலவே சமதளத்தைப் பார்வையிடத் துவங்கியது. கையில் அழுத்தி

வைத்திருந்த எலியைத் துண்டோடு சேர்த்து வானத்தை நோக்கி எறிந்தேன். இரும்புக் கொக்கிகளைப் பாறையில் அழுத்தமாக ஊன்றி எக்கித் துள்ளி, துண்டிலிருந்து நழுவிய எலியை பறந்த வாக்கிலேயே கழுத்தை வளைத்து வாயைப் பிளந்து பிடித்து, அப்படியே செங்குத்தாக மேலேறிப் பறக்க ஆரம்பித்தது. அது புறப்பட்டுப் போன வேகத்தை உணர்கையில் எனக்கு வயிற்றிற்குள் சுழற் காற்றடித்தது. ராட்டினத்தின் உச்சிக்கு ஏறுகிறபோது வயிற்றுக்குள் பந்து உருள்வதைப் போல வருகிற உணர்வு அப்போது வந்தது. கண்ணை மூடிக்கொண்டு ஒண்ணுக்கடிக்கும்போது வருகிற சிலிர்ப்பும் வந்தடங்கியது. கடைசியாகக் கனவொன்றில் பறக்கும்போது இதே உணர்வை அடைந்த நினைவும் சேர்ந்து உடன் பறந்தது.

கொக்கைக் கடந்து புறாக்களைத் தாண்டி அது வேறொரு உயரத்துக்கு தன் இரையோடு மேல்நோக்கிப் பறந்தது. சிறு கரும் புள்ளியாய் மேலே பறந்து வட்டமடித்துக் காட்டிய பின், என் பார்வை படும் தூரத்துக்கு இறங்கி வந்து, இரையான எலியை அந்தரத்தில் கைவிட்டது. எலியும் அதுவும் போட்டியிட்டுக் கீழிறங்கின. என் கண்ணேதிரே எலி கீழே பறந்து நழுவுகையில் மறுபடியும் அலகுகளால் கவ்விப் பிடித்தது. மெல்லத் தாழ்ந்து பறந்து என்னருகில் வந்தமர்ந்து சாவகாசமாய் இரையைக் கொத்தித் திங்கத் துவங்கியது.

இரையெடுத்து முடிகிறவரை பொறுமையாகக் காத்திருந்தேன். நன்றி சொல்கிற மாதிரி என்னை நோக்கிப் பார்த்துவிட்டு எக்கி வானோக்கி செங்குத்தாக மேற்கில் ஏறிப் பறந்த அது சூரியனை சுற்றி வட்டமடித்துக் காணாமல் போனது. சமதளத்தில் தெரிந்த தீப்பெட்டி நகரின் கடை வாசல்களில் தூர்த்துப் பெருக்கிப் பையன்கள் தண்ணீர் தெளிக்கிற காட்சிகள் தெரிந்தன. என்னவாவேன் என மனதுக்குள் முணுமுணுத்தேன். கிடைக்கிற இரையைத் தவற விடவே மாட்டேன். மண்புழுவைக்கூட தோண்டித் தின்பேன். மலை உச்சியில் எழுந்து நின்று அதுவரை இருந்த அத்தனையையும் உதறி வயிற்றிலிருந்து சத்தத்தை எக்கி மூச்சடக்கி மார்பை விரித்து அந்த நகரத்துக்கே கேட்கும்படி கூவினேன்.

‘இனிமே நாந்தாண்டா இங்க லகுடு’.

பிற்பாடு அதுவே எனக்குப் பெயராகவும் மாறிப் போனது. லகுடொன்று வெக்கை பறக்கும் மேல்மாசி கடை வீதியில் தாழப் பறக்கத் துவங்கியது.

# அத்தியாயம் 2

பிறக்கையிலேயே பாடச்சுழி வாங்கி வந்த மாடென்கிற பட்டப் பெயர் காணாமல் போனதில் எனக்கு மகிழ்ச்சியே. கன்றுக் குட்டிகள் பிறந்த சில நாட்களில் தெரியும் அச்சுழி. கொம்புக்கும் நெற்றிக்கும் நடுவே சங்கின் வடிவத்தில் இருக்கும். அப்படியான கன்றுக்குட்டி களை வளர்ப்பது தற்கொலைக்குச் சமம். வீடு, தோப்பு என எவற்றிற்கும் ஆகாது. தூக்கி அடிமாட்டிற்குத் தாரை வார்த்து விடுவார்கள். அப்படி நாலைந்து மாடுகளைத் தாரை வார்த்ததையும் பார்த்திருக்கிறேன். அகன்ற நெற்றியில் ஒட்டியிருக்கிற குண்டுக் கருப்புக் கண்களை மலங்க விழித்தபடி விடைபெறும். கருவின் குற்றமா அது?

எனக்குமேகூட அப்படித்தான் நடந்தது. அப்பெயரை வைத்தவர் களைக் குற்றம் சொல்ல முடியாது. சட்டியில் இருந்ததைத்தானே அகப்பையில் அள்ளிக் கொட்டியிருக்கிறார்கள்? அப்பா சிறு வியாபாரியாய்க் கடை போட வேண்டுமென முட்டி முன்னேறிய பருவத்தில்தான் என்னுடைய அம்மாவின் வயிற்றில் சூல்கொண்டேன். குழந்தைப் பருவத்தில் பலாப் பழ வாடை எங்கள் சிறு வீட்டை அடர்த்தியாய்ச் சுற்றி வந்த ஞாபகம் இருக்கிறது. படுத்துக் கிடக்கும் தொட்டிலுக்கு அருகே செவ்வாழைத் தாரொன்று கட்டித் தொங்க விடப்பட்டிருக்கிற காட்சி இப்போதும் நினைவிலாடும். எங்கள் வீடு பார்த்த கடைசிப் பழத் தொட்டில் அதுதான். ஒன்றரை வயதில் அம்மாவின் மடியில் படுத்து மார்பில் முகம் புதைத்துக் கிடந்த காட்சிகள் இன்னமும் பசுமையாய் நினைவில் இருக்கின்றன. தென்னை மட்டைகள் வேய்ந்த வீடு அது. அதன் முற்றத்தில் சாணி தெளித்துப் பெருக்கிய தரையில் புரண்டு விளையாடி மகிழ்வேன். தூரத்தில் அமர்ந்து என்னுடைய அம்மா தீப்பெட்டி ஒட்டிக் கொண்டிருக்கையில், தவழ்ந்து அவளை நோக்கிப் போவேன்.

வெள்ளைப் பற்களைக் காட்டி வாவென அவளழைக்கும் காட்சி கனவில் அடிக்கடி வரும். என்னை அத்தை வீட்டில் தவழவிட்டு விட்டு, பஜாருக்கு போய் வருகிறேனென சொல்லிச் சென்றார்கள் இருவரும். சாலை மேட்டில் ஏறி வந்த லாரியொன்று அப்பாவின் சைக்கிளின் வலதுபுறத்தில் வேகமாகத் தட்டியது. அவர் துள்ளி எகிறி சாலைக்கு எதிர்ப்புறம் விழுந்துவிட்டார். மல்லாக்க விழுந்த அம்மாவின் பின்னந்தலையில் மட்டுமே அடிபட்டிருந்ததாம். தூக்கும்போது பஞ்சு மாதிரி பின்மண்டை உள்ளே போனது என்றார்கள். முகத்தில் எல்லாம் சிறுகீறல்கூட இல்லை. என்னுடைய அம்மா மல்லாந்து கிடந்த இடத்தை அடிக்கடி போய்ப் பார்த்துவிட்டு வருவேன். அம்மாவின் வயிற்றின் மீது வேகமாக லாரிகள் கடக்கையில் நெஞ்சு அதிரும். அதே இடத்தில் நாயொன்று உடல் நைந்து அடிபட்டுச் செத்துக் கிடந்த காட்சியைக் கண்கொண்டு பார்க்க முடியாமல், சாக்கில் கட்டி சதையை அள்ளிக் கொட்டினேன். பத்து குடம் தண்ணீர் எடுத்து வந்து சாலையில் கொட்டிக் கழுவினேன். ஊரே வித்தியாசமாக வேடிக்கை பார்த்தது. அதனதன் வலி அதனதன் சாலைகளில்.

அம்மா வேத வகையறாவைச் சேர்ந்தவளென்பதால், பொட்டு வைத்துக் கொள்ள மாட்டாள். ஆனால். பூவை மட்டும் ஆசையாய் சூடிக் கொள்வாள். சர்ச்சுக்குப் போய் அவள் முட்டி போடுகையில் நானும் அந்த சிமெண்ட் தரையில் பொம்மை முட்டி போட முயன்றேன். இடுப்புக்கருகே தொங்கும் சேலையை என் காலுக்குக் கீழே பரப்பி அதில் போடச் சொன்னாள். தரையில் படுத்துக்கொண்டு சேலையை இழுக்கையில், சிரித்தபடி செல்லமாய் அவள் அடித்த போது பின்னணியில் ஒலித்த பாடல் அடிக்கடி கனவில் கேட்கும். கட்டையான குரலில் மனதை மயக்கும் அந்த வேதப் பாட்டு அடியாழத்தில் உறைந்திருக்கிறது. வரிகளை நினைவில் பிடிக்க முடியவில்லை. சாயந்திர நேரங்களில் மரங்களில் அமர்ந்திருக்கை யில் குழாய் ரேடியோவில் வேதப் பாட்டுகள் நீந்தி வரும். காதை வலுக்கட்டாயமாக மூடிக் கொள்வேன். அம்மா இல்லாத வீட்டில், அவள் வைத்திருந்த மாதா சிலை மட்டுமே இருக்கிறது. பாலகனைக் கையில் ஏந்தி நிற்கும் பளிங்கினால் ஆன, அந்த மூன்றடி உயரச் சிலை எப்போதும் என்னை உற்றுப் பார்த்தபடியே இருக்கும். புஷ்டியான அந்தச் சிறுவனைக் கையில் ஏந்தி நிற்கும் அச்சிலையின் அருகே வளரும்போது போனதே இல்லை.

வாரத்தில் ஒருநாள் அம்மாவின் சேலையை எடுத்து அச்சிலையை அப்பா கர்ம சிரத்தையாகத் துடைப்பார். அம்மாவின் முகத்தை முதலில் தண்ணீரில் முக்கி நனைத்த சீலைத் துணியால் அழுத்தித்

துடைப்பார். கண்களின் இடுக்குகளில் சுரண்டி அழுக்கெடுப்பார். கழுத்து, உடல் என அவர் ஆசையாய் தடவிவிட்டுக்கொண்டிருப்பார். வெளியில் இருந்து பார்ப்பவர்களுக்கு அச்சிலையை அவர் துடைப்பதைப் போலப்படும். அவர் அச்சிலையோடு உரையாடுகிறார் என்பது வளர்ந்த பிறகு எனக்குப் புரிந்தபடியால், கண்டுகொள்ளாமல்விட்டு விடுவேன். சில நேரங்களில் கண்ணைக் கசக்குவார். 'அழுது அழுது ஊர்ல போற பீடையை எல்லாம் வீட்டுக்குள்ள இழுத்துவிட்டுரும் மூதி' என அப்பத்தா சொன்னது சரிதான் போல. அவர் ஒரு தனி உலகத்தில் சகலத்தையும் கசக்கியுருட்டி அழுகுணி ஆட்டமாடினார்

அப்பா வகையறாக்கள் இந்துச் சாமிகள் கும்பிடுகிறவர்கள். கெடா வெட்டு தவிர வேறு எந்தக் காரணத்துக்காகவும் கோவில்களுக்குள் நுழைந்ததே இல்லை. வேதக் கோவில்கள்கூட மங்கலாகத்தான் நினைவில் இருக்கின்றன. எந்த மலைக் கோவில்கள் என்றாலும், உச்சியில் போய் அமர்ந்திருப்பேன். எல்லா உச்சிகளும் எனக்குக் கோவில்களே. எனக்குப் புளியம்பட்டி அந்தோணியார் கோவிலில் முதல் மொட்டை போட வேண்டுமென அம்மா வேண்டிக் கொண்டாளாம். அத்தைமார்கள் சேர்ந்து 'எங்கண்ணன் புள்ளைக்கு எங்க கொலசாமிட்டல முடி இறக்கணும்' என ஒப்பாரி வைத்திருக் கிறார்கள். அப்பாவின் இயல்புப்படி குடும்பச் சொல்லுக்குப் பயந்து அடங்கிவிட்டார். அம்மாவுக்கு அதில் ஒரு மனத் தாங்கல் இருந்ததாகப் பிற்பாடு சொன்னார்கள். அம்மா செத்து மூன்று ஆண்டுகள் கழித்து, பனைமரங்கள் சூழ்ந்த காடொன்றில் இருந்த அய்யனார் கோவிலில் எனக்கு முதல் முடியிறக்கினார்கள்.

மனப் பாரம் தாங்க முடியாத நேரத்தில் அம்மா புளியம்பட்டி அந்தோணியார் கோயிலுக்குப் போயிருக்கிறாள். கோவிலின் வட்டக் கல்லைத் தாண்டுவதற்குள் கையொன்று அவளை உள்ளே இழுத்திருக்கிறது. பொதுவாய்ப் பேய் பிடித்தவர்கள் கோவிலின் உள்ளே கிடக்கும் அந்தக் கல்லைத் தாண்டியவுடன் வெவ்வேறு மொழிகளில் பேசியபடி தலை முடியை விரித்தோடுவார்களாம். அப்படி ஓடுகிறவர்களை கோவிலின் சுற்றுவட்டாரங்களில் ஆங்காங்கே சங்கிலியால் கட்டிப் பிணைத்து வைத்திருப்பார்கள். அம்மாவும் ஓடிப் போய் அங்கிருந்த வயதான கிழவியின் மடியில் விழுந்திருக்கிறாள். கண் விழித்ததும் 'உன்னோட வாரிச இவ தூக்கிச் சுமப்பா' எனச் சொல்லி அந்த மாதா சிலையைத் தூக்க முடியாமல் நகட்டிக் கொடுத்தாளாம் அந்தப் பெரியம்மா. இந்தக் கதையை அப்பா சொல்லக் கேட்டிருக்கிறேன்.

சொன்ன மாதிரியே அச்சிலையின் கையில் பொறுப்பைச் சுமத்திப் போய்ச் சேர்ந்துவிட்டாள் அம்மா. அந்த விபத்தில் அப்பாவின் வலது

கால் மூட்டு எலும்பு. விலகிவிட்டது. காலொடிந்த காகமொன்று தத்தித் தத்தி நடப்பதைப் போல அங்குலம் அங்குலமாக காலைத் தூக்கி வைத்து ஒரு கையை அம்முழங்காலில் ஊன்றி நடந்து வருவார். நன்றாக நடைபயின்ற காலத்தில்கூட அவர் அத்தனை சூட்டிகை இல்லை என்று கேள்விப்பட்டிருக்கிறேன். அசமந்தமாக சுற்றும் அவரிடம் எதைப் பார்த்து அம்மா காதல் வயப்பட்டிருப்பாள்?

எல்லோரும் சொல்கிற மாதிரி முன்பே அவர் இப்படித்தான் இருந்தாரா... அம்மாவின் மறைவு அவரை அப்படி ஆக்கிப் போட்டதா எனப் பலதடவை யோசித்திருக்கிறேன். அவர் எல்லோரிடமிருந்தும் தன்னைத் துண்டித்துக்கொண்டார். ஆழமாக எதையோ யோசித்தபடி எதிரில் தெரிகிறவர்களிடம் லாட்டரிச் சீட்டுக் கற்றையை நீட்டுவார். 'இதை எடுத்துக் கொள்ளுங்கள்' என்றுகூட சொல்ல மாட்டார். அவர் அதிர்ஷ்டம் குறித்து வாங்குபவர்களிடம் எப்போதுமே பேசிப் பார்த்ததில்லை. அஸ்ஸாம், சிக்கிம், பூடான் என அவருடைய உதடுகள் அனிச்சையாய் சத்தம் வராமல் முணுமுணுக்கும். குடும்பத்திலும் இதே மாதிரி சத்தமில்லாத முணுமுணுப்போடு அத்தைகளின் பொறுப்பில் அப்படியே எங்களிருவரின் வாழ்க்கையை ஒப்படைத்துவிட்டார்.

அப்பாவின் குடும்பம் எந்தக் குறையும் வைக்காமல் அவர்களது சக்திக்குத் தகுந்தமாதிரி, பார்த்துக்கொண்டார்கள். அந்தத் தாழ்வாரங்களில் பிள்ளைகளோடு பிள்ளைகளாய் மண்ணையோ சுண்ணாம்பையோ சுரண்டித் தின்று வளர்ந்தேன். இரவில் வியாபாரம் முடித்துவிட்டு அப்பா வரும் நேரதில் அவர் பின்னாலேயே வீட்டிற்குப் போவேன். பகோடா பொட்டலத்தைப் பிரித்து குண்டுமஞ்சள் விளக்கு வெளிச்சத்தில் கொறித்து முடிக்கிற வரை அமைதியாக அமர்ந்து வேடிக்கை பார்ப்பார். அப்போது அவருடைய வியர்வையில் இருந்து இடியாப்பம் தேங்காய்ப் பால் மணம் எழுந்து வரும். என்னுடைய அப்பாவின் மணமாக இன்றளவும் அதுதான் மூக்கில் படர்கிறது.

சிந்திச் சிதறித் தின்று முடித்ததும் விளக்கை அணைத்துவிட்டுப் படுத்துவிடுவார். மேல்கூரையை அவர் இரவெல்லாம் பார்த்துக் கொண்டிருப்பது தெரியும். அக்கண்கள் இரவுகளில் ஒளிபொருந்தியதாக இருக்கும். கடந்து போனவை குறித்து விழி திறந்து கனவு காண்பார் போல. கதவிடுக்கில் வந்து விழும் சிறு வெளிச்சங்களைப் பார்த்தபடி மல்லாக்கப் படுத்திருப்பேன். இருளுக்குள் நிற்கும் மாதா என்னையே பார்த்துக்கொண்டிருப்பாள். சிலைகள் சீக்கிரமே நம்மைவிட இருளுக்குப் பழக்கப்பட்டு விடுகின்றன. அதற்கு எதிர்ப்புறம் எதுக்களித்துத் திரும்பி முகத்தை மூடிப் படுத்துக் கொள்வேன். அச்சிலையைப் பார்த்தால் கனவில் அம்மா நிச்சயம் வருவாள். விடிய விடிய அழுது ஓயாது.

ஏங்கியேங்கி அழுத ஓரிரவில், இன்னொரு அழுகைச் சத்தம் கேட்டது. எழுந்தமர்ந்து அப்பாவும் என்னோடு சேர்ந்து அழுதுகொண்டிருந்ததைப் பார்த்தவுடன் அழுவதை உடனடியாகவே நிறுத்தினேன். வளர்ந்த பிறகு கிடைத்த இடங்களில் தூங்கி, கிடைக்கிற வீட்டில் நுழைந்து சாப்பிட்டுக் கொள்வேன். மனதளவில் சொந்தங்களிடமிருந்து விலகியே இருந்தேன். அவர்களும்கூட தூரத்தில் வைத்துத்தான் எல்லாமும் செய்தார்கள் என்ற போதிலும், குறை வைத்ததில்லை. நாலு தோசையை அந்தத் தட்டில் போட்டால் மூன்று தோசையை இந்தத் தட்டில் போடுவார்கள்.

அத்தைகளுக்கு அப்பாவென்றால் இஷ்டம். 'எங்கண்ணந்தான் பொழக்க முடியாம போயிடுச்சு. அவளை கெட்டுன நேரமே சரியேயில்லை. சொன்னா எங்க கேட்டுச்சு. செம்மறி ஆடு மாதிரி அவ பின்னாடியே போயி எல்லாத்தையும் அறுத்து எறிஞ்சிடுச்சு. ஒத்த பிள்ளைய வச்சுக்கிட்டு அல்லாடறத பாக்க முடியலை' என செல்வராணி அத்தை என்னிடம் சொன்னாள். அம்மாவின் வழியில்தான் என்னைப் பாடச்சுழி வந்தவன் என்றார்கள். அம்மாவை அவர்கள் தூக்கிச் சாவுக்குக் கொடுத்தவர்கள் என்பதால் அவர்களையும் குறை சொல்ல முடியாது. அப்பாதான் வேண்டுமென்றே இரண்டாவது கல்யாணத்துக்கு ஆசைப்பட்டு அம்மாவைக் கீழே தள்ளிக் கொன்றார் என அவதூறாக ஆரம்பத்தில் பேசினார்கள். இயல்பாகவே அதிர்ஷ்டமில்லாதவன் என அவர்களுடைய மனதில் தங்கிப் போனேன். அவர்கள் வீட்டுப் பிள்ளையாய் மனதார அள்ளி யாருமே கொஞ்சியதே இல்லை. யாருடைய பிள்ளை நான்?

பண்டிகைகளுக்குக்கூட அம்மாவின் சொந்தங்கள் இருக்கிற பக்கம் போனதே இல்லை. பஜாரில் எப்போதாவது மாமன்களைப் பார்த்தால் தின்பதற்குச் சீனிச் சேவு வாங்கித் தருவார்கள். நன்றாக வளர்ந்த பிறகு, 'சிகரெட் குடிப்பியால. உதடெல்லாம் கறுப்பா இருக்கு' என்றார் சந்தையில் பார்த்த தங்கராஜ் மாமா. பழரசம் குடித்துக்கொண்டிருந்த அவர் அழைத்து எனக்கொன்று வாங்கித் தந்துவிட்டு, 'இப்படி வெயில்ல ரோட்டுக் காட்டுல அலையவிட்டுட்டான் நொண்டித் தாயோளி' என்றார். வீட்டுக்கு வாவென்று ஒரு சொல் உதிர்க்கவில்லை. என்னாலும்கூட போயிருக்கவும் முடியாது. அப்பாவை உதறிய இடத்தில் எனக்கென்ன வேலை?

பிறரைப் போல நடக்க முடியாத அப்பா விபத்திலிருந்து மீண்டு வந்த பிறகு, தெருவோரங்களில் லாட்டரி விற்க ஆரம்பித்தார். நிதமும் நூறு பேருந்துகளிலாவது ஏறி இறங்கவேண்டும். பேருந்தின் மேல் படிக்கட்டில் நின்றுகொண்டு கீழே இருந்து மேலே படியில் கால்

எடுத்து வைக்க அப்பாவிற்கு உதவி செய்வேன். கூட்டம் அதிகமாக இருந்தால் என்னுடைய கையில் டிக்கெட்டுகளைக் கொடுத்து உள்ளே போகச் சொல்வார். பேருந்தைவிட வேகமாக ஓடின நாட்கள்.

பள்ளித் தோழன் ஒருத்தனைப் பேருந்தில் அவனுடைய குடும்பத் தோடு சந்தித்தேன். 'உன்னோட படிக்கிற பய்யனா' என்றார் நண்பனின் அப்பா. அவர் வங்கியொன்றில் மேலாளராக இருக்கிறார். இதுமாதிரி நாலைந்து கூடப்படித்த பையன்களின் குடும்பங்கள் முகத்தை நோக்கிக் கேள்வி கேட்ட பிறகு, பள்ளிக்குப் போகப் பிடிக்க வில்லை. வேறு வழியில்லாமல்தான் படிப்பைத் தொடர்வதாக இருந்தது. தெருவில் கையேந்தி விற்கும்போது வருகிற கூச்சத்தை நிர்பந்தத்தின் காரணமாக வெகுசீக்கிரமே கடந்தும்விட்டேன். 'என்ன தம்பி நான் வேணா வேற வேலை பார்த்துச் சொல்லட்டா' என்று கேட்ட நண்பனொருத்தனின் தந்தையிடம், 'ஊருக்கெல்லாம் அதிர்ஷ்டத்தைகொண்டு வர்ற வேலையை விட பெரிய வேலை இருந்தா சொல்லுங்க' என தன்னம்பிக்கையுடன் சொன்னேன்.

எனக்கும் டீசலும் ரெக்ஸினும் கலந்த பேருந்து வாடையே அதிகமும் பிடித்தது. ஏதோவொரு வகையில் தரையிலிருந்து மேலேறி இன்னொரு இடம் நோக்கி நகர்வதாய்த் திருப்தியடைந்தேன். தனியாய்ப் போகிற வயது வந்ததும் பக்கத்து ஊர்களுக்குக் காரணமே இல்லாமல்கூட பேருந்தில் ஏறிப் போய்த் திரும்பி வருவேன். வியாபாரிக்கு ஏது ஓரிடம்? நத்தையாக இருந்தாலும் வேகமாக நகர முயல்வதே வணிகம். இதன் காரணமாகவே பதினோராம் வகுப்பு போனதோடு, அதற்கு மேல் எனக்குப் படிக்கப் பிடிக்கவில்லை. பள்ளியில் இடை நின்றதற்கு இன்னொரு காரணமும் இருந்தது. அங்கே சொல்லித் தருகிற எல்லாமும் எனக்கு எளிதாகப் புரிந்து கொள்கிற மாதிரி இருந்தது. அடுத்து என்ன சொல்வார்கள் என்பதுகூட பல நேரங்களில் முன்கூட்டியே தெரிந்து விடும். எளிதாகப் புரிந்து விடுகிற எதிலும் சுவாரஸியமே இருப்பதில்லை.

லாட்டரிச் சீட்டுகளில் தெரிந்த ஆங்கில வார்த்தைகளைச் சின்ன வயதிலேயே பிறரிடம் கேட்டு வாசிக்கப் பழகிக்கொண்டேன். புழுதி பறக்கிற கடைத் தெரு எல்லாவற்றையும் எனக்குக் கற்றுத் தந்தது. ஓய்வாக இருக்கும் மதிய வேளைகளில் ஆங்கிலச் செய்தித் தாள்களை வரி விடாமல் படித்ததில் அம்மொழி மெல்லமாய் வசப்பட்டும் வந்தது. டியூஷன் எடுத்த கணேஷ்குமார் அண்ணன் தனியாக அழைத்து எப்படி உச்சரிப்பது எனச் சொல்லித் தருவார். வெள்ளைக்காரன் தோற்றுப் போய்விடுவான் அவரிடம். என்னுடைய ஆங்கில அறிவைப் பரிசோதிப்பதற்காக கன்னியாகுமரிக்குக் கிளம்பிப்போய்

வெள்ளைக்காரர்களுடன் பேச்சுக் கொடுத்து அலைவேன். ஒருநாள் முழுக்க உடன் அலைவதற்கு அமெரிக்கர் ஒருத்தர் அனுமதியளித்தார் நம்ம ஊர்ப் பலகாரங்களை அவருக்கு அறிமுகம் செய்து வைத்தேன். பேசுகையில் பல வாக்கியங்களை அவர் எனக்குத் திருத்தி உதவினார். இனி யாரிடம் வேண்டுமானாலும் பேசிவிடலாம் என்கிற தன்னம்பிக்கை அந்தப் பயணத்துக்குப் பிறகு கிடைத்தது. 'கால் ஒடிஞ்சவரோட பையன் இங்கிலீஸ்லாம் நல்லா பேசறான்' எனக் கடைத் தெருக்களில் ஆச்சரியமாகப் பேசிக் கொள்வார்கள்.

என்னுடைய அப்பா லாட்டரி குலுக்கல் முடிவுகளை வெளியிடும் 'அதிர்ஷ்டம்' பேப்பரில் ஒரு சீட்டின் முடிவைப் பார்ப்பதற்குள், இருபது சீட்டுகளைப் பார்த்து முடித்திருப்பேன். இரண்டிலக்க நான்கிலக்க எட்டிலக்க எத்தனை இலக்க எண்களும் எனக்கு அத்துப்படி. மேலிருந்து கீழாக, கீழிருந்து மேலாக, இடம் வலமென அவை எப்படி இருந்தாலும் உடனடியாகவே அடையாளம் கண்டு கொள்வேன். குப்பைத் தொட்டியில் எட்டாம் எண்ணைக்கொண்டு போய்க் கொட்டியிருந்தால்கூட மிகச் சரியாகக் கையைவிட்டு அந்தத் துண்டு பேப்பரை மட்டும் தனியே எடுத்துவிடுவேன். என்னிடம் பத்து எண்களைக் கொடுத்தால் அவற்றை வெவ்வேறு மாதிரி பலவாக உருக்கி உருவாக்கித் தந்திடுவேன்.

எண்களின் மடியில் படுத்து உறங்குவேன். கனவுகளில்கூட எண்கள் சிப்பிப் பாறை நாயைப் போல தலையைச் சிலுப்பிக்கொண்டு விரட்டும். தலையெழுத்தைத் தீர்மானிக்கிற எண்கள் அவை. ஒரு லட்ச ரூபாயை ஒரு எண் தலைகீழாகத் திருப்பிப் போடும். ஏதோவொரு கனவை இன்னொரு எண் சிதைக்கும். வேண்டி விரும்பாத இடங்களில் அதிர்ஷ்டக்கார எண்கள் கைகட்டிச் சேவகம் செய்யும். எண்களைக் கூவி விற்கும் என்னுடைய அப்பாவின் மடியில் அவ்வதிர்ஷ்ட எண்கள் ஒருபோதும் விழவே இல்லை. ஊருக்கே அதிர்ஷ்டத்தைக் கூவி விற்ற அவர் துயரத்தைச் சிதறவிட்ட படி நீண்ட தகிக்கும் தார்ச்சாலையில் தனியாக நடக்கும் சித்திரம் எப்போதும் கண்ணுக்குள் நிற்கும். எண்களை அவரால் எப்படி விரட்டிப் பிடிக்க முடியும்? நடந்து தேய்ந்த அவரை, தேர்தெடுத்து அவை நியாயம் செய்திருக்க வேண்டுமே?

அவருக்குப் பதில் விரட்டிப் பிடிக்க வேண்டுமெனத் தீர்மானித்தேன். எண்களை உருட்டுகிற பெருங்கையாக மாற வேண்டும். கடைத் தெருக்களில், கையில் கிடைக்கும் கால்குலேட்டர்களில் எண்களை அழுத்தி புதிய எண்களை உருவாக்குவேன். அதன் சக்தி எனக்குப் போதவில்லை என்பதால், செங்கல் கட்டி போல இருக்கிற

கால்குலேட்டர் ஒன்று வாங்க வேண்டுமென யோசித்து அதே மாதிரி வாங்கவும் செய்தேன். ஓய்வாய் இருக்கையில் அதில் பல்வேறு எண் தொகைகளை உருவாக்கி அந்தளவுக்குச் சம்பாதிக்க வேண்டுமென நினைத்துக் கொள்வேன்.

அப்பா அந்தக் காலகட்டத்தில்தான் செருப்புக் கடை வாசலில் கடை போட்டார். காலையில் எழுந்து சோறு வடித்து வைத்துவிடுவேன். இடையில் ஆள் மாற்றிப் போய் எந்த வீட்டிலாவது ரசமோ குழம்போ வாங்கிச் சாப்பிட்டுவிட்டுத் திரும்பி வந்து விடுவோம். அவர் வந்த பிறகு அவரை அங்கே நிற்கச் சொல்லிவிட்டு, லாட்டரிகளை எடுத்துக்கொண்டு பேருந்து நிலையத்துக்குள் நுழைவேன். வெளியூரில் இருந்து வரும் பேருந்துக்காரர்கள்கூட பழக்கமான ஆட்களாகிவிட்டனர். அவர்களோடு பேசுவதற்கு ஊர்க்கதைகளையும் தெரிந்து வைத்திருந்தேன். ஊருக்குள் நடக்கிற நாலும் தெரிய ஆரம்பித்திருந்தது. பேருந்தில் தவ்வி ஏறுகிறவனை ‘ஏலே கிறுக்கு மூதி, சவட்டி விழுந்தேன்னா தர்மாஸ்பத்திரிக்கு தூக்கிட்டு போவணுமா’ என்று திட்டுவார்கள். ஆனாலும் ஏனோ பேருந்துகளுக்குள் என்னைத் தவ்வித் திரிய அனுமதித்தார்கள். கடலையைக் கொறித்தபடி எந்தத் தயக்கங்களும் இல்லாமல் பிறத்தியார்களின் அதிர்ஷ்டக் கனவுகளைக் கையில் ஏந்தியலைவேன்.

கற்பூரத்தைக் கொட்டி வைத்து எரிப்பதைப்போல வெயில் உக்கிரமாகி வழியும் அந்தக் கடை வீதிகளில் லகுடொன்று கையேந்தி அலைந்தது. பூக்கடைகளில் தொங்கும் சாமந்திப்பூ மாலைகளில் தலையை நுழைத்து அழகு பார்த்துக் கொள்ளும். லாட்டரி டிக்கெட்டுகளைச் சில சமயங்களில் வாயில் கவ்விக் கொள்ளும். தவ்வி ஏறி எதிரே உட்கார்ந்திருக்கும் அந்த மனிதனின் முகத்தைப் பார்த்துக் கெஞ்சி, அவன் தலைவிதியைத் தீர்மானிக்கும் ஒரு எண்ணை அடையாளம் காணச் சொல்லும். அவர் முகத்தைப் பார்க்கையில், ஏழாம் நம்பரில் முடியும் சீட்டில் அவருக்கு அதிர்ஷ்டம் இருப்பதாகத் தோன்றியது. அவர் என்னோடு ஏறிய இன்னொருத்தனின் கையில் இருந்த வேறொரு சீட்டைத் தேர்ந்தெடுத்தார். என்னிடமிருந்த அந்த எண் மிக வசீகரமாக இருந்தது. 67777 என்கிற இந்த எண்ணுக்குப் பரிசடிக்கும் என்றும் தோன்றியது. எப்போதாவதுதான் இதுமாதிரி ஆழமான நம்பிக்கை சில எண்களின் மீது பிறக்கும்.

இந்தச் சீட்டில் லட்ச ரூபாய் பரிசடித்தால், அதை விற்கும் எங்களுக்கு பதினைந்தாயிரம் ரூபாய் கமிஷனாக கிடைக்கும். சாலையில் பரிசடித்த எண்கள் என பல கடைகளில் கறுப்பு போர்டில் எழுதிப்

போட்டிருப்பார்கள். அதிகாலையில் சாக்பீஸைத் தண்ணீரில் நனைத்து அழியாதபடி போர்டில் எழுதிப் போடுவார்கள். என் கையிலிருக்கும் சீட்டுகளைக் குனிந்து பார்த்து வெறுத்துக் கடப்பேன். எங்களது கடையில் சாக்பீஸ் நனைந்ததே இல்லை. அப்பா விற்றதில் பத்தாயிரம் ரூபாய்தான் இதுவரை அதிகப்பட்ச பரிசாக விழுந்திருக்கிறது. லட்ச ரூபாய் விழுந்தால் கௌரவமாக அந்தக் கடைத் தெருவில் நடக்கலாம். பேருந்தில் ஏறி இறங்குவதற்கும் ஒரு லாபம் வேண்டாமா?

திரும்பிக் கடைக்கு வரும்போதுகூட அந்த எண்ணுக்குப் பரிசு அடிக்கும் என்று தோன்றியபடியே இருந்தது. அந்தச் சீட்டை விற்காமல், பிளாஸ்டிக் கல்லாப் பெட்டியில் விரிக்கப்பட்டிருந்த பேப்பருக்கு அடியில் வைத்துப் பத்திரப்படுத்தினேன். எது நடக்கக் கூடாது என நினைத்தேனோ அது நன்றாகவே நடந்தேறியது. அப்பாவின் கை அந்தச் சீட்டில் பட்டு விடக்கூடாது என கடவுளை வேண்டியும், அந்த துர் சம்பவம் நடந்தும்விட்டது. கடைசியாய் மிச்சமான அந்தச் சீட்டைத் தேடியெடுத்துச் சுருட்டி அவர் சட்டைப் பையில் வைத்த பிறகு, 'அதிர்ஷ்டம் என்பது தற்செயல். அதை விரட்டிப் பிடிக்கமுடியாது' என வானைத்தைப் பார்த்துச் சம்பந்த மில்லாமல் சொன்னார். லாட்டரி முடிவுகள் வந்ததும் ஞாபகத்தில் வைத்திருந்த அந்த எண்ணைத் துளாவிப் பார்த்தேன். 67778 என்ற எண்ணுக்கு ஒரு லட்ச ரூபாய் பரிசு விழுந்திருந்தது. மற்ற ஆட்களாக இருந்தால் நெஞ்சைப் பிடித்துக் கீழே விழுந்திருப்பார்கள். இதுமாதிரி நிறையப் பார்த்துவிட்டதால் அதிகம் அலட்டிக் கொள்ளவில்லை.

ஆனால் ஆழமான ஏமாற்றம் நெஞ்சில் படர்ந்தது. அப்பா குறித்து நான் கணித்தது நடந்ததில், கொஞ்சம் அற்ப சந்தோஷமும் எழுந்தது. கிள்ளிக் கொடுக்கிற ஒருகை தவறாக உருட்டிய தாயம் அவர். எந்தக் கையும் என் வாழ்வில் எண்களை உருட்டி விளையாடி விடக்கூடாது. எனக்கான எண்களை நானே உருட்டி விளையாட வேண்டுமெனத் தீர்மானித்தேன். அந்தக் கணத்தில் உலகத்தில் இருக்கிற அத்தனை எண்களையும் விரட்டிப் பிடிக்கவேண்டுமெனத் தோன்றியது. அதுவரை லாட்டரியைத் தொழிலாக மட்டுமே பார்க்கப் பழகியிருந்தேன். ஒரு எண்ணில் லட்சத்தைத் தட்டிவிட்டு வஞ்சித்த பிறகு, அதன் மூலத்தை எட்டிப் பிடித்து விட வேண்டுமென்கிற வீம்பு வந்து விட்டது. அறியாத எண்களைக் கொத்தித் திங்க, இந்த நகர் கடந்து எம்பிப் பறக்க வேண்டும். அப்பாவின் கூண்டிலிருந்து வெளியேறுகிற வாயிலில்தான் எனக்கான மீட்பு காத்திருக்கிறது. அவ்வாயிலைத் தாண்டிய வெளி உலகத்தில் அதிர்ஷ்ட எண்கள் தானியங்களைப் போல வீசியெறியப்பட்டிருந்தன.

# அத்தியாயம் 3

சமுத்திரக்கனி பேன்சி ஸ்டோர் என தன் பெயரில் ஒரு கடையைப் போடுவதாக அப்பா திட்டமொன்றும் வைத்திருந்தார். எனக்கு ஐந்து வயதிருக்கும்போது, பால்பன்னை வாங்கிக் கையில் திணித்து அழைத்து வரும்போது தன் கனவைச் சொன்னார். எனக்குமே அக்கனவு அவரைக் காட்டிலும் அதிகம் பிடித்திருந்தது. வண்ணமய மான உலகொன்றினுள் தொப்பென உடனே குதித்து விட வேண்டுமென்கிற பரிதவிப்பு அந்த நேரத்தில் வந்தடங்கியது. அந்தக் காலத்தில் எதையும் செய்து விடும் சூரர் என அப்பாவைப் பற்றி நினைத்துக்கொண்டிருந்தேன். விதி வலியது என்பது என் விஷயத்திலும் நிரூபணமானது.

நடுநிலைப் பள்ளியில் படிக்கையிலேயே கமல் பேன்சி ஸ்டோரில் பகுதி நேர வேலைக்குச் சேர்ந்தேன். பள்ளி முடிந்ததும் நேரே அங்கே ஓடிப்போய்விடுவேன். ஓட்டமும் நடையும் என்றே அதைச் சொல்ல வேண்டும். வயது கூடுகையில் ஏன் ஓடுவதை நிறுத்திக் கொள்கிறோம்? சின்ன வயதில் எங்கே போக வேண்டுமென்றாலும், வீட்டிலிருந்து சாலைக்கு இறங்கியதும் இருகைகளையும் பறக்கிற மாதிரி விரித்துக் காட்டி ஓடுவேன். ஒருகாலைக் கையால் பிடித்துத் தரையில் வைத்து இன்னொரு காலை தூக்கி முன்னோக்கி வைத்து அங்குல அங்குலமாக அப்பா நடக்கையில் மட்டும், அவரை விட மெதுவாக நடக்க வேண்டியிருக்கும்.

யாராவது கீழ்நோக்கி வந்து எங்களைத் தூக்கிக்கொண்டு மேல்நோக்கி பறக்க மாட்டார்களா? அவரிடமிருந்து விலகி ஓடுவதற்காகவே பேன்சி ஸ்டோரில் வேலைக்குச் சேர்ந்தேன். அந்த அண்ணன் நல்ல மாதிரியாகப் பார்த்துக்கொண்டார். சில நேரங்களில் உற்சாகமாக இருக்கையில் குடல் வறுவலும் சூப்பும் வாங்கித் தருவார். கை சுத்தமாக இருக்க வேண்டும். அதை மட்டும் செய்துவிட்டால் மற்றபடி எந்தத் தொந்தரவும் செய்யமாட்டார்.

மஞ்சள் விளக்கொளியில் பல்வேறு வண்ணக் கலவைகளுக்கு நடுவாக அமர்ந்திருக்கையில் குதூகலமாக இருக்கும். ஒவ்வொரு வண்ணத்தையும் தனித் தனியாக உற்றுக் கவனிப்பேன். எந்த நிறம் எதனோடு கலந்தால் பொருந்திப் போகும் என எடை போட்டுப் பார்ப்பேன். விதம்விதமான நிறங்களில் தயாரான ஜடை மாட்டிகளைக் கையில் எடுத்து உருட்டுவேன். ப்ளாஸ்டிக் முத்துமணி மாலைகளைக் கழுத்தில் போட்டுப் பார்ப்பேன். எல்லா நகங்களிலும் வெவ்வேறு வண்ண நகப்பூச்சுக்களை எடுத்துப் போட்டுக் கொள்ளும்போது அந்த அண்ணன் ஒன்றும் சொல்ல மாட்டார். பொதுவாகவே பெரும் பாலும் நான் நகங்களை நீளமாக வளரவிட்டே வெட்டுவேன். ஆனால் சுத்தமாக வைத்துக் கொள்வேன்.

தூக்கித் துவைத்துக் காயப்போட்ட வெயிலை அடுத்து வரும் மாலை வேளைகளில் கடைத் தெரு பரபரப்பாக இருக்கும். பகலெல்லாம் வெற்றுடம்போடு திரிந்த லோடுமேன்கள் கட்டம் போட்ட சட்டையை எடுத்துப் போட்டுக்கொண்டு புஜங்கள் தெரிகிற மாதிரி மடித்துச் சுருட்டி விடுவார்கள். அப்போது அவர்களின் வாய்களில் சொக்கலால் பீடி புகைந்துகொண்டிருக்கும். குண்டான் சோறு சாப்பிடுவார்கள் என்று கேள்விப்பட்டிருக்கிறேன். விடுமுறை தினங்களில் முழுதினமும் கடையில் இருப்பேன். மதிய வேளைகள் அயர்ச்சியை ஊட்டுபவை. அதனால்தான் மதியங்களில் எல்லா பறவைகளும் கூட்டில் அடையவே ஆசைப்படுகின்றன போல.

எதிரே நம்மை நோக்கி நடந்து வரும் நபர் பொருளொன்றை வாங்க வருகிறார் என நினைத்து ஆவலாகக் காத்திருப்போம். வாசல் வரை வந்துவிட்டு அருகிலிருக்கும் தேநீர்க்கடையை நோக்கி நகர்கையில், ஏமாற்றம் படரும். எழுந்து போய் கையைப் பிடித்துத் தரதரவென கடைக்குள் இழுத்து வரவேண்டும் போல் இருக்கும். வெயில் மங்குகிறதா என வெளியே எட்டிப் பார்த்துக்கொண்டே இருக்க வேண்டும். இல்லாவிட்டால் தூக்கம் கண்களைச் சுழற்றும். கல்லாவில் இருந்தால் தூங்கக்கூடாதென்பதுதான் எங்கத்திய விதியும்.

முனிசிபல் விளக்குகளை உயிர்ப்பிக்க ராமர் அண்ணன் சைக்கிளில் வருகிற வேளையில் வாளியையும் விளக்குமாற்றையும் எடுத்துக்கொண்டு வாசலுக்கு இறங்கிவிடவேண்டும். தூர்த்துப் பெருக்கி கடை விளக்கை போட்டு அமர்ந்தால் மெல்ல கூட்டம் படியேறத் துவங்கும். கடை அடைக்கிற வரைக்கும் ஆட்கள் வந்து போனபடி இருப்பார்கள். இடையில் ஒரு மெடிக்கல் கடையில் வேலை பார்த்தேன். அங்கே மட்டும் எந்நேரமும் நாள் முழுக்க ஆட்கள் வந்தபடியே இருப்பார்கள்.

பேன்சி கடை வியாபாரம் வண்ணங்களோடு இருந்ததால் அதிக காலம் அங்கேயே தங்கிப் போனேன். கடையை என்னிடம் ஒப்படைத்துவிட்டு கோயில் கொடைக்குப் போய்விட்டு வருமளவுக்கு என் மேல் நம்பிக்கையை வைத்திருந்தார். எனக்குமே அங்கு வந்து போகும் பெண்களைப் பார்க்கப் பிடித்திருந்தது. என் பள்ளித் தோழிகள் வரும்போது கூச்சமெல்லாம் படமால் எனக்குப் பிடித்த தோடை எடுத்துக் கையில் கொடுப்பேன். இதுமாதிரி சின்னத் திருட்டுத்தனங்களைத் தோழிகளைக் கவரச் செய்யத் துவங்கினேன். எங்களது பள்ளியில் படித்த தங்கமலருக்காக, முத்துமணி மாலையொன்றை டவுசர் பாக்கெட்டில் மறைத்து ஒளிக்கையில் அந்த அண்ணன் பார்த்துவிட்டார்.

அடிக்கவில்லையே தவிர அவமானப்படுத்துகிற மாதிரி வெளியே போ எனத் துப்புகிற மாதிரி சைகை காட்டினார். விளக்க முற்படுகையில் வாயைப் பொத்திக்காட்டி கடையின் உள்பக்கம் திரும்பி அமர்ந்தார். அப்பாவிடம் சொல்லி விடுவாரென்கிற பயம் விரட்டியது. அந்த விஷயத்தில் அந்தண்ணன் என் மீது கருணை காட்டினார். இல்லாவிட்டால் நடு ராத்திரியில் சிலையைக் கட்டிப் பிடித்துக்கொண்டு அழுதிருப்பார்.

என்னுடைய அப்பாவிடம் சொல்லாவிட்டாலும், வேறு கடைகளில் அந்தண்ணன் சொல்லியிருக்கக்கூடுமென மங்கலான சந்தேகம் இருந்தபடியே இருந்தது. கடை வாசல்களில் நின்று பார்க்கிற பார்வைகள் எல்லாம் என்னைத் தோலுரிப்பதாகவே உணர்ந்தேன். வேறு இடத்தில் வேலைக்குப் போகத் தயக்கமாக இருந்ததாலேயே, மறுபடியும் அப்பாவோடு வியாபாரத்துக்கு வந்தேன். இரண்டு பேர் சேர்ந்து வேலை பார்த்தால்தான் யாரிடமும் கையேந்தாமல் இருக்க முடியும். தியேட்டர் வாசலில் டீக்கடை போட்டிருக்கிற நைனா அந்தப் பாதையைக் கடக்கையில், ‘வாடா தம்பி இங்க’ என்றார்.

திருட்டு குறித்துக் கேட்டுவிடுவார் என்கிற பயத்தோடு அவரை நெருங்கிப் போனபோது, மாஸ்டர் பஜ்ஜி போட்டுக் கொண்டிருந்தார். மண்ணெண்ணை விற்கிற ரெண்டு பேர் பஜ்ஜியைக் கடித்தபடி, கோழியிறகால் காதுகளைக் குடைந்துகொண்டிருந்தார்கள். எனக்கும் ஒரு பஜ்ஜியை எடுத்துக் கடிக்க கொடுத்தார் மாஸ்டர். நெற்றியில் வைத்திருந்த குங்குமம் கறுப்பு உடலில் மார்பு வரை கோடாய் வழிந்திருந்தது. இந்த மாதிரித் தூக்கிக் கொடுக்கும் விஷயங்களில் எல்லாம் மாஸ்டர் நைனாவை மதிக்கவே மாட்டார். ‘என் கணக்கில ஏத்திக்கோங்க’ என ஒருவரியில் முடித்து விடுவார்.

ஏதாவது கேட்டால் அதற்கடுத்து வீம்புக்கு உளுந்த வடையைப் பெரிசாகப் போட ஆரம்பிப்பார். எதற்கு வம்பென்றுவிட்டு விடுவார்கள். நைனாவும்கூட கஞ்சத்தனம் பண்ணுகிற ஆள் இல்லை. தூரத்தில் பரிதவித்து நிற்கும் வயதானவர்களைப் பார்த்தால், அருகில் வரச் சொல்லி வடையைத் தாளில் மடித்து எடுத்துக் கொடுப்பதைப் பார்த்திருக்கிறேன். ஒருவகையில் ஒருத்தருக்கு ஒருத்தர் அங்கே கொடுத்து வாங்கிக்கொண்டார்கள்.

அஜந்தா ஓட்டலில் புரோட்டா சாப்பிட அமர்ந்தபோது சால்னா வோடு சிக்கன் துண்டுகளைப் போட்டு எடுத்து வந்தபோது சர்வரை ஏறிட்டுப் பார்த்தேன். 'உனக்குத்தான்' என்றார் சிரித்துக்கொண்டே. ஐந்து ரூபாய்க்குப் பதில் ஆறு ரூபாய் கூடுதலாகக் கொடுத்தபோது, 'பெரிய மனுஷன் ஆகிட்டு பைவ் ஸ்டார் ஓட்டல்ல போயி டிப்ஸ கொடு' என்றார். எல்லோருக்குமே என்னுடைய கதை தெரிந்திருந்தது. போகிற போக்கில் கொறிக்க எதையாவது கொடுப்பதில் வஞ்சம் வைக்க மாட்டார்கள். சட்டென நின்று கடலை வண்டியில் ஒரு கைப்பிடி அள்ளி பாக்கெட்டில் போட்டு ஓடுவேன்.

வண்டியைத் தள்ளிக்கொண்டே அவர் பேருந்தைக் கிளப்புகிற தோரணையில், சின்னப் பையனான என்னைப் பார்த்து, 'ரைட் ரைட் போலாம்' என்பார். நைனாவும்கூட பல நேரங்களில் வலிய அழைத்துக் கொடுக்கிறவரே. அன்றைக்கு அவர் அழைத்த பார்வையில் சிநேகம் இல்லை. பஜ்ஜியை கடித்துக்கொண்டிருந்த என்னிடம், 'உங்கப்பாரு ரோட்ட தேய்ச்சு நடந்து எப்டியாவது உன்னை மேல கொண்டு வரணும்னு பாடுபடறாரு. நீ என்னன்னா மாரியம்மன் கோயில் மேட்டில பசங்களோட சேர்ந்து சிகரெட் குடிக்கிற. மீசை முளைச் சிருச்சுங்கற திமிரு. சோத்துக்குப் பிச்சையெடுத்தா ஊதுவியா' என்றார்.

திருட்டைத்தான் சுட்டிக்காட்டுவார் என்று எதிர்பார்த்தேன். யாருக்கும் தெரியாது என்று நினைத்த இன்னொரு பழக்கத்தைக் கவ்விப் பார்த்துவிட்டார். பதிலே பேச முடியவில்லை. இவர்கள் ஏன் என்னை மட்டும் உற்றுப் பார்க்கிறார்கள்?. ஊரே எதற்காக ஒருத்தனை மட்டும் கண்ணில் விளக்கெண்ணெயை ஊற்றிய மாதிரி அகலத் திறந்து கண்காணிக்க வேண்டும்? ஊர்கூடி வளர்க்கிற பிள்ளையா? கூனிக் குறுகி அவர்களது காலடியில் வந்து நிற்கும் காட்சிகளைத்தான் பார்க்க விரும்புகிறார்களா? நல்லது சொல்கிறேன் என்கிற பெயரில் நைந்துபோய் நின்றிருப்பவனை ரசிக்கிறார்களோ என்றுகூட பட்டது; என்றோ அவர்கள் செய்த நல்ல விஷயங்களுக்காக எல்லா நேரங்களிலும் அவர்களிடம் கைகட்டி நிற்பது கூச்சமாகவும் இருந்தது. ஓடிப் போய் அக்கடை வாசலில் இருக்கும் நாற்காலியில்

அமர்ந்து விடவெல்லாம் முடியாது. எல்லாவற்றையும் சந்தேகக் கண்ணோட்டத்தோடு பார்க்க அக்காலட்டத்தில் பழக்கப்பட்டேன்.

கூட்டம் சேர்க்கக்கூடாது என ஒப்பந்தம் போட்டு செருப்புக் கடை வாசலில் நிற்கிற மாதிரி லாட்டரிக் கூண்டினை போட்ட அன்றைக்கு அப்பாவின் நண்பர்களான சாலை வியாபாரிகள் சிலர் கடை திறப்புக்கு வந்தார்கள். பக்கத்து டீக்கடையில் இருந்து பால் வாங்கிக் கொடுத்தார் அப்பா. ஏதோவொன்றைத் துவக்குகிறோம் என்கிற வகையில் குதூகலமாக இருந்தேன் நானும். என் பங்குக்கு வந்திருந்தவர்களுக்கு சாக்லெட் வாங்கிக் கொடுத்தேன். கடை திறப்புக்கு வந்தவர்கள் 'ஒரு ரிப்பன் கட்டியிருக்கலாம்' எனச் சிரித்தார்கள். அட்டையில் லாட்டரி சீட்டுகளைக் கட்டுவதற்காக க்ளிப் வாங்கப் போனேன். நினைத்த மாதிரி வேறு எங்கும் கிடைக்காததால், தயங்கித் தயங்கித்தான் கமல் பேன்சி கடை வாசலில் போய் நின்றேன்.

கோபம் இருந்த சுவடே தெரியாமல் அந்த அண்ணன் 'உள்ள வாங்க முதலாளி. தனிக் கடைபோட்டாச்சா' என்று சொல்லிவிட்டு கண்ணடித்துச் சிரித்தார். கிளிப்புகளுக்கு காசும் வாங்கிக் கொள்ளவில்லை. எனக்குப் பிடிக்குமென்பதை அறிந்து பொறுமையாக எல்லா வண்ணங்களிலும் க்ளிப்புகளை பிரித்தெடுத்துக் கொடுத்தார். வழக்கமாக இப்படி யாராவது கேட்கையில், எரிச்சல் படுவார். ஒரே நிறத்தில் எடுத்து வைத்துவிட்டு 'ஒரே கலர்ல இருந்தாதான் தொங்கறப்ப அழகா இருக்கும்' என்பார். தனக்கென வருகையில் பல்வேறு நிறக் கலவைகளின் பக்குவம் அறிந்தவர் அவர், 'கர்ணம் போட்டு வளர்ற நேரத்தில காதல் கத்திரிக்காய்னு எதுலயும் போயிச் சிக்கிக்காத. அது நேரத்துக்கு பிடிச்ச கேடு. முத்துமணி மாலைய திருடி அசிங்கப் படணும்னு உன்னைத் தொரத்துனது அதுதான். இங்க தொங்குற எல்லா ஜிகினாக்கும் ஒரு விலை இருக்கு. காசை கொடுத்து ஜிகினாவை வாங்கி கழுத்தில சுத்திட்டு அப்புறம் தூக்கிப் போட்டுட்டு போய்க்கிட்டே இருக்கணும். இந்த வயசில ஒனக்குச் சொல்லித் தரணும்னு தேவையில்லை' என்றார்.

இதைச் சொல்லும்போது வசீகரமாக புன்னகைத்த அவரது தலைக்கு மேலிருந்து குண்டு விளக்கினொளி கத்தரிப் பூநிற ஜிகினாவில் விழுந்து எதிரொலித்துப் புதுவிதமான நிறக்கலவை அண்ணனின் முகத்தில் ஏறி மின்விசிறிக் காற்றில் ஆடியது. ரம்மியமான அழகோடு தடிமனான மீசையைத் திருத்தமாகக் கத்திரித்திருந்தார். அரிதாரம் பூசிய நடிகரொருத்தரின் சாயலிலும் இருந்தார் அப்போது. பல்லி வாலைப்போல வரைந்திருக்கும் அப்பாவின் மீசை கண்முன்னால்

வந்தது, அண்ணனைப் போலவே மீசை வைத்துக் கொள்ள வேண்டுமென நினைத்துக்கொண்டேன்.

அண்ணன் சொன்ன மாதிரி கலர் கலரான ஜிகினாக்கள் என் வழியிலும் குறுக்கிட்டிருக்கின்றன. அதை வாங்கப்போதுமான பணமில்லாமல் யாரோ அதையெடுத்து அணிந்த கதைகளை மட்டுமே கேட்டுத் திருப்திப் பட்டுக் கொள்வேன். ஜிகினாக்களை கழுத்தில் சுற்றிக் கொள்வதற்காவது அதிர்ஷ்டம் கூடி வர வேண்டுமென நினைத்து அக்கூண்டுக் கடையின் அடிப்பாகத்தில் காலை ஊன்றி நின்று வானத்தைப் பார்த்தபோது மழைத் தூறல் விழுந்தது. குற்றாலத்தில் இந்நேரம் அருவி பாலைப் போல பொங்கும்.

# அத்தியாயம் 4

லாட்டரித் தொழிலும்கூட ஆயிரம் பேன்சி ஸ்டோர்களுக்கு இணையான வண்ணமயமான உலகமே. மஞ்சள் நிறத்தை கத்தரிப்பூ நிறத்தோடு மசித்து கொடுக்கப்படும் ஒரு பூங்கொத்தைப் போல ஒவ்வொரு லாட்டரிச் சீட்டும் பல்வேறு நிறங்களில் கைகளுக்கு வரும். விதவிதமான நிறங்களிலான கோலப் பொடிகளை அழகிய கையொன்று வஞ்சம் வைக்காமல் அள்ளித் தெளித்திருக்கும். கைக்கு அடக்கமாய்ச் செவ்வக வடிவத்தில் ஒரு பணத்தாளைப் போலத் தரப்படும் லாட்டரிச் சீட்டுகளை ஒத்த வண்ணமயத்தை வேறெங்கும் பார்த்ததில்லை. ஏழைகள் விரும்பி ஏந்தும் வசீகரமான மணத்தக்காளிக் கீரைக்கொத்துகள் அவை. வெறும் தாளென அதைத் தூக்கிப்போட்டு விடவெல்லாம் முடியாது. கதவின் பூட்டை இழுத்தாட்டுவதைப் போல, நூறு தடவை லாட்டரி முடிவுகள் பார்த்துவிட்டுத் தூக்கிப் போடுகிறவர்கள் எல்லாம் இருக்கிறார்கள்.

ஒரு எண்ணைத் தவறாகப் பார்த்துவிடுவதால், லட்ச ரூபாய் கைநழுவிப் போய்விடுமோ என்கிற பரிதவிப்பு 'அதிர்ஷ்டம்' பேப்பரை மேய்கிற கண்களில் தெரியும். அரை நிமிடத்தில் முடிவுகளைப் பார்த்துவிட்டு 'ஒண்ணும் இல்லையென' திருப்பிச் சீட்டை நீட்டும் போது, நம்பாமல் இன்னொரு தடவை பார்க்கச் சொல்வார்கள். வேறு வழியில்லாமல் அவர்கள் திருப்திப்படுகிற வரை பார்த்துத்தான் தீரவேண்டும். இல்லாவிட்டால் அடுத்த தடவை எத்தனை நீட்டினாலும் முகத்தைத் திருப்பிக் கொள்வார்கள். நாலைந்து தடவைகளாவது சீட்டை பேப்பரின் மேலிருந்து கீழாகத் தடவியபடி எடுத்து, இல்லையென உதட்டைப் பிதுக்கி உதறிக் காட்டுகையில் மட்டும் அவர்களுக்கு அப்படியொரு திருப்தி.

எதிரே உள்ள திண்டில் குத்தவைத்து என் முகத்தையே பார்ப்பார்கள். சிலர் கழுத்துக்குப் பின்னால் இருந்து எட்டிப் பார்த்துப் புகையை

ஊதுவார்கள். எல்லோருடைய கண்களிலும் லட்சாதிபதிக் கனவுகள் பீய்ச்சியடிக்கும். சில நேரங்களில் ஐநூறு விழும். நான் பார்த்த சீட்டொன்றுக்கு ஐந்தாயிரம் விழுந்தது. அதைக் கொண்டாடும் விதமாகப்போய் பீர் குடித்தேன். கொய்யா இலைகளை மென்று துப்பி விட்டு வீட்டுக்குத் திரும்ப வந்தேன். யார் குறித்த பயமுமில்லாமல் அப்போதெல்லாம் இருக்கப் பழகிக்கொண்டேன். உழைத்துக் குடிக்கிறவனை யார் கேட்டுவிடுவார்கள்?

வலி குறித்தும்கூட அந்தக் காலத்தில் வேறுவிதமாகச் சிந்திக்கத் துவங்கியிருந்தேன். என் உடலில் காயம் பட்டுக்கொண்டே இருக்கும். பேருந்தில் இருந்து தவ்வி இறங்குகையில் இடிப்பதற் கென்றே சில கற்கள் பரவியிருக்கும். இரண்டு விரலில் சேர்ந்தாற் போல அடிபட்டுவிட்டது ஒருதடவை. ஆள்காட்டி விரலின் நகம் ஒட்டியிருக்கிற தசையில் பட்ட காயம் விண்ணென்று தெறித்தது. பாம்பு விரலின் முட்டியில் படர்ந்திருந்த காயம் அதைவிடத் தனித்து சுருக்கென்று வலித்தது. எந்த வலி அதிகம் என உற்றுக் கவனித்தேன். இரண்டும் மாறி மாறி விண்ணென்று இதயத் துடிப்பு போல இடைவெளிவிட்டுச் சுண்டியது.

கொஞ்ச நேரத்தில் அவ்வலியே ஒரு சுகமான தெறிப்பாக இருந்தது. இரண்டுநாட்கள் அவ்வலியை உற்றுக் கவனித்த பிறகு, அதனோடு வாழப் பழகிவிட்டிருந்தேன். அதற்குப் பிறகு எந்த வலி குறித்தும் பெரிதாக அலட்டிக் கொள்வதில்லை. வலிதான் வேறொரு மடியைத் தேடச் சொல்கிறது. வேட்டைப் பறவையென்றால் எந்த வலி வந்தாலும் அதைச் சுமந்து இரையெடுக்கப் பறக்க வேண்டுமென எனக்கு நானே சொல்லிக்கொண்டாலும், அந்தக் கூண்டிலிருந்து தப்ப முடியாத வலி இதயத்தின் அடியாழத்தில் ரணமாய் ஊடுருவியது. என்னுடன் படித்தவர்கள் எல்லாம் வெவ்வேறு ஊர்களுக்குப் படிக்கப் போனது குறித்தெல்லாம் கவலைப்பட்டதே இல்லை. பத்தாம் வகுப்பில் பள்ளியில் முதல் இடத்துக்கு வந்ததால் வணிகர் சங்கம் சார்பில் பரிசு கொடுத்தார்கள். 'தெருவிளக்கில் லாட்டரிச் சீட்டு விற்று முன்னேறிய தம்பி' எனக் காதில் ஈயத்தைக் காய்ச்சி ஊற்றுவார்கள்.

ஆரஞ்சு புழிகிற டப்பா ஒன்று கொடுப்பார்கள். ஆரஞ்சுக்கு எங்கே போக? அந்த விழா நடக்கிற நாளில் அங்கிருந்து தப்பி பக்கத்து ஊருக்குச் சென்றுவிட்டேன். பீரோடு சேர்த்து புரோட்டா சாப்பிட்டு விட்டு, கடையை ஒட்டியிருக்கிற தியேட்டருக்குள் புகுந்துவிட்டேன். 'என்ன நெஞ்சழுத்தம் பாரு' என மறுநாள் பார்த்தவர்கள் எல்லோரும் கண்டித்தார்கள். அலட்டிக்கொள்ளாமல் என் வேலையைப் பார்த்துக் கொண்டிருந்தேன். அதையெல்லாம் தாண்டி வேறு ஒரு

உயரத்துக்குப் பறக்கிறவனை அழைத்து கொக்குக்கு நிகராக பறந்தாய் நீயென பரிசில் தருவது முறையா... ஒரு தகுதி தராதரம் வேண்டாமா?

நிமிர்ந்து பார்க்காமல் அமர்ந்து லாட்டரி குலுக்கல் முடிவுகளைப் பார்த்துக்கொண்டிருந்தபோது என்னுடைய அப்பாவின் நண்பரான வாட்ச் ரிப்பேர் கடை வைத்திருக்கிற சுப்பிரமணி அண்ணன் படியேறி வந்தார். அவருக்கு ஒரு கண் மங்கலாகத் தெரியும். இன்னொரு கண்ணில் பூதக் கண்ணாடி வைத்து தலையை வாட்ச்சில் ஒட்டி வைத்து ரிப்பேர் பார்ப்பார். மூன்று பெண் குழந்தைகள் அவருக்கு. வேறு எந்த வேலையும் அவருக்குச் செய்யத் தெரியவில்லை. அந்தக்கா தீப்பெட்டி ஆபிஸில் வேலை பார்ப்பதால் குடும்பம் கொஞ்சமாவது பிரச்னையில்லாமல் பொங்கிச் சாப்பிடுகிறது. இன்னும் இரண்டு பெண்ணைக் கட்டிக் கொடுக்க வேண்டும். எப்படியாவது மீண்டுவிட வேண்டுமென, லாட்டரியில் வந்து விழுந்தார்.

ஐந்து ரூபாய் பத்து ரூபாய்க்கு வாங்குகிறவர்கள் எல்லாம் தப்பித்து விடுவார்கள். பணக்கட்டைப்போலக் கொத்துக் கொத்தாக வெவ்வேறு எண்களில் வாங்கிக் குவிப்பவர்களும் நகரில் நிறைந்திருந்தார்கள். விழவேண்டுமென்று தலையெழுத்து இருந்தால், வாங்கின ஒரு சீட்டிலேயே அதிர்ஷ்டம் அள்ளிக் குவித்து விடும் என்பது எல்லோருக்கும் தெரியும். ஆனாலும் எந்த எண்ணையும் எப்போதும் தவறவிட்டுவிடக்கூடாதென்கிற போதை உள்ளே இழுக்கும். முதல் நாள் வாங்கிய சீட்டில் அதற்கடுத்த எண்ணுக்குப் பரிசடித்திருக்கும். அடுத்த நாள் வாங்கியதில் ஒரு எண் மாறி அதற்கு முந்தையதற்கு பரிசு விழுந்திருக்கும். அடுத்த முறை வாங்கும்போது கீழ் மேல் என எல்லா எண்களையும் வாங்கிச் சுருட்டி காக்கி அரை டிராயரில் சொருகுவார்கள்.

யாரையும் வேண்டாமென்று அங்கே தடுத்துவிட முடியாது. அமிர்தத்தை அள்ளிக் குடிக்க முன்னேறி வரும் அரக்கனை அணை போட்டுத் தடுப்பதைப்போல அது. பால் மடி தேடி வரும் கன்றைத் துரத்த முடியுமா? அவர்களுடைய ஆசையில்தான் எங்களுக்கு வியாபாரமும் இருந்தது. பரிசு விழாவிட்டால், விற்ற சீட்டுகளுக்கு கமிஷன் மட்டுமே கிடைக்கும். என்ன கிடைத்துவிடப்போகிறது? ஒரு சீட்டு விற்றால் ஒரு ரூபாய். சுப்பிரமணி அண்ணன் மற்றவர்களைப் போல ஆவலாதியாக வந்து பாயமாட்டார். அதிகம் போனால் இரண்டு சீட்டு வாங்குவார். எங்களுடைய விற்பனையில் அவருக்கு பரிசே விழுந்ததில்லை. பக்கத்துக் கடையில் இருந்து ஒரு சீட்டொன்றை வாங்கி அவருக்குக் கொடுத்தபோது, அதில் அவருக்கு ஐநூறு ரூபாய் பரிசடித்திருந்தது. படியேறி வந்து நின்ற சுப்பிரமணி அண்ணனைப்

பார்த்துக் கையெடுத்து விளையாட்டாகக் கும்பிட்டு, எதிரில் இருந்த வேறொரு கடைக்குப் போகுமாறு சைகை செய்தேன். அவரும் புரிந்துகொண்டு விலகினார்.

இது ஒரு பிரமீடு மாதிரியான வியாபாரம். என்னுடைய அப்பா தினமும் இருநூறு சீட்டுகளை இன்னொரு சின்னக் கடையில் இருந்து வாங்கி வருவார். நகரில் இதுமாதிரி நூற்றுக்கும் மேற்பட்ட சின்னக் கடை வியாபாரிகள் இருக்கிறார்கள். அவர்களுக்கு மேலே மொத்த வியாபாரிகள். தமிழகம் முழுக்கவுள்ள டீலர்கள் என விரியும். அச்சடிக்கிறவர்களைப் பற்றியெல்லாம் ஆயிரம் கதைகள் இருக்கின்றன. தெருவில் என்னைப் போலக் கூவி விற்ற ஏ.கே.சூரியதாஸ் லாட்டரி அச்சடித்து விற்கிற கம்பெனியாக மாறிப் போனார். அவர் மட்டுமா? கறுத்த உடலில், தங்கச் சங்கிலிகள் புரள்கிற தோரணையில் நிறைய முதலாளிகள் விளக்கு வைத்த நேரத்தில் நகரில் நடமாடுவார்கள். சிலர் சிரிக்கும்போது மஞ்சள் கறைக்குப் பக்கத்தில் பொன்னிறத் தங்கப்பல் தெரியும். கறுப்புக்கு நகைபோட்டு காத தூரம் பார்க்கலாமே? அவர்களுடைய கக்கத்தில் பணமோ, லாட்டரிச் சீட்டுக் கத்தைகளோ சொருகியிருக்கும்.

இரண்டு பேரும் சேர்ந்து அதிகப்பட்சமாகவே முன்னூறு டிக்கெட்டு களை விற்போம். ரயிலில் போனால் அதிகம் விற்கலாம் என்று போய்ப் பார்த்தேன். பேருந்து நிலையங்கள்தான் விற்பனைக்கான கேந்திரங்கள். ரயிலில் போகிற மக்களுக்கு அதிர்ஷ்டத்தின் மீது நம்பிக்கையில்லைபோல. அந்தச் சிறிய பேருந்து நிலையத்துக் குள்ளும் எவ்வளவுதான் மக்கள் குவிந்து விடுவார்கள்? உர மூட்டை களோடு ஏறும் சம்சாரிகள் ஒருபோதும் வாங்குவதில்லை. யாரோ ஒருத்தர் வாங்கினால் அதிசயம். அதிகமும் சுமை தூக்கும் தொழிலாளிகளும் கடைகளில் வேலை செய்கிறவர்களும் வாங்கினார்கள். பணக்கட்டுகளுக்கு நடுவில் வாழும் வங்கியின் மேலாளர் ஒருத்தர் வாங்கியபோது வெட்கத்தோடு சிரித்தார். அவருக்கும் லட்ச ரூபாய் கசக்குமா என்ன?

குண்டுச் சட்டிக்குள் குதிரை ஓட்டிக்கொண்டிருந்தால் வாழ்க்கை இங்கேயே கூண்டின் அடியிலேயே குறுமணல் துகள்களாய் உதிர்ந்து பொடியாகிவிடும். அப்பா வாங்கி வரும் சீட்டுகளுக்கு முந்தைய வற்றுக்குப் பரிசடிக்கின்றன. இல்லாவிட்டால் அடுத்தவற்றுக்கு முன்னும் பின்னும் இருப்பவர்களெல்லாம் முன்னேறுகிறார்கள். நான் மட்டும் இங்கே அப்பனுக்கும் சேர்த்துத் தக்காளிச் சோற்றைக் கிண்ட வேண்டுமா? ஒரு மட்டன் சுக்காவை வாங்கி அரை மணி நேரம் சப்பிக்கொண்டிருக்கவேண்டும். நிச்சயமாக இது அல்ல

என்னுடைய இடம். வீழ்ந்து கிடக்கிற காட்டு மாட்டைத் தனியாளாகக் கொத்தித் தின்னவேண்டும்.

சுரண்டல் லாட்டரி அப்போது புதிதாகச் சந்தைக்கு வந்திருந்தது. மற்ற லாட்டரிகளுக்கெல்லாம் எல்லாம் அடுத்த நாள்தான் குலுக்கல் முடிவுகள் வரும். சுரண்டல் லாட்டரிக்கு அப்படியில்லை. உடனுக்குடன் முடிவைத் தெரிந்துகொள்ள முடியும். பெருவிரலை ஆள்காட்டி விரலுடன் அழுத்திப் பிடித்து சாய்த்து, வெள்ளியை உருக்கி ஒட்டியதுபோல இருக்கும் சிறுபகுதியைச் சுரண்ட வேண்டும். தேர்ந்த கைகள் ரூபாய் நாணயங்களை வைத்துச் சுரண்டுவார்கள். ஆளை அழுத்தமாக உள்ளே இழுக்கும் மரணக் குழி அது. பத்து ரூபாய் பரிசு விழுந்திருக்கும். இருபது ரூபாய்க்கு மேலும் வாங்குவார்கள். ரெண்டாயிரம் ரூபாய் கொண்டு வந்த ஒருத்தர் முழுப் பணத்தையும் சுரண்டியே தீர்த்ததை நேரிடையாகவே பார்த்தேன். அவர் போகையில் அந்தக் கையை வேட்டியின் பின்புறத்தில் வைத்துத் தேய்த்தார். வெள்ளி நிறத்தில் இருந்த ரசாயனம் வேட்டியில் ஒட்டியிருந்தது. வீட்டில் போய்ப் பணத்தை யாரோ திருடி விட்டார்கள் என்பார். திருடர்களா நாங்கள்?

அடுத்த நாள் வரை அதிர்ஷ்டத்தை அறியக் காத்திருக்க முடியாத மக்கள் முண்டிவந்து விழுந்தனர் சுரண்டல் லாட்டரியில். விற்பவர் களுக்கும் நல்ல கமிஷன் கொடுத்தார்கள். முன்னூற்று ஐம்பது ரூபாய்க்கு ஒரு கட்டு வாங்கினால், ஐநூறு ரூபாய்க்கு விற்க முடியும். தேர்ந்த பேராசைக்காரன் ஒருத்தன் வந்தமர்ந்தால், ஒரே கட்டை ஒருமணி நேரத்தில் சுரண்டித் தூக்கி எறிந்துவிடுவான். அதென்ன பேராசைக்காரன்? அவனுடைய வயிற்று வலி அவனுக்கு. அவனுடைய கனவு அவனுக்கு.

சுரண்டல் லாட்டரி பண்டல்களை வாங்குவதற்குக் காசு தேற்றி விட்டால் நாங்களும்கூட ஆரம்பித்துவிடலாம். ஆனால் அப்பா அதற்குத் தடையாக நின்றார். ‘சூதின் பேரில் நடக்கும் சுரண்டல் அது. காட்டுகிற செடியை நோக்கி வெள்ளாடு பாயத்தான் செய்யும். அதற்காக விஷப்பூண்டை எடுத்து நீட்டி விடக்கூடாது’ என்றார். அவர் அத்தனை தெளிவாகப் பேசுவதைப் பார்க்கையில் ஆச்சரியமாக இருக்கும். சொற்களைப் புடம் போட்டுச் சொல்கிற நேரத்துக்காகச் சேர்த்து வைத்திருப்பார். யாரையும் கண்டு கொள்ளாமல் குனிந்து அவர் படிக்கும் புத்தகங்களிலிருந்து அச்சொற்களை எடுப்பார்போல.

சில பேன்சி எண்கள் வரும்போது அதை யாருக்கும் கொடுக்காமல் மறைத்து வைப்பதை இன்னொருநாளும் பார்த்தும்விட்டார். ‘எல்லோருக்குமான அதிர்ஷ்ட வாய்ப்பு சம அளவில் இருப்பதுதான்

சூது. அதில் குறுக்கே புகுந்து எதையும் தட்டிப் பறிக்கக்கூடாது. சூதை விற்பவன் வலிந்து சூதாடக்கூடாது' என்றார். எனக்குச் சுத்தமாக அப்போது அது புரியவில்லை. நாங்கள் விற்கிற சீட்டுகளுக்கு பரிசே விழுவதில்லை என்பதால் எடுத்து வைக்கும் பழக்கத்தை இயல்பாகவேவிட்டும்விட்டேன். மீந்த சீட்டுகளைக்கூட சில சமயங்களில் பார்க்காமல் தூக்கி எறிந்துவிட்டு, அப்புறம் எடுத்து சாவகாசமாய் எடுத்து முடிவுகளைப் பார்ப்பேன். கணித்த மாதிரியே எதுவும் விழுந்திருக்காது.

அப்பா சுரண்டல் லாட்டரியை எந்தச் சூழ்நிலையிலும் விற்பதில்லை என்பதில் உறுதியாக இருந்தார். அந்தக் காலகட்டத்தில் அவர் ஐந்து சாதாரண லாட்டரி சீட்டுகள் கேட்பவர்களுக்குக்கூட தர மறுத்தார். ஒன்று அல்லது இரண்டு சீட்டுகளை மட்டுமே கொடுத்தார். வாங்குகிறவர்கள் நிறையவும் எரிச்சல்பட்டார்கள். காரில் போகிறவர் களுக்குக் கத்தையாக அள்ளித் தந்தார். காரில் வருகிறவர்களில் எத்தனை பேர் வாங்கிவிடுவார்கள்? ஏழை பாழைகளுக்கு உறுதியாக அதிகச் சீட்டுகள் தர மறுத்தார். இது வணிகத்தின் தர்மமே இல்லை என்பதை அவருக்கு எப்படி விளக்கிச் சொல்லிப் புரிய வைப்பது? அவர் என்னையும் சேர்ந்து குழிக்குள் தள்ளிக்கொண்டிருந்தார். குறுக்கே யாராவது இருந்தால் அவரை அழைத்து வைத்துப் பஞ்சாயத்து செய்யலாம்? எங்களிருவருக்கும் குறுக்காக அந்த சிலை மட்டுமே நின்றது. அது வாய் திறந்து இது குறித்து என்ன சொல்லும்? அதற்கு என்னுடைய அப்பாவே மேல் என்று தோன்றியது.

அவரை உதறித் தள்ளினால் மட்டுமே உயரே பறக்க முடியும் என்பதை உணர்ந்த கணத்தில், மகிழ்ச்சி அடைவதற்குப் பதிலாகத் துக்கமே படர்ந்தது. காலுடைந்த அப்பறவையையும் தூக்கிக்கொண்டு பறக்க விழையும் பலமிக்க பறவை நான் என்பதை அவர் எப்போது புரிந்து கொள்வார்? யாருடைய இலையிலும் கைவைக்கத் துடிக்கவில்லையே? தங்குதடையின்றி நடக்கிற நகர் வியாபாரத்தில் என்னுடைய பங்கை பெற்றுக் கொள்ளத் துடிக்கிறேன். சுரண்டி விளையாடி ஆயிரக் கணக்கில் பணத்தைத் தூக்கிக்கொண்டு போனவனும் இருக்கிறான் தானே? அதையெல்லாம் அவர் ஏன் பார்க்க மறுக்கிறார்?

வாழ்க்கையில் முட்டி மோதுகிற லகானை அவர் கைவிட்டுவிட்டார். அறுந்து கீழே கிடக்கும் அந்த லகானை என்னுடைய மூக்குக்குள்ளும் சொருகி மூக்கணாங்கயிறாக்க முனைகிறார். அவர் எங்கள் இருவரையுமே ஒரு புழுவைப்போல நினைத்துக்கொண்டார். புழு பூச்சிகளுக்கும் இப்பூமியில் சிதறுகிற உணவுண்டு என்பதை ஆழமாக நம்பினார். வயதின் காரணமாக அவருடைய வயிறு

சுருங்கிக்கொண்டே வந்தது. மூன்று இட்லிகளைக்கூட கஷ்டப் பட்டுத்தான் சாப்பிடுவார். எதிர்வினையாக இன்னொரு பக்கம் வயிறு விரிவதைக் கணக்கிட ஏன் தவறுகிறார்? விலாவரியாக அமர்ந்து பேசுகிற உறவு இருவருக்கும் இடையில் இல்லை. சிலநேரங்களில் நாள் முழுவதும்கூட ஒருத்தருக்கு ஒருத்தர் ஒரு சொல்லைக்கூட பரிமாறிக் கொள்ளாமல் இருப்போம்.

உரையாடத் தேவைப்படாத பட்டும் படாத உறவு அது என்றும் அதைச் சொல்லிவிட முடியாது. அவரைப் பெருமளவுக்கு நேசிக்கிறேன். நகரில் அவர் பட்ட அவமானங்களுக்கு களிம்பு பூசத் துடிக்கிறேன். இதே சாலையில் அவர் காரில் கம்பீரமாக அமர்ந்து போகவேண்டும். அவருடைய மாதா சிலைக்கு ஒரு கோயில் எழுப்பிக் கடைசிக் காலத்தில் அக்கட்டிடத்தின் சாவியை அவர் கையில் திணிக்க வேண்டுமென விரும்பி, சுரண்டல் லாட்டரி வியாபாரத்தில் இறங்குவது என்கிற முடிவுக்கு ஒருவழியாக வந்து சேர்ந்தேன். என்னிடம் பேசாவிட்டாலும் என் சிறு அசைவுகளைக் கூட தள்ளி நின்று கண்காணிக்கும் அப்பா, மாதா சிலைக்கு அருகில் அமர்ந்து நான் உறுதியான முடிவுக்கு வந்து சேர்ந்த நாளொன்றின் இரவில் அழுது கொண்டிருந்தார். இருவரையும் பார்க்காமல் திரும்பிப் படுத்துவிட்டுச் சத்தம் வெளியே வராமல் முணுமுணுத்தேன்: நான் நல்லவனாக இருக்க விரும்புகிறேன். ஆனால், உங்களைப் போல் ரொம்ப நல்லவனாக அல்ல அப்பா!

# அத்தியாயம் 5

கோள்களையும் சகுனங்களையும் தாங்கிப் பிடித்திருக்கிற தர்மசக்கரத்தைச் சுழல விடுகிற பெரிய தொழில் சாம்ராஜ்ஜியம் இது. நியாயமாகச் சொல்லப் போனால் ஏழைகளே இதன் இலக்கு. இதை விட்டால் அவர்களுக்கும் பிடித்து மேலேற வேறென்ன இருக்கிறது? பணக்காரர்களிலும் லாட்டரி வாங்குகிறவர்களைப் பார்த்திருக் கிறேன். அது ஒரு பொழுதுபோக்கு அவர்களுக்கு. இரவெல்லாம் அவர்கள் 'அதிர்ஷ்டம்' பேப்பர் வருவதற்காக விழித்திருப்பதில்லை. ஒருவேளை தப்பிப் பிறந்தவர்கள் அங்கேயும் இருக்கலாம். அடிவயிற்றில் பதற்றத்தோடு கைகள் நடுங்க குலுக்கல் முடிவுகளைப் பார்க்கச் சீட்டை நீட்டுபவர்களைத்தான் அதிகமும் பார்த்திருக் கிறேன். நலிந்தோர்க்கு நாளும் கோளும் இல்லையென இங்கே வந்து சொல்லிப் பாருங்கள்.

சித்திரை பிறந்துவிட்டால், அதிர்ஷ்டம் கதவைத் தட்டிவிடும் என்கிற மாதிரியே எல்லோரும் அலைவார்கள். 'சீட்டில குரு ஒன்பதா கூடி வந்திருக்காண்ணே. போனதடவை மாதிரி எட்டில சனி நிக்கலை' என்பார் ரெண்டு சீட்டு வாங்கின ஒருத்தர். 'எதுக்கும் நீங்க முக்கில இருக்கிற சாலையடி பிள்ளையார் கால்ல வச்சு கட்டை எடுத்திட்டுப்போங்க' என மொத்தக் கடையில் சின்ன வியாபாரி களுக்கு வழிகாட்டுவார்கள். முகக்குறி இங்கே மிக முக்கியம். முகத்தைப் பார்த்தாலே எல்லாமும் விளங்கிவிடும்.

ஒரு முழு மனிதன் அதிர்ஷ்டத்தின் வழியாக உருவாவதைப் பக்கத்தில் இருந்து பார்த்தேன். எஸ்.எஸ்.ஆர் கடை என்றால் அந்தப் பிராந்தியத்தில் எல்லா வியாபாரிகளும் குவிவார்கள். அவரும்கூட ஆரம்பத்தில் இப்படி ஒரு கூண்டுக் கடைதான் போட்டார். அவருக்கு சுக்கிரபலம் தூக்கலாக இருந்தபடியால், வெற்றி பெற்ற எண்களை எழுதிப்போட இரண்டு மூன்று தட்டி போர்டுகளைப் போடுகிற

அளவுக்கு உடனடியாகவே வந்துவிட்டார். கடை போட்ட அடுத்த மாதத்திலேயே ஹீரோ ஹோண்டா வாங்கினார். வெள்ளைச் சட்டைக்கு மாறினார். உடம்பு மதமதவென பூசிய மாதிரி வந்தது. அவரைச் சுற்றி மைசூர் சாண்டல் சோப் வாடை எப்போதும் இருந்தது. வியர்ப்பதிலிருந்து வெகுதூரம் சீக்கிரமே தள்ளிப் போனார். நெஞ்சைத் தொடுகிற மாதிரி புலிச் சங்கிலி போட்டார். ஒருநாள் அம்பாசிடரில் கடந்து போகும்போது என்னைப் பார்த்து கை காட்டினார். குனிகிற மாதிரி முதுகை வளைத்து வணக்கம் போட்டேன். கடனுக்குச் சீட்டுத் தருகிறவரிடம் புஜபலத்தையெல்லாம் காட்டாமல், குனிந்து எழும்ப வேண்டும் சரியாக.

ஊரில் நிலபுலன்களை வாங்கிப்போட்டார். முக்கியக் கட்சி யொன்றில் பொறுப்பையும் வாங்கி கோவில் கொடை விழாக்களை நடத்திக் கொடுத்துக்கொண்டிருக்கிறார். இதெல்லாம் சில ஆண்டு களிலேயே நடந்தது. பணம் வந்தால் எதையும் வாங்கிவிடலாம் என்பதை அவரே உணர்த்தவும் செய்தார் எனக்கு. கோவில் கொடை சமயத்தில், விஸ்கி அடித்துவிட்டுக் கூட்டத்தில் நான் சலம்பியபோது தோளில் கைவைத்தார் ஏட்டு. ‘விடுங்க நம்ம பையந்தான். கடைக்குப் போக்குவரத்து உண்டு’ என்றார் தூரத்தில் இருந்து கைகாட்டி. அதற்கப்புறம் ராஜமரியாதை கிடைத்ததால், உற்சாகத்தில் மேலும் சலம்பினேன். அவருடைய ஆட்களை அனுப்பிக் குடிப்பதற்கு டொரினா வாங்கிக் கொடுத்தார்.

இதே ஏட்டு நான் தனியாக மாட்டியிருந்தால் என்னைப் புடம் போட்டிருப்பார். இன்னொருநாள் அதைச் செய்யக்கூட வாய்ப்பிருக்கிறது. பணத்தின் முன்னால் அவர் வளைந்து நின்றிருந்தவிதம் எனக்குப் பிடித்தது. உலகிலேயே சிறந்தவன் வணிகனே. அவன்தான் எல்லாவற்றுக்கும் விலை வைக்கிறான். நானும்கூட ஒருநாள் எதையும் விலை பேசுவேன் என்கிற தன்னம்பிக்கை அந்த இரவில் எனக்குக் கிடைத்தது.

மறுநாள் அவர் அழைப்பதாகச் சொல்லி ஆள் வந்திருந்தார். ஏசி மாட்டிய அறையில் அமர்ந்திருந்த அவர் எதிரே இருந்த நாற்காலியில் என்னை அமரச் சொல்லிவிட்டு, கறுப்பு போனை காதில் வைத்து யாரிடமோ பேசிக்கொண்டிருந்தார். வளவளவென வேறெதையும் என்னிடம் பேசாமல், முகத்துக்கு நேராகவே சொல்லிவிட்டார். ‘வளர்றதுக்கான நல்ல முகக்குறி இருக்குது தம்பி. வீணா சல்லிப் பயலா சுத்தி வாழ்க்கையை பஸ் ஸ்டாண்ட்லவிட்டுறாதீங்க. காலமும் நேரமும் கூடி வரப்பயே எவ்வளவு எக்கித் தவ்வணுமோ, அப்படித் தவ்விடணும். பெறகால உக்காந்து மலையைக் குடைஞ்சு சாப்பிடலாம்’ என்றார்.

அனுபவப் பாடத்தின் முன்னால் சட்டென தலைவணங்கினேன். மனதளவில் வம்பு வழக்குக்குப் போகாத கனவானாக அதற்கப்புறம் என்னை உணரத் துவங்கினேன். நாள்களையும் கோள்களையும் கட்டியாகப் பிடித்துக்கொள்ள வேண்டுமென்கிற ஆவல் எழுந்தது. அது எனக்கு முன்னேதான் உருள்கிறது. என்னைச் சுற்றியும் ஒரு காற்றுப் பந்தைப் போல சுழன்று வந்து தர்மசக்கரத்தினுள் தூக்கிப் போகும். அப்பாவைவிட்டு மனதளவில் படிப்படியாக விலக ஆரம்பித்தேன். சிந்தலக்கரையில் சாமியாடி ஒருத்தரிடம் குறி கேட்டேன். 'கொஞ்ச நாளைக்கு உங்க அப்பாவை நீங்க பிரிஞ்சிருக்கது தான் நல்லது. உங்க நல்ல நேரத்த அவரோட நேரம் போட்டு அமுக்குது. ரெண்டு பேரும் சேந்து இருந்தா தொழில் துலங்கவே செய்யாது. எங்க போயிடப் போறாரு. தூரத்தில இருந்து பாத்துக்கோங்க' என்றார் அவர்.

முற்றிலும் விலகுவதற்கான வேளை பார்த்துக் காத்திருந்ததை அப்பாவும் அறிந்தேயிருந்தார். ஏற்கனவே சாயந்திர நேரங்களில் அவருக்குத் தெரியாமல் ஒரு கட்டு சுரண்டல் லாட்டரி ஓட்டிக் கொண்டிருந்தேன். தெரிந்தால் அவர், தலையை லாட்டரி அட்டையில் முட்டிக் கண்ணீர் கசிய அமர்ந்திருப்பார். ஒருசொல் உதிர்க்கமாட்டார் எதிராளியிடம். வலிந்து பேசினாலும் எங்கோ தூரத்தில் பார்த்தபடி அமர்ந்திருப்பார். கோபம் உச்சிக்கு ஏறிய சமயமொன்றில் வலுக்கட்டாயமாக அவருடைய தோள்களைப் பிடித்து ஆட்டினேன். 'வலியவன் என்பதற்காக எளிய எந்த உயிரையும் போட்டு உலுக்காதே. அது இயற்கை விரோதம்' என்றார். கையைத் தூக்கிவிட்டேன் உடனடியாக.

அவரைச் சமாதானப்படுத்தும்விதமாக எண்ணெயைக் கூடுதலாக ஊற்றி உப்புமா செய்து சீனி வைத்துக்கொடுத்தபோது, தயக்க மில்லாமல் சாப்பிட்டார். என்னுடைய எல்லா விஷயங்களையும் கட்டுப்படுத்துவதில்லை அவர். சாலைகளில் சில நேரங்களில் பெண்கள் கடக்கையில் அவர்கள் போகிறவரை பார்வையை விலக்காமல் வெறிப்பேன். திரும்பிப் பார்த்தால், எதையும் கண்டு கொள்ளாமல் கெட்டி அட்டை போட்ட புத்தகத்தைப் படித்துக் கொண்டிருப்பார்.

அப்பாவும்கூட என்னுடைய நேரம் நன்றாக இருப்பதாகவே அத்தை களிடம் இருந்து கேட்டுத் தெரிந்திருக்கிறார். நேரான வழியில் போனாலே நீந்திக் கரை சேர்ந்துவிடுவேன் என நம்புகிறார். அந்த வழியைக்கூட பரீட்சித்துப் பார்த்து விடலாம்தான். ஆனால் அவரோடு இருக்கையில் எனக்கு மூச்சு முட்டியது. நத்தை மாதிரி

தேவையில்லாமல் ஒரு ஓட்டைத் தூக்கிக்கொண்டு அவரோடு நகர்வதில் எனக்கு விருப்பமே இல்லை. அவரைப் பார்க்கும் போதெல்லாம் பரிதாபம் மட்டுமே எழுந்தடங்குகிறது எனக்கு. அரை பாட்டில் மதுவைக் குடித்த பிறகும் அவர் கண்ணுக்குள் பரிதாபம் தொனிக்கிற கோலத்தில் வருகிறார். சிலநேரங்களில் அவர் பேருந்து நிலையத்தில் கிழிந்த சட்டை போட்டுக்கொண்டு பிச்சை எடுப்பது போலக் கனவு வருகிறது. திடுக்கிட்டு விழித்துக் கொள்வேன். கண்களில் ஈரம் கசிந்திருக்கும். துடைத்துவிட்டு செம்பில் இருக்கிற தண்ணீரை குடித்துவிட்டு படுக்கும்போது பார்த்தால், காலாட்டியபடி படுத்திருப்பார் அவர். என் கனவை அவரும் அறிந்திருப்பாரோ?

அத்தைகள் அவரையும் நல்லவிதமாகத்தான் பார்த்துக் கொள்வார்கள். என்னைக் காட்டிலும் கூடுதல் பாசம் அவர் மீதுதான் அவர்களுக்கு. ஆனால் இவர் போய் நிற்கமாட்டார் என்பதுதான் விஷயம். தீபாவளி அன்றைக்கு மட்டும் மூணு வேளைகளும் ஒவ்வொரு சகோதரி வீட்டுக்குப் போய்ச் சாப்பிடுவார். இனிப்பைத் தொடுவதை நிறுத்திக் கொண்டார். மட்டன் கொடுத்தால் ஆவலாகச் சாப்பிடுவார். அவருக்கு நெஞ்செலும்புக் கறி என்றால் பிடிக்கும் என்பது தெரியும் எனக்கு. கடைகளில் இங்கே அதை விற்பதில்லை. வீட்டில் எடுத்துச் சமைப்பார்கள். இல்லாவிட்டால் கெடா விருந்துகளில் முக்கியஸ்தர் களுக்கு மட்டும் தனியாகச் சமைத்து மதுவோடு பரிமாறுவார்கள். அப்படியே அள்ளிப் போட்டு மெல்லலாம்.

மந்தித் தோப்பில் இருக்கிற கறிக்கடைக்குப் போய் நெஞ்செலும்பைக் கறியோடு சேர்த்து வாங்கி வந்தேன். அக்கா ஒருத்தியிடம் சமைக்கிற பக்குவத்தையும் கவனமாகக் கேட்டேன். அந்தந்த பக்குவத்தில் பொருட்களைச் சரியாக வதக்கி எடுத்து மிளகு சேர்த்துக் கொள்ள வேண்டும். சின்னவெங்காயமும் உடன் சேர்ந்துவிட்டால் பெரிய கடைகளில் கிடைக்கும் பக்குவத்தைக்கொண்டு வந்துவிடலாம் என்றாள். சமையலைப் பொறுத்தவரை ஒருதடவை கேட்டாலே புரிந்துகொள்வேன். என்னென்ன பொருட்கள் என்னென்ன மணம் என்பது எனக்கு நன்றாகத் தெரியும்.

கடுகு பொரிந்து தாழிக்கிற வாசனை வந்தபிறகுதான் கறிவேப்பிலைக்கு வேலை. பூண்டைத் தட்டி எந்தச் சமயத்தில் போட வேண்டும் என்பதில்கூட ஒரு கணக்கு இருக்கிறது. இந்த அடிப்படை புரிந்து விட்டால் எந்தப் பொருளின் பக்குவத்தையும் பிரித்துப் புரிந்து கொள்ளலாம். வழக்கமாக கடமைக்கென்று போகிற போக்கில் சமைப்பேன். நெஞ்செலும்புக் கறியைப் பக்குவமாக கவனத்தோடு சமைத்தேன். காலையிலேயே கிளம்பும்போதே அவரிடம்

இதுகுறித்து சொல்லவும் செய்திருந்தேன். திரும்பி முகத்தைப் பார்த்தார். சரி வருகிறேன் என்று அர்த்தம் அதற்கு.

வீட்டுக்குப் பின்புறம் குவார்ட்டர் ஒன்றை ஒளித்து வைத்திருந்தேன். முழுப் போத்தலையும் கவிழ்த்த முடியாது. தெரியாமல் போய் சீக்கிரமே பாதியளவை மட்டும் குடித்துவிட்டு வந்தமர்ந்தேன். அவர் வருவதற்குள் போதை மட்டுப்பட்டு விடும். ரெண்டு எலும்பை எடுத்துக் கடித்தால் ஒன்றும் தெரியாது. தவிர அவரைக் கட்டிப் பிடித்து முத்தமா கொடுக்கப் போகிறேன்? அவருக்கும் தெரிந்திருக்கும். அதையெல்லாம் அவரும் கடந்துதானே வந்திருப்பார்? இப்போது குடிப்பதில்லை அவர் எனக் கேள்விப்பட்டேன்.

நிமிர்ந்து பார்க்காமல் ஒவ்வொரு எலும்பாக எடுத்துக் கடித்துச் சாப்பிட ஆரம்பித்தார். சுவை அவருக்குப் பிடித்துவிட்டதை அறிய முடிந்தது. இன்னொரு முறை சோற்றை அள்ளிப் போட்டுக்கொண்டார். தண்ணீர் குடித்துவிட்டு நிமிர்ந்த அவரிடம், 'தனியா சின்னதா கடை போடலாம்ணு இருக்கேன்' என்றேன். உயர்த்திய செம்பைக் கீழே வைக்காமல் உற்றுப் பார்த்தபோது, தலையைக் குனிந்து கொண்டேன்.

எழுந்து சட்டையைப் போட்டுவிட்டு கதவை நோக்கிப் போன அவர் என்னைத் திரும்பிப் பார்க்காமலேயே, 'பாலக்காடு ராமதாஸ் கதை தெரியுமில்ல?' எனக் கேட்டார். வேறு ஒன்றும் பேசாமல் படியில் இறங்கி மண்சாலையில் தத்தி நடக்கத் துவங்கினார். அந்தக் கதையை நானும் அறிவேன். குறுகிய காலத்திலேயே மேலே வந்த வியாபாரி அவர். பாலக்காட்டுக்கு அடிக்கடி வியாபாரம் நிமித்தமாகப் போய் வருவதால் பாலக்காடு ராமதாஸ் என கூப்பிட ஆரம்பித்தார்கள். ஆரம்பத்தில் நன்றாகத்தான் எல்லாம் போனது. அவர் லாட்டரியில் கள்ளத்தனமாக அச்சடித்துச் சேர்ப்பதாக எல்லோரும் முணுமுணுத்தனர். ஆனாலும் பரிசுகள் அவரிடமே அள்ளிக் குவியவும் செய்தன.

போலியாக பாலக்காட்டில் இருந்து சீட்டடித்து வந்து கலந்து விற்கிறார் என்பது எனக்கும் நன்றாகத் தெரியும். கொஞ்சம் நூல் பிடித்தால் நானும்கூட அந்தத் தொடர்புகளைப் பிடித்துவிடுவேன். காசிருந்தால் எதையும் சமாளிக்கலாம் என்பதைத்தான் ஏற்கனவே பார்த்திருக்கிறேனே? திடீரென சில நாட்களாக ராமதாஸைக் காணவில்லை. பங்களா வீட்டிலேயே முடங்கி இருப்பதாகவும் அவர் யாரையும் சந்திக்க விரும்பவில்லை என்றும் சொன்னார்கள். சிலநாட்கள் கழித்தே அவருக்கு வெண்குஷ்டம் வந்த விஷயம் எல்லோருக்கும் தெரிய வந்தது.

அது பின்னர் அவரது மகனுக்கும் வந்ததாம். கடைசியாய்ப் பேரனுக்கும் வந்தது அது என்றார்கள். யாரும் போய்ப் பார்க்க வில்லை. ஆனாலும் இந்தக் கதைகள் பலவாகிப் பெருகி கடைத் தெருக்களில் டயர் செருப்புக் காலடிகளோடு சேர்ந்து நடந்தன. அதற்கு அப்புறம் அவற்றுக்கு நிறையக் கை கால்கள் முளைத்தன. என்னுடைய அப்பா அதற்கு முகம் மூக்கெல்லாம் வைத்து பிரம்மாண்டமாக உள்ளுக்குள் வரைந்து வைத்திருப்பார். ராமதாஸ் உடம்பெல்லாம் வெள்ளையாய் முடி வளர்ந்து தொங்கி, கூன் விழுந்து, தழும்புகளே உடலாய் மாறி சகுனி மாதிரி தனியாய் அமர்ந்து தாயக் கட்டைகளை உருட்டுவதாகவெல்லாம் ஊருக்குள் பேசினார்கள்.

எதற்காக என்னை நோக்கி அதைச் சொன்னார்? என்னைக் கணித்து விட்டாரா அவர்? அவர் முன் பரப்பிய நெஞ்செலும்புக் கறி கடைசி விருந்து குறித்து என்ன நினைத்திருப்பார்? எனக்கும் அவருக்கும் முன்னால் மிகப் பெரிய சுவரொன்று ஊன்றி வளர்ந்தது. சுவருக்கு அந்தப்புறம் அவர் என்ன நினைக்கிறார் என்பதை அறிந்து கொள்ள விரும்புகிற நிலையில் இல்லை. முகக்குறி இருக்கும் போதே முட்டி மோதி மேலே வந்துவிட வேண்டும். தனியாக வேறு எங்காவது தங்குகிற வாய்ப்பு அமைந்தால் நன்றாக இருக்குமென தோன்றியது அப்போது. அவர் போன பிறகு எதிரே நின்ற வேப்ப மரத்தில் ஏறி அமர்ந்து வானத்தைப் பார்த்தபோது, நட்சத்திரங்கள் இறைந்து கிடந்தன. உடைந்த கிளிப்பொன்றை போல வளைந்து ஏழு நட்சத்திரங்கள் தெரிந்தன. அதன் மையத்தில் கூடுதல் ஒளியோடு இருந்த நட்சத்திரம் கண்சிமிட்டியது. கடைக்கான பெயர் மனதில் தோன்றியது. செவன் ஸ்டார் லக்கி சென்டர்

# அத்தியாயம் 6

என்னைப்போல முகக்குறி தறித்த, திருவேங்கடத்துக்காரனான கதிர்வேலுவோடு பழக்கத்தை ஏற்படுத்திக்கொண்டேன். இருபது இருபத்தைந்து பேர் அந்தக் குட்டியூண்டு பேருந்து நிலையத்தில் சுற்றியலையும்போது, இவன் மட்டும் அதில் தனியாகத் தெரிந்தான். என்னைவிட மூன்று வயது மூப்பிருக்கலாம். கடைசிவரை வயதை அவனிடம் கேட்டதேயில்லை. பயமுறுத்துகிற மாதிரி ஓங்குதாங்காக இருந்தாலும், அநியாயத்துக்குப் பயப்படுவான். அவனுக்குத் திக்குவாய் பழக்கமும் இருந்தது. பதற்றமான சமயங்களில் மட்டும் திக்கிவிடுவான். மற்ற நேரங்களில் சாதாரணமாகத்தான் பேசுவான்.

அந்தத் தாழ்வு மனப்பான்மை எல்லோரிடம் இருந்தும் அவனை ஒதுங்கியிருக்கச் செய்தது. அவனை நெருங்க எவரும் எத்தனங்களும் செய்யவில்லை. சிநேகமாய் அவனைப் பார்த்து முதல் முறையாகச் சிரித்தபோது, 'ம்ம்மு ம்ம்மு ம்முட்டகோஸ் சாப்பிடறயா' என்றான். அவனுடைய கைகள் புதியவர்களிடம் பேசுவதைப் போல நடுங்கின அப்போது. தோளில் கைபோட்டு டீக்கடையை நோக்கி இழுத்துப் போன பின் சகஜமானான். தாத்தா பாட்டி மட்டுமே சொல்லிக் கொள்ள இருக்கிறார்கள்.

அவனுடைய ஊர் சின்ன சாலை சந்திப்பு. ஏற்கனவே அங்கே இரண்டு பேர் பெட்டிக் கடை போட்டிருக்கிறார்கள். பிழைக்க வழியில்லாமல் இங்கே வந்துவிட்டான். வாரத்தில் ஒருநாள் கிளம்பிப் போய் தாத்தா பாட்டிக்கு ஏதாவது வாங்கிக் கொடுத்துவிட்டு வருவான். குடி, புகை என எந்தப் பழக்கமும் அப்போது இல்லை அவனுக்கு. அதற்கெல்லாம் சேர்த்து வைத்து புரோட்டா சாப்பிடுவான். இருகால் களையும் பரப்பி வைத்துக்கொண்டு இடது கையை இடுப்பில் ஊன்றி இலைக்குப் பக்கத்தில் வாய் வைத்து அள்ளிச் சாப்பிடுவான். மூன்று நேரமும் புரோட்டா கொடுத்தால்கூட சாப்பிட்டுக் கொள்வான்.

நெடுஞ்சாலை வருவதற்காக பாதி இடிக்கப்பட்ட கட்டடம் ஒன்றின் சிதிலமான மேல்மாடி அறையில் தங்கியிருந்தான். அந்த இடத்து உரிமையாளர் நீதிமன்றம்போய் மேற்கொண்டு இடிக்காமல் இருக்க தடை வாங்கி வைத்திருந்தார். அந்த மொட்டை மாடியில் ஏறிப் பார்த்தால் எல்லா பக்கமும் மண் மேடாய்க் கிடக்கும். இவரைப் போல ஒன்றிரண்டு வீடுகள் மட்டும் அரை இடிபட்டுக் கிடந்தன. அவனுடைய ஊர்க்காரர்தான் என்பதால், ஆள் தங்கின மாதிரி இருக்கட்டுமென அவனைத் தங்க அனுமதித்துவிட்டார்.

அரைப் போத்தல் விஸ்கி வாங்கிக்கொண்டு, அவனுடைய வீட்டிற்குப் போய்விடுவேன். யாருக்கும் துயரம் தராமல் அப்போதெல்லாம் குடிக்கப் பழகிவிட்டதால், அவனுக்கும் இதில் ஆட்சேபனை இல்லை. அவனுக்கென்று இந்த நகரத்தில் சொல்லிக் கொள்கிற மாதிரி இருக்கிற ஒரே உறவு நான் மட்டுமே. மூத்தவன் என்றாலும் தம்பியைப் போலத்தான் அவனை நடத்துவேன். அவனும் கேள்வி கேட்காமல் ஒப்புக்கொடுத்துவிட்டான்.

பாதி சிதிலமடைந்த அந்தக் கட்டடத்தின் உச்சிக்கு ஏறிப் போய் அமர்ந்திருப்பேன். அவனுக்கு உயரம் என்றால் பயம்; ஆதலால் மேலே வந்ததில்லை. கீழே இருந்து ஆம்லேட் போட்டு மேல்நோக்கி நீட்டுவான். சில நேரங்களில் தட்டில் சோறு போட்டு மேலே நீட்டிக் கொடுத்த பிறகு அவனைத் தூங்கப் போகச் சொல்லி விடுவேன். இரவெல்லாம் வானத்தைப் பார்த்துக்கொண்டு அந்த உச்சியில் தனியாக அமர்ந்திருப்பேன். நவீனமான கார்கள் புதிய தார்ச்சாலையில் வேகமெடுக்கிற காட்சிகளைப் பார்ப்பேன். இன்னும் கொஞ்சம் மேல் நோக்கி உச்சிக்குப் பறந்தால் வேறொரு உலகம் விரிந்து கிடக்கும்.

நட்சத்திரங்களின் ஒளியில் பின்னிரவில்கூட கூடு திரும்ப விரைகிற பறவைகளை அந்த இடத்தில் அமர்ந்து பல தடவை பார்த்திருக்கிறேன். அதிகமும் அவை வழி தவறிய ஒற்றைப் பறவைகள், என்னைப் போலவே. தனியாகத் தொழில் துவங்க வேண்டுமென்றால் குறைந்தது ஐயாயிரம் ரூபாய் தேவை. முதல்கட்டமாக சுரண்டல் லாட்டரிகளை வாங்கி கதிர்வேலுவும் நானும் ஓடியாடி விற்கலாம். ஒவ்வொரு கட்டாக வாங்கி எப்போது பணக்காரன் ஆவது? அப்புறம் மெதுவாக சின்னதாக ஒரு கடை போடலாம் எனத் திட்டம். பகலெல்லாம் யோசனையாக இருந்தது.

சுரண்டல் லாட்டரியை நம்பி வட்டிக்கு வாங்கலாம்தான். அந்த யோசானையைக் கதிர்வேலுவிடம் சொன்னபோது, பெட்டியில் துளாவி, சின்னத் தங்கச் சங்கிலியொன்றை எடுத்துக் கையில் கொடுத்து,

அடகு வைத்துக்கொள்ளச் சொன்னான். அது அவனுடைய அம்மாவின் சங்கிலிபோல. அவனுடைய ஆச்சி, என்றாவது உதவுமென பத்திரமாக அவனிடம் கொடுத்து வைத்திருக்கிறாள். தயக்கமே இல்லாமல் அதை அவன் எடுத்து நீட்டியபோது, கொஞ்சம் திடுக்கிட்டு விட்டேன். நானாக இருந்தால் எடுத்துக் கொடுத்திருக்கவே மாட்டேன். அதிலும் அவனின் கடைசிச் சொத்து அது.

அவனுக்கு நானே சொத்து என அந்தக் கணத்தில் முடிவெடுத்தேன். சொன்ன மாதிரி ஐந்து மாதங்களில் அந்தச் சங்கிலியைத் திருப்பி எடுத்துக் கொடுத்தும்விட்டேன். கதிர்வேலு என்னோடு சேர்ந்து வியாபாரம் செய்வதால் யாரும் அவனை பழைய மாதிரி எதன் காரணமாகவும் தொந்தரவு செய்வதில்லை. என்னுடைய வீட்டுக்கும் வாரத்தில் ஒருநாள் போகிற மாதிரி பழக்கத்தை மாற்றினேன். அத்தைகள் வீட்டுக்கும் அவ்வப்போது காசு தருவதால், அவர்களும் கண்டு கொள்வதில்லை. ‘எங்கயாவது இருந்து கூறுவாறா பொழச்சுக்கோ. சேராத சேர்க்கை மட்டும் சேந்து கெட்டிராத. உங்க அப்பன் வாயில்லா புள்ள பூச்சி’ என்றாள் மூத்த அத்தை.

தூரத்தில் அப்பாவும் எல்லாவற்றையும் பார்த்துக்கொண்டுதானிருந்தார். ஒரே வட்டத்துக்குள்தானே எல்லோரும் தொழில் செய்கிறோம்? பேருந்தில் ஏறும்போது தடுமாறி விழப் போனவரை ஒருதடவை ஓடிப் போய்ப் பிடித்தேன். ‘வேண்டாம். பறக்கணும்னு நெனைச்சா தரையைப் பார்க்கக்கூடாது’ என்றார். அதற்கடுத்து அவர் வியாபாரம் செய்யும் திசைக்கு எட்டிக்கூடப் பார்க்கவில்லை. கதிர்வேலு போனால் சுருக்கமாகப் பேசிக் கொள்வாராம். எப்போதாவது அவர் பேசிய கதையைச் சொல்வான் கதிர்வேலு. பெரும்பாலும் கடை வியாபாரம் குறித்த விசாரிப்புகள் அவை.

நகரமே சுரண்டலின் மடியில் கட்டுண்டு படுத்திருந்தது. வாழ்ந்தவர்கள், வீழ்ந்தவர்களின் கதைகள் எங்கேயும் பேசப்பட்டன. வட்டிக்கு வாங்கி அதைச் சுரண்டலில்விட்டு விழுந்தவர்களின் எண்ணிக்கையும் பெருகியது. திரும்பிப் போவதற்குப் பேருந்துக்குக்கூடக் காசில்லாமல் கையேந்தி அசிங்கப்பட்டவர்களையும் பார்த்திருக்கிறேன். என் கையிலிருந்து கொஞ்சம் கொடுத்து அனுப்பி வைக்கையில், பாரம் குறைவதைப் போல இருக்கும். இருவரும் சேர்ந்து சுரண்டலைக் கையிலேந்தி அந்த நகரத்தையே சுற்றி வந்தோம். கதிர்வேலுவிடம் சுரண்டி பணத்தைவிட்டவன் ஏதோ ஒரு வெறியில் மண்ணை வாரித் தூற்றினானாம். பயந்துவிட்டான் கதிர்வேலு.

'எ எ எதுக் எதுக்குப்பா இந்தத் தொழிலு. சீட்டு மட்டும் விற்போம்' என்றான் அருகிலிருந்த திண்டில் அமர்ந்தபடி. கையில் இருந்த

குச்சியை வைத்துச் செல்லமாய் அவன் மீது ஒரு அடியைப் போட்டவுடன் சிரித்தபடி எழுந்து அடுத்த ஆளை நோக்கிப் போனான்.

கடைக்குத் தேவையான அட்வான்ஸ் பணத்தையும் சேர்த்து விட்டோம். மொத்த வியாபாரி ஒருத்தரைப் போய்ப் பார்த்தேன். ஆறேழு பையன்களை எந்த ஊரிலிருந்தாவது அழைத்து வந்து வேலை கொடுத்து வியாபாரத்தில் ஈடுபடுத்தச் சொன்னார். எடுத்த எடுப்பிலேயே ஐந்தாறு பேரைப் போட்டு சின்ன முதலாளியாக ஆகச் சொன்னார். அவர் சொன்ன யோசனையும் சரிதான். அஸ்ஸாம் மாநிலத்தின் புதிய வகை லாட்டரிச் சீட்டான அதைச் சந்தையில் மற்றவற்றுக்கு நடுவில் கொட்டிப் பிரபலப்படுத்தவேண்டும். அதிக கமிஷனும் தருவதாகச் சொன்னார்.

கடைக்குப் பால் காய்ச்ச டீக்கடை நைனாவை வரச் சொன்னேன். ‘ஏயப்பா கண் முன்னாடி வளந்து நிக்கறானே எம் பையன். உங்கப்பாரு சொன்ன மாதிரி நெனச்சுக்கோ’ எனக் கன்னத்தைத் தடவி வாழ்த்தினார். பேன்சிக் கடை அண்ணனும் திறப்பு விழாவுக்கு வந்திருந்தார். கதிர்வேலு ஓடியாடி எல்லோருக்கும் டீ வாங்கிக் கொடுத்துக் கொண்டிருந்தான். ‘நல்ல பாட்னர்ஷிப்தான். செம்மறியாடு மாதிரி ஒண்ணு. வெள்ளாடு மாதிரி வெவரமா ஒண்ணு. செம்மறியாட்டுக்கு எந்த நேரத்திலும் புத்தி வரமா மட்டும் பாத்துக்கோ’ என்றார் பேன்சிக் கடை அண்ணன்.

கதிர்வேலு கடையில் அமர்வது, நான் சுற்றியோடி மற்ற பையன் களை வேலை வாங்குவது என முடிவெடுத்தோம். ஹீரோ ஹோண்டா இருசக்கர வண்டியொன்றினை அடுத்த மூன்று மாதத்தில் வாங்கினோம். கதிர்வேலுதான் அந்த வண்டிக்கு டிரைவர். நன்றாக ஓட்டத் தெரிந்தாலும் கனவான் மாதிரி பின்னால் அமர்ந்து போவதற்குத்தான் விருப்பம் எனக்கு. அவன் வண்டியோட்டும்போது பல நேரங்களில் பின்னால் அமர்ந்து அவனது முதுகில் ஒட்டி வைத்து வண்ணப்படங்கள் கொண்ட ஆங்கிலப் புத்தகங்கள் எதையாவது புரட்டிக்கொண்டிருப்பேன். படிப்பதற்குத் தோதாகப் பள்ளம் மேடு பார்த்து வண்டியை விடுவான்.

ஆறு பேருக்குச் சம்பளம் உட்பட செலவுகளெல்லாம் போக, மாதம் நாலாயிரம் ரூபாய் விற்ற வகையில் கையில் நின்றது. பரிசு விழுந்ததற்கான கமிஷன் தொகை மூவாயிரம் ரூபாய் வந்தது. இன்னும் பெரிதாகப் பரிசடிக்கவில்லை. ஆனாலும் தினமும் ஏதாவது ஒரு தொகை விழுந்தபடியே இருந்ததால் வளர்ந்து வருகிற கைராசியான நிறுவனம் என ஊரில் ஒரு பேச்சு ஓடியது. மின்சார வாரியத்தில் க்ளர்க்காக இருக்கும் ஒருத்தர் தேடி வந்து சீட்டு வாங்கிப்

போனார். அவர் எதிர்பார்த்த அளவுக்கு இல்லாவிட்டாலும் வாங்கிய முதல்தடவையே ஆயிரம் ரூபாய் பரிசு விழுந்தது. ரெண்டு ரூபாய் போட்டு 998 ரூபாய் எந்த வியாபாரத்தில் எடுத்துவிட முடியும்?

இன்னும் ஆட்களைப் போட்டுக் கடையை விரிவுபடுத்தலாம் என்று தோன்றியது. ஆனால் மொத்தக் கடை வியாபாரிகள் சந்தையில் சிறு வியாபாரிகள் நிறையப் பேர் இருப்பதையே விரும்பினார்கள். ஒருத்தன் கையும் ஓங்கிவிடாமல், ஒரு நாலைந்து பேர் சேர்ந்து பார்த்துக்கொண்டார்கள். அவர்கள்தான் எங்கிருந்தோ சீட்டுகளை மொத்த மொத்தமாக இறக்குகிறார்கள். அவர்களின் வழியாகவே கைச்சுமை வியாபாரிகள் வரை பட்டுவாடா செய்யப்படுகின்றன. நாங்களெல்லாம் ஏதோவொரு வகையில் இடைத்தரகர்கள் மாதிரி.

வண்ணக் கனவுகளைச் சுமக்கும் இந்தச் சீட்டுகளை யார் அச்சடிக் கிறார்கள்... எங்கே இருந்து அவை வருகின்றன... இதில் எவ்வளவு லாபம்... என ஓய்வாக இருக்கையில் யோசிப்பேன். எத்தனை காலம்தான் ஓடியாடி சீட்டு விற்பது? பெயருக்குத்தான் முதலாளி. யாராவது ரெண்டு பேர் வேலைக்கு வராவிட்டால், சீட்டைத் தூக்கிக் கொண்டு மீண்டும் சாலைகளில் வாங்கும் முகக்குறி கொண்ட மனிதர்களைத் தேடி ஓட வேண்டும்.

சிறு வியாபாரி என்பதைத் தாண்டி, சிறு டீலராக ஆவது எப்போதென்கிற கேள்வி துரத்தியபடியே இருந்தது. சண்டை சச்சரவில்லாமல் தொழில் பார்த்ததால் அந்த வியாபாரத்தில் இருந்தவர்களிடம் நல்ல பெயரும் கிடைத்தது. விற்க முடியாத ரிட்டன் டிக்கெட் என்று எதையும் ஒருநாளும் திருப்பி நீட்டியதில்லை. ஒருநாளைக்கு ஆயிரம் டிக்கெட்டையெல்லாம் சர்வசாதாரணமாக ஓட்டி விடுவோம் என்பதால் எங்களுக்கு மேலிருந்த வியாபாரியிடம் நல்ல பெயரும் இருந்தது.

அங்கே சீட்டு வாங்கப்போகும்போது கடையிலிருந்த ஒருத்தரைக் காட்டி, 'நாம வாங்க வர்ற நேரத்தில மட்டும் இவர இருக்கச் சொல்லாதீங்க' என்றேன். அருளில்லாத முகம் அது எனத் தோன்றியது. யாரையோ அவர் நினைவுபடுத்த வேறு செய்தார். தினமும் ஆயிரம் டிக்கெட்டு களை ஓட்டுகிற கடை என்பதால், சொன்னதை ஏற்றுக்கொண்டார் கள். இதே மாதிரிதான் என்னைப் பார்த்தும் ஒருத்தர் சொன்னார். என்னால் சொல்லப்பட்டவர்கூட இதே மாதிரி இன்னொருநாள் இன்னொருத்தர் குறித்து இப்படிச் சொல்லலாம்.

இதைவிட வியாபாரத்தை வேறு எங்காகிலும் விரிவு படுத்தலாம் என கதிர்வேலுவிடம் சொன்னபோது, 'இந்தாரு அதிர்ஷ்டம் உன்னைச்

சுத்த ஆரம்பிச்சிருச்சு. பொறுமையா இருப்போம். அதுவே வந்து மடில போடும்' என்றான். விற்கும் ஆயிரம் சீட்டுக்கான கமிஷன் தொகையை வைத்து ஒருபோதும் முன்னேறி விடமுடியாது. ஆயிரம் சீட்டில் ஏதாவது சிலவற்றுக்காகவது பெரிய பரிசு அடிக்கக் கூடாதா?. அது நடந்த பாடில்லை. இல்லாவிட்டால் விற்கும் சீட்டுகளின் எண்ணிக்கையைப் பெருக்கவேண்டும். இதையெல்லாம் விளக்கிச் சொன்னால், தலையைக் குனிந்து கேட்பான் கதிர்வேலு.

பெரிய பரிசுகள் அடித்தால் பெரிய கடை போடுவதைப் பற்றி யாரும் ஆட்சேபிக்க மாட்டார்கள். அந்த வளர்ச்சி இயல்பாய் உருவாவதால் யாருக்கும் உறுத்தலும் இருக்கப் போவதில்லை. திடீரென எங்கேயாவது கடனைப் புடனை வாங்கி ஆரம்பித்தால் சிக்கல்தான். நாளைக்குப் பரிசு விழவேண்டும் என நாம் வேண்டுவோம். பத்து ரூபாய்கூட விழுந்து விடக்கூடாதென எதிரில் நூறு பேர் தேங்காய் உடைப்பார்கள். அதிகம் போனாலே அந்த சின்ன ஊரில் லாட்டரி வாங்குகிறவர்கள் என்று பிரித்தெடுத்தால் எத்தனை பேர் இருந்து விடப் போகிறார்கள்? பல பங்குகளாய் ஒரு வியாபாரம் சிதறுவதை எவரும் இங்கே ஒப்புக்கொள்ளமாட்டார்கள். எங்கேயும் அப்படித் தானே?

வாங்குகிறவர்களில் பலர் கட்டுக்கட்டாக வாங்குவதால் பிழைப்பு எல்லோருக்கும் ஓடியது. அதற்குள்ளும் ஆயிரம் போட்டிகள். நேற்று நம்மிடம் வாங்கியிருப்பார். எதிர்க்கடையில் ஐநூறு ரூபாய் பரிசு விழுந்திருக்கிறது என எழுதிப் போட்டிருந்தால், அடுத்த நாள் சீட்டை அங்கே போய் வாங்குவார். பரிசடித்திருக்கிறதென பொய்யாக வெல்லாம் எழுதிப்போட முடியாது. எது கூடிவரும் என்பதை இங்கே எல்லோரும் அறிந்திருந்தார்கள். ஒருகட்டம் வரைதான் வழக்கமான கடை என்று பார்ப்பார்கள். அதற்கு மேல் திரும்பிக்கூடப் பார்க்க மாட்டார்கள்.

அப்பாவுடன் வியாபாரம் செய்கையில் அதை அனுபவித்திருக் கிறேனே. கொஞ்சம் பெரிய பரிசுகள் அடித்தால் மெல்லமாய் விரிகிற மாதிரி யார் கண்ணையும் உறுத்தாமல் எம்பிப் பறந்து விடலாம். லாபம் நட்டம் என்பதைத்தாண்டி அடுத்தடுத்து எனக் குறுகிய காலத்தில் மேலேறி ஓடுவதுதான் எனக்குப் பிடித்திருந்தது. ஆயிரம் சீட்டு விற்கிற முதலாளி என்கிற அந்தஸ்து புதிய மனிதர்களின் பழக்கத்தையும் உருவாக்கித் தந்திருந்தது. வேறு யாராவது பெரிய கையோடு கூட்டுச் சேர்ந்து இன்னும் சில இடங்களில் கடை போடலாம் என்று திட்டம் போட்டேன்.

ஒருநாள் கதிர்வேலுவை அந்த மொட்டை மாடி உச்சிக்கு வருமாறு வலுக்கட்டாயமாக அழைத்தேன். முடியாதென மறுத்தவனை சமாதனப்படுத்தி ஏறவைத்தேன். கால்கள் நடுங்க என் இருகைகளை யும் கெட்டியாகப் பிடித்துக்கொண்டான். பலமாகத் தள்ளி விடுகிற மாதிரி சூறைக்காற்று அடித்தது உச்சியில். ‘உன்னைப் பயமுறுத்துற உயரத்தை ருசிச்சுப் பார்க்க ஆரம்பிச்சுட்டீன்னா, அது உன் காலுக்குக் கீழ கைகட்டி சேவகம் பண்ணும்’ என்றேன். இறங்கிய பிறகும் அவனது உடலில் மென் நடுக்கம் இருந்தது. நிற்காமல் வியர்த்து ஊற்றியது. அடிவயிற்றில் பயம் இருந்தாலும், அவன் என்னோடு மேலும் சில உச்சிகளை நோக்கி நகர முடிவெடுத்திருந்தான். பெரிய பரிசு அடிக்கும் நாளுக்காகக் காத்திருந்தேன். வித்தியாசமாய்த் தட்டுப்படும் எண்களைக்கொண்ட லாட்டரிச் சீட்டுகளை விற்காமல் பதுக்க ஆரம்பித்தேன். சில நேரங்களில் ஐம்பது சீட்டுகளைக்கூட விற்காமல் என் சட்டைப் பையில் சொருகி வைத்திருந்தேன். பார்த்து விட்டு ‘சூதை நீ தேர்ந்தெடுக்க முடியாது. சூதுதான் உன்னைத் தேர்ந்தெடுக்கணும்’ எனக் கதிர்வேலு சொன்னான். எங்கே கற்றான் அதை? என்னுடைய அப்பாவின் கைவேலையாக இருக்குமோ?

# அத்தியாயம் 7

எந்தப் பெண்ணும் தெரு வியாபாரத்தில் இருந்தபோது என்னை ஏறெடுத்துக்கூடப் பார்த்ததில்லை. கோடி ரூபாய்கூட சம்பாதிக்கலாம். ஆனால் கையேந்தி எதன் நிமித்தமும் தரையில் உழல்வதை எந்தப் பெண்ணும் விரும்புவதில்லை. அவர்களுக்கு பல்வேறு திக்குகளுக்கும் பறந்து காட்ட வேண்டும். தொலைவாய்ப் பறக்கிறவனைத்தான் அதிகமும் ஆவலாய்த் தேடி உற்று நோக்குகிறார்கள். என்னோடு படித்த பெண்கள் அப்போது கல்லூரி முடித்திருந்தார்கள். சின்னப் பிள்ளையாகப் பார்த்த சிலர் குமரிகளாய் மாறி. மரியாதையோடு நெருங்கி வருவார்கள். ஆனாலும் தள்ளி வைத்துப் பேசுகிறார்கள் என்பதைத் தெளிவாக உணர்ந்து கொள்வேன்.

கடை போட்ட பிறகு ஆர்வக் கோளாறில் ஒருத்தி என்னை நோக்கி வரவும் செய்தாள். கறுப்பு நிறத்தில் அவளுக்குக் கைக்கடிகாரம் ஒன்றை வாங்கிக் கொடுத்தேன். அவள் துப்பட்டா என் முகத்தில் பேருந்தில் அமர்ந்து போகையில், உரசியது புதுவித அனுபவமாக இருந்தது. அதுவரை பெண்களின் அண்மையைப் பார்த்ததே இல்லை. அத்தை வீட்டிலும் ஒரே ஒரு பெண் குழந்தைதான். விவரம் தெரியும் போதே தெளிவாகச் சொல்லிவிட்டார்கள். ‘எம் பொண்ண நாங்க கலெக்டர் படிச்சவனுக்குத்தான் கொடுக்கிறதா இருக்கோம்’.

கால்சட்டை போட்ட காலத்திலிருந்து தனியாகவே சுற்றுவதால் பெண்களின் உலகத்துக்குள் நெருங்கிப் போய்ப் பார்த்ததில்லை. நம்மைப் பார்த்துச் சிரிக்கிறார்கள் என்றால் காதல் வயப்பட்டிருக் கிறார்கள் என்று அர்த்தமென எளிய புரிதல்களோடு அவ்வுலகத்தை அணுகிக்கொண்டிருந்தேன். சின்ன வயதிலேயே வியாபாரத்துக்கும் கடைகண்ணி வேலைகளுக்கும் வந்துவிட்டதால் பொதுவாக என்னைக் குறித்து எல்லோருக்குமே இளப்பமுண்டு. பெண்கள் என்றால் கேட்கவே வேண்டியதில்லை.

பேருந்து நிலையத்தில் அவளோடு நிற்கையில் அப்பா கடந்து போனபோது சட்டென ஒளிந்தேன். அவள் யாரெனக் கேட்பதற்கு முன்பே என்னுடைய அப்பா என்றேன். அவர் காதுக்கும்கூட இந்தச் சந்திப்புகள் குறித்தச் செய்தி போயிருக்கலாம். பேருந்தின் சன்னலோரக் காற்று இந்தமாதிரிச் செய்திகளைச் சீக்கிரமே கடத்தி விடுகிறது. ஒருவாரம் அவள் கல்லூரிக்கு வரவில்லை. விழி வைத்து அவளை பேருந்து நிலையத்தில் தேடிக்கொண்டிருந்தபோது, சிவப்பு சுடிதாரில் பேருந்துக்குள் பதுங்கி அமர்ந்திருப்பது அவள்தானா எனக் குனிந்து பார்த்தேன். பார்த்ததைக் கவனித்துவிட்டு இறங்கி வந்தாள்.

'எங்க காலேஜ் சீனியர் அக்கா பாத்திட்டாங்க. கவர்மெண்ட் மாப்பிள்ளையா உங்கப்பா பாப்பாரு. வருமானம் வருதா வரலையான்னு தெரியாத ஒரு தொழிலு அது. எதுக்கு கை லாட்டரி விற்கிறவங்களோடு சகவாசம் வச்சுக்கிறேன்னு கேட்டாங்க. அதில்லாம உங்க அப்பாவை எல்லாம் எப்படி மாமனார்னு வீட்ல சொல்றது?' என்றாள்.

மனமுடைந்து பேதலித்தது. எங்கே போனாலும் இதையே சொன்னால் எப்படி? உடைந்து போய் அறைக்குத் திரும்பி வந்தேன். வரும்போதே அரைப் போத்தல் மது வாங்கி வந்தேன். செருப்பைக் கழற்றி வீசிய பாவனையிலேயே என் மனநிலையை ஊகித்து, பேசாமல் அமைதியாக இருந்தான். வழக்கமாக நான்கு தடவை ஊற்றிக் குடிக்கும் அளவை ஒரே மூச்சில் குடித்தேன். அந்தப் பெண் குறித்துச் சொல்லிவிட்டு நடந்த எல்லாவற்றையும் அவனிடம் சொன்னேன். இடுப்பில் கையூன்றி சப்பணமிட்டு அமர்ந்து பொறுமையாகக் கேட்டான்.

'நீ இதில்லாம எதுக்கும் கலங்கி பாத்ததே இல்லை. பொண்ணுங்க விஷயத்தில உள்ள விழுந்திட்டேன்னா உருகிடுவ பாத்துக்க' என்றான். அந்தக் குறுகிய காலத்திலேயே அவளோடு அதிகமும் அணுக்கமாகிப் போயிருந்தேன். உடல் ஸ்பரிசங்கள் மல்லாக்கப் படுத்திருக்கும்போதுகூட தோள்களில் படர்ந்தன. அவளைச் சுற்றிப் படர்ந்த செவ்வந்திப் பூமணம் நினைவுக்கு வந்தது. ஓடிப் போய் உடனே பார்க்க வேண்டும் போலவும் இருந்தது.

'இந்த நிலைமல இன்னும் எத்தனை பேரைப் போய் நீ பார்தாலும் கடைசியா இதே காரணத்ததான் சொல்லப் போறாங்க. ஒருதடவை பொண்ண நெருக்கமா பாத்திட்டேன்னா என்ன ஏதுன்னு சூட்சுமம் தெரிஞ்சிடும். அப்புறம் வாயைப் பொளந்துக்கிட்டு பறக்க மாட்டோம். உள்ள என்ன இருக்குன்னு பாத்தப்பறம் வெளில தெரிறதெல்லாம்

ஒரு விஷயமே இல்லை' என்றான். அவன் சொன்னதை ஆழமாக உள்வாங்கிக்கொண்டேன்.

எதையாவது பிடித்து வேறொரு மனநிலைக்கு நகர்வதற்கு அவன் பேசுவதும் ஊக்கமாக இருந்தது. எனக்குமேகூட சட்டென கட்டிப் புரண்டுவிட்டு அடுத்த வேலையைப் பார்க்கப் போவதுதான் பிடித்து மிருந்தது. எந்த நேரமும் ஒரு வியாபாரி அதே யோசனையில் சுற்றியலைய முடியுமா? சொல்லப் போனால் அவளோடு காதலில் இருந்த சமயத்தில் சிலதடவைகள் எரிச்சலும் வந்தது. அவள் வருகிற நேரத்துக்காகக் காத்திருக்கும்போது அசதியும் வந்தது. விளையாட்டுப் பிள்ளைபோலக் காதலைத் தவிர்த்து மற்ற எல்லாவற்றையும் பேசினாள். கடை வேலைகளை அப்படியேவிட்டுவிட்டுப் போவது சம்பந்தமான குற்றவுணர்வும் இருந்தது.

உச்சியில் தனியாக அமர்ந்திருந்த என்னை நோக்கி, 'இறங்கி வா. உன் பித்தத்தை போயி தெளிய வச்சிட்டு வரலாம்' என்றான். எனக்கும் எங்கேயாவது காலாற நடந்துவிட்டு வரலாமெனவும் தோன்றியது. இறங்கி சட்டைப் பட்டன்களைப் போட்டபடி அவனோடு நடந்தேன். எவ்வளவு போதை அடித்தாலும் தள்ளாடுவதில்லை உடல். போதை என் புத்தியில் இருந்தது. என்னை மீறி இந்தப் பெண் விவகாரத்தில்தான் கட்டுப்படுத்த முடியாத உணர்வுக்கு ஆட்பட்டிருக்கிறேன்.

மற்றபடி எதுநடந்தாலும் கலங்குகிற ஆளில்லை. அவன் அழைத்துப் போகும் அந்தச் சந்தைப் பற்றி எனக்கும் நன்றாகத் தெரியும். அது குறித்த கதைகள் கடைத் தெருக்களில்போதுமெங்கிற அளவுக்கு உலவின. 'நல்ல சைஸான பொம்பளை. தொடையெல்லாம் செவேல்னு இருக்காம். ஆள்க வரிசைல காத்துக்கிட்டு இருக்காங்க. நிக்கிற ஆட்களுக்கு பீடி சிகரெட் டீ விக்கறதுக்கு ஒரு சைக்கிள்ள கடை வச்சு ஒருத்தன் எந்நேரமும் நிக்கான்னா பாத்துக்கோ' என்பார்கள். எந்நேரமும் ஓடுவதற்கு அதென்ன கரும்புச் சாறு பிழிகிற எந்திரமா?

கூடுதல் விவரம் தெரிந்தவர்கள் மத்தியில் இன்னொரு கதையும் ஓடியது. 'போனதும் தொடைக்குள்ள எடுத்துவிட்டுக்குவா போலருக்குது. இல்லாட்டி இத்தனை பேர எப்படித் தாங்க முடியும்' என்பார்கள். போகிற போக்கில் இந்தமாதிரி கதையெல்லாம் காதில் விழும். உள்ளே போய் எட்டிப் பார்த்து விடலாம் என்கிற ஆவலும் இருந்தது. ஆனால் வரிசையில் நிற்பது என்கிற மாதிரியான விவரிப்புகள் எரிச்சலூட்டின. எது எதற்கு வரிசையில் இருப்பதென ஒரு முறையில்லையா?

ஆற அமரப் பேசிவிட்டு அப்புறம்தான் முந்தானையை நழுவ விடுவார்களென கற்பனை செய்து வைத்திருந்தேன். முதலிரவைப் போல அது சாம்பிராணிப் புகை மணத்தில் நிகழும் என்றும் நம்பினேன். கதிர்வேலு அடிக்கடி வந்து போயிருப்பான் போல. அசராமல் அந்த இலக்கை நோக்கி முன்னேறினான். கூச்சமும் தயக்கமும் இல்லாமல் அவனோடு நடை போட்டேன். மது அருந்தாமல் இருந்திருந்தால் கொஞ்சம் தயங்கிருக்கக்கூடச் செய்யலாம். அழுத்திக்கொண்டிருக்கிற அந்த மனநிலையிலிருந்து தப்பிக்க எதையும் செய்யத் தயாராக இருந்தேன் அப்போது.

கதிர்வேலு வெளியேயே நின்று கொண்டான். பாதிக் கதவைத் திறந்து வெளியே எட்டிப் பார்த்த அந்தப் பெண் உள்ளேவா என்பதைப் போல தலையை உள்ளிழுத்து ஆட்டினாள். வட்டமான முகத்தில் கன்னங்கள் உப்பி அதில் வியர்வை அப்பியிருந்தது. 'காத்தாடி இன்னைக்கு சாயந்திரத்தில இருந்து ஓடலை. வேணும்னா நாளைக்கு வர்றீங்களா' என்றாள். கதிர்வேலு என் முதுகைப் பிடித்துக் கதவை நோக்கித் தள்ளினான்.

தளம் எடுத்துக் கட்டப்பட்ட உள்ளறைக்குப் பக்கத்தில் சமையல் கட்டு இருந்தது. பாதி கிழிந்த தலையணை ஒன்று புதிய பாய் மீது கிடந்தது. யானையை வாங்கியவர்கள் அங்குசத்தை வாங்க மாட்டார்களா? எங்களது சிறு அறையின் உள்ளேயே பூச்செடிகளெல்லாம் வைத்திருக்கிறோம். தவறாமல் காலையில் தண்ணீர் ஊற்றி விடுவேன். நந்தவனம் போலத்தான் என் கற்பனையில் உருவகித்து வைத்திருந்த இடங்களெல்லாம் இருந்தன. அங்கே சர்வநாசமாய் அலங்கோலமாகக் கிடந்தன சாமான்கள்.

இதையெல்லாம் நோட்டம் விடுவதற்குள் அந்தப் பெண் சேலையைக் கழற்றியிருந்தாள். வரிவரியாய் கோடுகளைக்கொண்ட வயிற்றில் தொப்புளுக்கு மேலே பச்சைப் பாவாடையில் சிவப்பு நிற நாடாவை இறுக்கிக் கட்டியிருந்தாள். தரையில் கையை ஊன்றி அமர்ந்து ஜாக்கெட் கொக்கியை கழற்றிக்கொண்டிருந்தாள். அமராமல் நின்று மார்புகள் துவங்கி அவளுடலை மேய்ந்தபோதும் ஒன்றும் தோன்றவில்லை. தொங்கிய என்னுடைய விரலைப் பிடித்து கீழே அமரச் சொன்னாள். கையை வெடுக்கென விடுவித்தேன்.

'வர்றியா... வரலையா? போயி குழம்பு வைக்கணும். உன்கிட்ட உக்காந்து கதை பேசிக்கிட்டு இருக்க முடியாது. வேறவங்களா இருந்தா இந்நேரம் முடிச்சிட்டு கௌம்பிருப்பாங்க' என்றாள். காசை எடுத்து அவளிடம் கொடுத்தேன். எழுந்து உடைகளைச் சரி செய்கிற வரை காத்திருந்தேன். கதவைத் திறந்து வெளியே வந்து,

கையிலிருந்த பணத்தைத் திருப்பி என்னிடம் கொடுக்க முயன்ற போது, வேண்டாமென்று மறுத்தேன். ஏன் என்பதைப் போல என்னை ஏறிட்டுப் பார்த்தாள். 'நீங்களே வச்சுக்கோங்க. யதார்த்தம் புரிஞ்சிடுச்சு' என்றேன்.

அப்போதும்கூட கதிர்வேலு எதையும் சட்டை செய்யவில்லை. வீட்டு வாயிலுக்கு அருகில் இருந்த குத்துக் கல்லில் அமர்ந்திருந்த அவன் எழுந்து நின்றான். ஒரு சிகரட்டை பற்ற வைத்து முன்னே போனபோது, பின்னாலேயே அமைதியாக நடந்து வந்தான். பேசினால் கேட்கும் தூரத்திலேயே என்னைப் பின் தொடர்ந்தான். 'எனக்கு வேற மாதிரி இருக்கணும்னு தோணுது. இன்னும் கொஞ்சம் பதவிசா இருக்கணும். காசு கொடுத்தா பொண்டாட்டி மாதிரி இருக்கணும்' என்றேன்.

'எல்லா பொண்ணுங்களும் ஒருநாள் வெட்கப்படறத தொலைச்சிரு வாங்க' என்றான். அவன் சொன்னது குறித்து யோசித்தேன். 'ஒருவார்த்தகூட பேசாம போன ஒடனேயே எப்படி படுக்க முடியும்' என்றேன். 'நீ எதிர்பார்க்குறதெல்லாம் கிடைக்கணும்னா கொள்ளக் காசு ஆகும்.' என்றான்.

அடுத்த நாள் எதுவும் நடக்காதது மாதிரி அமைதியாகக் கடைக்குக் கிளம்பினான். அவனிடம் மரியாதையை இழந்துவிடக்கூடாது என்பதற்காக அந்தக் கவனத்தில் இருந்து விலகி கடை வேலைகளைப் பார்க்க ஆரம்பித்தேன். அப்புறம் அந்தச் சந்தைத் தவிர்த்துவிட்டு, வெளியூர்க் கதைகளைத் தேடிக் கேட்க ஆரம்பித்தேன். பாலக்காட்டில் பத்தாயிரம் ரூபாய் கொடுத்தால் இரண்டு நாட்கள் கல்லூரிப் பெண்களைப்போல இருக்கும் பெண்களை வெளியிலேயே அழைத்துப் போகலாமாம்.

ஹோட்டலில் ஒன்றாக அமர்ந்து உணவருந்தியபடி பேசியிருந்து விட்டு பின்னர் அறைக்குப் போகலாம். இடுப்பில் கைகோர்த்துக் கொள்ளலாம் என்றெல்லாம் அங்கே போய்விட்டு வந்த ஒருத்தர் சொன்னதாகக் கேள்விப்பட்டேன். கதிர்வேலுவிடம் வெளிப்படை யாக எதையும் காட்டிக் கொள்ளவில்லை என்றாலும் உள்ளுக்குள் தகித்தபடியே இருந்தேன். ஒருநாளாவது போய்விட்டு வந்துவிட வேண்டும். பணமெல்லாம் ஒரு பிரச்னையே இல்லை. கிளம்ப வேண்டுமென உறுதியான முடிவு உந்தித்தள்ளினால் நிச்சயம் கிளம்பிப் போய்விடுவேன்.

ஆனாலும் எனக்குச் சந்தேகமாக இருந்தது. இப்படித்தான் அந்தச் சந்தைப் பற்றிக்கூட ஏராளமான கதைகள் சொன்னார்கள். யாரிடம்

போய் வலியக் கேட்பது என யோசனையாக இருந்தது. இந்த விஷயத்தைப் போய் எப்படி வெளிப்படையாகக் கேட்பது? ஒருநாள் கிளம்பிப் போய் முதல்கட்டமாக நோட்டம்விட்டுவிட்டுத் திரும்ப வேண்டுமெனவும் முடிவு செய்தேன்.

கொள்ளக்காசு என கதிர்வேலு சொன்னது மட்டும் காதுக்குள் சுற்றியது. பேன்சிக் கடை அண்ணன் அந்தச் சந்துக்குப் போவாரா? நிச்சயம் அவரது கால் நிழலைக்கூட எடுத்து வைக்கமாட்டார். வேறு மாதிரியான ஆளான அவரைப் போலத்தான் ரசனைகளை மீசையாய் வைத்துக்கொள்ள வேண்டும் என்றும் தோன்றியது. அடைந்தால் தரமான இரை, இல்லாவிட்டால் பட்டினியே மேல் என முடிவெடுத்தேன். அதற்குப் பிறகு இரையைக் குறிவைத்து தாழப் பறந்து மேய்ந்தேன். அடியில் கோழிக்குஞ்சுகள் மேய்ந்தன. கோழிகள் மேய்ந்தன. காக்கைகள் மேய்ந்தன. குருவிகள் மேய்ந்தன. எதன் மீதும் விருப்பம் கூடி வரவில்லை எனக்கு. எது எனக்கான இரை என யோசித்து உருப்போட்டபடி துள்ளியோடும் முயலொன்றுக் காகக் காத்திருந்தேன்.

# அத்தியாயம் 8

ஏ.எஸ்.கே. லக்கி மார்ட் மொத்தக் கடையில் வைத்து பாலக்காடு ஜோசப்பைப் பார்த்தேன். 'நீதான் டெய்லி ரெண்டாயிரம் சுரண்டல் சீட்டு ஓட்டுற ஆளா' என்றான் தெளிவான தமிழில். மலையாள வாடையைக் கொஞ்சமாக மட்டுமே கலந்து தமிழ் பேசும் அவனுக்கு என்னைவிட ஐந்தாறு வயது மூத்திருக்கும். தொப்பையெல்லாம் பெருத்துத் தடித்துத் தெரிந்தான். தினக்குடி என்பது நன்றாகத் தெரிந்தது. நானும்கூட தினக்குடிக்கு பக்கத்தில்தான் அப்போது இருந்தேன். ஆனால் அள்ளி வயிற்றுக்குள் அடைக்காமல் எப்போதும் கொறிக்கிற மாதிரியே உண்பதால், தப்பித்துக்கொண்டிருந்தேன். உடல் எடையேறுவதைப் போலத் தோன்றினால் அடுத்த ஒருவாரத்துக்குக் குடிப் பக்கம் போகவே மாட்டேன். அசைவத்தை மட்டும் தவிர்க்கச் சொன்னால் என்னால் இயலாது.

கூடுமானவரை அதிகமும் நடப்பதால், உடல் எடையைக் கட்டுக்குள் வைத்திருந்தேன். எந்நேரம் வேண்டுமானாலும் பறக்கத் தயாரான உடல்வாகுடன் இருப்பதாகக் கற்பனை செய்து கொள்வேன். நவீன உடைகளுக்கான உடலமைப்பு என்கிற கவனமும் என்னிடமிருந்தது. தோள்கள் பரந்து விரிந்திருந்தன. நெஞ்சில் யாராவது ஓங்கிக் குத்தினால் தாங்கிவிடமுடியும் என்கிற நம்பிக்கை இருந்தது. யாரிடமும் இதுவரை அப்படிக் குத்தும் வாங்கியதில்லை. இடுப்பிற்குக் கீழே கால்கள் பறவைகளுக்கு இருப்பதைப் போலச் சூம்பிச் சிறுத்தும் இடுப்புக்கு மேலே விரிந்து உடல் ஒரு வாத மரத்தைப் போல உறுதியாகவும் இருந்தது.

ஜோசப் ஏற இறங்க என்னை உற்றுப் பார்த்தான். 'உங்க அப்பாவைப் பத்தியும் எனக்குத் தெரியும். எங்கே தங்கியிருக்கிறாய்' என்றான். தூரத்தில் இருக்கிற மலை முகட்டுக்குப் பக்கத்தில் சுட்டிக் காட்டினேன். 'உன் வீட்டுக்குப் போகலாமா' என்றான் ஜோசப். ஏதோ

காரணமாகத்தான் சுற்றுப்போடுகிறான் என்பது புரிந்தது. ஆனாலும் எனக்கும் புதிய தொடர்புகள் தேவைப்பட்டன. கையில் வைத்துத் தெருத் தெருவாக விற்கும்போது ஜோசப் வந்திருப்பானா? நாலைந்து ஆட்களைப் போட்டு வண்டியை ஓட்டுவதால், நெருங்கி வந்திருக்கிறான். வியாபாரத்தில் அது இயல்புதான். தேவை இருக்கும்போதுதான் காந்தம்கூட நெருங்கி வரும்.

ஜோசப் கறுப்பு நிற ஜீப்பில் வந்திருந்தான். கடையில் வியாபாரம் முடித்துவிட்டுவந்து பையன்கள் கணக்கு ஒப்படைத்துக் கொண்டிருந்தனர். வாங்கி எண்ணிப்போடுவதில் குறியாக இருந்த கதிர்வேலுவிடம் ஜோசப்பை அறிமுகம் செய்து வைத்தேன். எழுந்து கும்பிட்டவனை, 'இரிடே' என்றதும், சப்பக்கென மீண்டும் நாற்காலியில் ஒட்டிக்கொண்டான். இருவரும் கிளம்பும்போது, 'இருங்க நானும் வந்திடறேன்' என்றான் கதிர்வேலு. 'கடையில இருந்து ஜீப்ப பார்த்துக்க. நாங்க உங்க வண்டீல போயிட்டு வந்திடறோம். ஜீப் நிற்க இடமிருக்கான்னு தெரியலை' என்றான் ஜோசப் முந்திக்கொண்டு. அவனைத் தவிர்க்கிறான் என்பது எனக்குப் புரிந்துவிட்டது.

'இல்லை ஜீப்பிலயே போயிடலாம். அவன் கடைய பூட்டிட்டு சினிமாவுக்குப் போயிட்டு வந்திடுவான்' என்றபோது, கதிர்வேலுவும் புரிந்து கொண்டான். கேரளாவில் இருந்து விலைகூடிய விஸ்கி பாட்டில் ஒன்றை எடுத்து வந்திருந்தான். உச்சிக்கு வருவதில் ஜோசப்புக்கு எந்தத் தயக்கங்களும் இல்லை. என்னைவிட வேகமாகவே மேலேறினான். வாங்கிப் போயிருந்த மட்டன் சுக்காவை வைத்துக் குடிக்கத் துவங்கினோம். அதுவரை ஏதாவது பேசியபடியே இருந்த ஜோசப், இரண்டாவது சுற்றில் அமைதியானான். மட்டன் சுக்கா துண்டொன்றைக் கடித்தபடி வானத்தை அண்ணாந்து பார்த்து, 'எவ்ளோ நட்சத்திரங்க. தெறந்த வானத்துக்கு அடீல வயசு வந்த பசங்க படுக்கக்கூடாதும்பாங்க. ஒடம்பில இருக்கற காமத்தை அத்தனை நட்சத்திரங்களும் உறிஞ்சி எடுத்திடுமாம். நமக்குன்னு ஒருகூடு வேணும். ஒண்டிக்கிட்டு தூங்கறதுக்குகூட இன்னொருத்தரும் வேணும்' என்றான்.

'குட்டி ஏதாச்சும் கிடைக்குமா? இக்கரைக்கு அக்கரை பச்சை' என்றான் தயக்கமே இல்லாமல். கதிர்வேலு அழைத்துப் போன அந்தச் சந்து குறித்து விவரித்து, 'உன்னோட ருசிக்கு அதெல்லாம் ஒத்துவராது சேட்டா' என்றேன். ஆள் எப்படியிருக்கும் என்று விசாரித்தவன், தலைக்கு மேல் கையெடுத்துக் கும்பிட்டான். 'கடைசி வரை காமம் மனசில நெறஞ்சு பொங்கணும். அடுத்தது அதைத்

தாண்டி இருக்கணும். அமிர்தத்தை நோக்கித்தான் போகணும். இடையில கிடைக்கிற சக்கரப் பாகுக்கெல்லாம் மசிஞ்சிடக் கூடாது' என்றான்.

நான் நினைத்ததை அவனும் சொன்னதில் மகிழ்ச்சியாக இருந்தது. என்னைப்போல ஒருவனை இந்த விஷயத்தில் கண்டடைந்ததில் பெருமையாகவும்கூட இருந்தது. ஏதோ நான் மட்டும்தான் இப்படிச் சிந்தித்தபடி, அலைவதாக அதுவரை நினைத்துக்கொண்டிருந்தேன். என்னுடைய குறுகுறுப்பைக் கட்டுப்படுத்த முடியவில்லை. 'உங்க ஊர்ல எல்லாம் தரமா இருக்கும்ணு கேள்விப்பட்டிருக்கேன்' என்றேன்.

பலமாகச் சத்தம் போட்டுச் சிரித்துவிட்டு நிமிர்ந்து பார்த்த அவன், 'அதான் சொன்னேன்ல. இக்கரைக்கு அக்கரை பச்சை. ஒரு ரூபாக்கும் அரிசி இருக்கு. முப்பது ரூபாய்க்கும் இருக்குல்ல. அதுமாதிரிதான் எல்லாமும். ரெண்டாயிரம் ரூபாய் எடுத்திட்டு வந்தா அங்கேயும் அவுத்து காட்ட ஆள்க இருக்காங்க. அதே ஊர்ல, ரெண்டு லட்சம் ரூபாய்க்கும் சரக்கு இருக்கு. நீ என்ன மாதிரியான சரக்குக்கான ஆள்ணு நீதான் தீர்மானிக்கணும். குண்டு சட்டீல குதிரை ஓட்டிக்கிட்டு இருந்தேன்னா நூறு ரூபா சரக்குகூட டாப் டக்கராதான் தெரியும்' என்றான்.

அவன் சொன்னது குறித்து அமைதியாக யோசித்துவிட்டு, 'ரெண்டு லட்சம் ரூபாய் குடுத்து வாங்குற சரக்கு வெட்கப்படுமா' என்றேன். 'ஒருகட்டத்துக்கு மேல மொகமே தேவையில்லங்கற நெலமயும் நமக்கு சீக்கிரமே வந்திடும்' என்றான் பதிலுக்கு. உடனடியாக அந்த அப்பட்டமான பேச்சைத் தவிர்க்க விரும்பினேன். உள்ளுக்குள் கட்டி வைத்திருக்கிற கற்பனைகளை அவன் சுக்கு நூறாக்கலாம் எனப் பயந்துவிட்டேன். குறைந்தபட்சம் குளிருக்கு கைகொடுக்கிற கனவுகளைப் பகைத்துக் கொள்ளக் கூடாதெனவும் முடிவெடுத்தேன்.

பேச்சை மாற்றும்விதமாக 'அங்கேயெல்லாம் எங்களை மாதிரியான கடைகள்ள எவ்வளவு சுரண்டல் ஓட்டுவாங்க' என்றேன். 'உங்காளுக மாதிரி எங்காளுக சுரண்டல் மேல தவ்வி விழ மாட்டாங்க. கொஞ்சம் விவரம் தெரிஞ்ச கூட்டம். அதான் இந்தப் பக்கம் உன்னோட சேந்து தொழில விஸ்தரிக்கலாம்ணு பாக்கறேன்' என்றான். மனம் உடனடியாகவே உற்சாகத்துக்குத் தாவியது. என்னையும் ஆளாக மதித்து தொழில் கூட்டாளி ஒருத்தன் பேச்சுக் கொடுக்கிறான். 'தெனமும் எவ்வளவு கிடைக்கும் உங்க கடையில' என்றான் உண்மையான அக்கறையுடன்.

நூறு டிக்கெட் சுரண்டல் பண்டலுக்கு நாற்பது ரூபாய் கமிஷன் கிடைக்கிறது. இருபது பெட்டி வகையில் எந்நூறு ரூபாய். அப்புறம் வழக்கமான லாட்டரிச் சீட்டு விற்கும் வகையில் இருநூறு ரூபாய். அப்புறம் ஏதாவது சின்னச் சின்னப் பரிசுகள் விழுவதன் வழியாக கமிஷன் இருநூறு ரூபாய் என்று வைத்துக்கொண்டாலும்கூட தோராயமாக செலவெல்லாம் போக ஆயிரம் ரூபாய் நிற்கும். இன்னும் கூடுதலாகக்கூட வாய்ப்பு இருக்கிறது என்பதை விளக்கிச் சொன்னேன்.

'போதுமா அது உனக்கு' என்றான்.

'நல்ல நேரம் எனக்குக் கூடி வந்திருக்குன்னு சொல்றாங்க. பெரிசா ஏதாச்சும் பரிசடிச்சா பிடிச்சு மேலேறிடலாம்' என்றேன்.

'பெரிய பரிசுகள் உனக்கு விழும்ணு நம்பிக்கை இருக்குதா' என்றான். பக்கத்து ஊரில் ஒருத்தருக்கு புதிய வருகையான சீட்டொன்றில் ஐந்து லட்சம் ரூபாய் பரிசடித்த தகவலைச் சொன்னேன். 'காலம் பூரா உங்கப்பா தெருத் தெருவா வித்தாரே. அவருக்கு ஏன் கடைசி வரை பெரிய பரிசடிக்கலை. இப்ப உனக்கும் ஏன் அடிக்கலை' என்றான்.

ஏதோ ஒரு சூட்சுமத்தைச் சொல்லப் போகிறான் என்பதைக் கணித்து விட்டேன். என் அப்பா சொன்னதற்கு நேரெதிரான விஷயமொன்றைச் சொன்னான். 'சூதில கிடைக்கிற வாய்ப்பையெல்லாம் பயன்படுத்தி இரையை வீழ்த்துறதுதான் குறி. அதைக் கட்டுப்படுத்தற வாய்ப்பு கிடைச்சா, அதுவும்கூட சூதுதான். சூதோட விதிகள்ள அதுவும் அடக்கம்தான். ஒட்டுமொத்தமா சூதாடற எடத்தில நேராத்தான் நடப்பேன்னு சொன்னா நானூறு ரூபா சரக்க கட்டிப்பிடிச்சுக் கிட்டுதான் முத்தம் கொடுக்கணும்' என்றான்.

'என்னோட அப்பா என்ன தப்பு செய்தார்' என்றேன் அவனிடம் தெளிவான குரலில்.

'அதிர்ஷ்டமும் சூதும் எப்போதும் இயல்பா நடக்கறதா அவர் நினைச்சுக்கிட்டு இருந்தார். இங்க கிள்ளி போடறதெல்லாம் சின்னச் சின்ன எலும்புத் துண்டுகள்தான். பெரிய எலும்பு கிடைக்கும்ணு படுத்துக் கெடக்கற நாய்கதான் கடைசியா சீட்டு வாங்கிறவங்க' என்றான். அதற்கு மேல் அவன் அதுகுறித்துப் பேச விரும்பவில்லை. அது சம்பந்தமாக தகவல்களைக் கேட்டபோதுகூட, 'நீச்சலடிக்கணும்னா கெணத்துக்குத்தான் கௌம்பி வரணும். தரையில உக்காந்துக்கிட்டு அடிக் கணக்கு போட்டுக்கிட்டு இருக்கக்கூடாது'

என்றான். என்னை பாலக்காட்டுக்கு ஒருதடவை கிளம்பி வரச் சொன்னான். மறுநாள் காலை சீக்கிரமே கிளம்ப வேண்டுமென்பதால் உறங்கப் போனான். எங்களது ஊர் புரோட்டாவைத் தூவெனத் துப்பி நிலவொளியில் வீசியெறிந்தான். 'தரமான காசு இருக்கிற இடத்தில தான் தரமான புரோட்டாவும் இருக்கும்' என்றான். நல்லவேளையாக மட்டன் சுக்கா நான்கு பொட்டலங்கள் இருந்ததால் தப்பித்தோம். மீதி வயிற்றுக்குப் பழங்களை உரித்து வாயில் போட்டுத் தூங்கப் போனான். கோணல் வாயோடு எதையோ உளறியபடி தலையணையை எடுத்துப் போட்டுச் சரிந்தான்.

நட்சத்திரங்களை மூடிக் கருமேகம் சூழ்ந்து தூறல்கள் விழுந்தன. உள்ளே எழுந்து போகலாமென நினைத்து எழுந்தவன், கீழே போக மனமில்லாமல் உச்சியில் இருந்து தரையை நோக்கி ஒண்ணுக் கடித்தேன். கதிர்வேலு படியேறுகிற சத்தம் கேட்டது. ஒருமணியாகி விட்டது என்ற போதிலும் படுக்கப் பிடிக்கவில்லை. இந்த நகரத்தின் வீதிகளில் ஒரு பைத்தியக்காரனைப் போலவா என்னுடைய அப்பா அதிர்ஷ்டத்தைத் தேடி அலைந்தார்?

இதுவரை எனக்குத் தெரிந்து பெரிய பரிசு அடித்தவர்களையெல்லாம் நினைவுக்குக்கொண்டுவந்து பார்த்தேன். சோடா கடை வைத்திருக்கும் முனியசாமி அண்ணன் ஒருத்தருக்கு லட்ச ரூபாய் பரிசு அடித்தது. அது நடந்து எனக்கு நினைவு தெரிந்து பத்து வருடங்களாவது இருக்கும். எங்கள் ஊரில் லட்சம் கிட்டவில்லை என்றால் வேறு ஊரில் விழுந்திருக்கும் என்கிற நினைப்பே இருந்தது அதுவரை. அல்லது அப்படித்தான் நடக்கிறதா? குழப்பமாக இருந்தது மனம் வானத்தைப் போல. மேகம் மூடிய வானம் தெளிந்து. நிலவொளி மெல்ல மேலேறி வந்தது. மழைக்கு இனி வாய்ப்பில்லை என உறுதியாகத் தெரிந்தது. பலமாய் அடித்த காற்றில் மேகங்கள் கலைந்து ஓடின.

'என்ன சொல்றார் சேட்டன்' எனப் பேசிக்கொண்டே எதிரில் வந்து அமர்ந்தான் கதிர்வேலு. 'எனக்கு ஒரு சத்தியம் செய்து தருவாயா' என்றேன் அவனிடம். அதுமாதிரி எப்போதும் கேட்டதில்லை என்பதால், தடுமாறி விழித்து, 'ச்ச்ச்சொல்லு ச்ச்சொல்லு' என்றான். 'ஏன் எதுன்னு எங்கப்பா மாதிரி என்னை கட்டுப்படுத்தாம, நான் செய்ற எல்லா வேலைக்கும் நீ பக்கபலமா இருக்கணும். எது கிடச்சாலும் பாதிப் பாதி' என்றேன். 'சூதில வாக்குறுதிகளுக்கு மதிப்பே இல்லை. என்னையும் ஒருநாள் நீ ஏறி மிதிப்ப பாத்துக்கோ. ஆனாலும் தயங்காம உனக்காக முதுகைக் கொடுப்பேன்' என்றான்.

‘என்னோட அப்பா மாதிரியே நீயும் என்னை நெனைக்கிற. என்னால தரையில தேஞ்சிக்கிட்டு அலைய முடியலை புரிஞ்சுக்கோ. எதையாவது கொத்திக்கிட்டு வேறொரு உயரத்துக்குப் பறக்கணும்னு தோணுது’ இதைச் சொல்லும்போதே என்னுடைய கண்கள் கலங்கின. இரவொளியில் அதைக் கவனித்திருப்பான் போல, கைகளை ஆதரவாகப் பிடித்தபோது, அந்தப் பிடியில் நம்பிக்கை அழுத்தமாகத் தெரிந்தது. தப்புச் சோலிகளுக்குப் போகிற ஆளில்லை கதிர்வேலு. அவனையும் கூட்டாளியாக வைத்து நான் செய்யத் திட்டமிட்டதொன்றும் தப்புச் சோலியுமில்லை.

# அத்தியாயம் 9

எல்லோரும் நினைப்பதுபோல பாலக்காடு ஜோசப் மலையாளி இல்லை என்பது அவனிடம் பழகிய பிறகே தெரிந்தது. மலையாளி மாதிரி அரிதாரம் பூசியலைகிறேன் என்றான். என்னுடைய அறைக்குத் தங்கிவிட்டுணீபோன பிறகிலிருந்து அவன் சொன்னது குறித்தே சிந்தித்துக்கொண்டிருந்தேன். ஏதோ ஒரு கை மேலிருந்து உருட்டுகிற தாயம்தான் எல்லாமுமா? காலம்காலமாக ஒரே கைதான் எல்லோருடைய அதிர்ஷ்டத்தின் விதியையும் உருட்டிப் பார்க்குமா? நம்மாலும் நமக்கான தாய எண்களை உருட்டிப் பெற முடியாதா? சொல்லி வைத்த மாதிரி அந்த மாதத்தில் ஒரு பரிசுகூட அடிக்கவில்லை.

பேசாமல் வெளியே முடிவுகளை எழுதிப் போடுகிற கரும்பலகையில் உப்பு, புளி, மொளகாய் என எழுதிப் போட்டு பலசரக்குக் கடை போட்டுவிடலாமா என்றுகூடத் தோன்றியது. கதிர்வேலுவும் சோர்ந்துபோய் அமர்ந்திருந்தான். வழக்கமாக கல்லாவில் அவன் தூங்குவது கிடையாது. அந்த வாரம் முழுக்க நிறைகொட்டாவிகளை விட்டவாறே இருந்தான். கடைப் படியேறி ஜனம் வரவில்லை. வழக்கமாகச் சிலவேளைகளில் அப்படி நடக்கும். ஆனால் ஏதாவது ஒரு சிறிய பரிசாவது இடையிடையே விழுந்துவிடும்.

கரும்பலகையில் வெற்றிமுக எண்கள் எப்போதும் சிதறிக் கிடக்க வேண்டாமா? விரும்புகிறோமோ இல்லையோ கையில் கழுத்தில் தங்கம் தொங்கி, வயிறு வெள்ளைச் சட்டைக்கு மேல் புடைக்க வேண்டும். மற்ற தொழில்களில் அப்படியில்லை. அல்வா விற்கிறவரின் ராசி லக்கினத்தைக் கேட்டுவிட்டா மந்தாரை இலையில் மடித்து வாங்கி சூடு பறக்கக் கையிலேந்துகிறோம்?

பலசரக்குக் கடையோ அல்வா கடையோ போடலாம்தான். ஐம்பது நூறு கிராமாக விற்று என்றைக்குப் பணக்காரன் ஆக? அதற்கெல்லாம்

உழைப்பைத் தாண்டி வேறுவகையான அமைப்பு வேண்டும். ராயல் லாலா கடை இப்போதுதான் போட்ட மாதிரி இருந்தது. அதற்குள் நகரத்தில் நாலைந்து இடங்களில் கிளைகளை ஆரம்பித்து விட்டார்கள். அல்வாவை உள்ளே தள்ளும் மக்கள் எல்லோரும் கையோடு கிளம்பிவந்து லாட்டரிச் சீட்டு வாங்கிவிடமாட்டார்கள்.

கதிர்வேலுவிடம் பாலக்காடு போவதாகச் சொன்னபோது, மறுப்பேதும் சொல்லவில்லை. புகைமூட்டமாக எதையோ செய்யப் போகிறேன் என்பதை மட்டும் அறிந்து வைத்திருந்தான். அவனைப் பொறுத்த வரை அவன் கையால் கொலைக் காரியங்களைச் செய்ய மாட்டான். தள்ளி நின்று வேடிக்கை பார்த்துவிட்டு ஒதுங்கி விடுவான். கையைப் பிடித்து இழுத்துச் செய்யாதே எனச் சொல்கிற ஆளுமில்லை அவன்.

எளிய எதிர்பார்ப்புகளே அவனுடையவை. ஊரில் நாலு பேர் முன்னால் தலைநிமிர்ந்து, ஆச்சியையும் தாத்தாவையும் அவர்கள் பாடையில் போய்ச் சேர்வதற்கு முன்னால், அம்பாசிடர் காரில் அழைத்துப் போய்விடவேண்டும் என்பான். எல்லோருக்குமே அந்த மூஞ்சுரு வாகனம் பிடித்திருந்தது. செத்தால்கூட அம்பாசிடர் அடித்துத்தான் செத்துப்போகவேண்டும் என்றெல்லாம்கூட சொல்பவர்கள் இருக்கிறார்கள்.

செல்வம் கடையில் டீக்கு பாய்லரைப் பற்ற வைப்பதற்கு முன்பாகவே அம்பாசிடர் ஒன்றை வாடகைக்கு அமர்த்தி பாலக்காட்டுக்குக் கிளம்பினேன். அந்தப் பகுதியில் எல்லோருக்குமே ஜோசப்பைத் தெரிந்திருந்தது. எட்டு படிகள் கொண்ட ஏறி விரிந்திருக்கிற பெரிய கடையான அது, அந்தப் பகுதியின் அடையாளமாகவும் இருந்தது. விளக்கொளிக்காக மட்டுமே ஏகப்பட்ட காசு மின்கட்டணம் கட்ட வேண்டியிருக்கும் போல. எடுப்பாய் இருந்தது கடை. வெளியே அவனுடைய கரும்பலகையில் எண்களும் குவிந்திருந்தன. காரை நிறுத்தும்போதே பார்த்துவிட்டு உள்ளறையின் வாயிலில் இருந்து இறங்கி வேகமாக வந்தான்.

அவன் வேலைகளை முடித்துவிட்டு வருகிறவரை கடைவியாபாரத்தை வேடிக்கை பார்த்துக்கொண்டிருந்தேன். விதம் விதமான முகங்கள் படியேறின. இத்தனை கூட்டத்தை ஒருநாள்கூட என்னுடைய கடையில் பார்த்ததில்லை. சுரண்டல் வியாபாரம் அங்கேயும் அமோகமாக நடந்தது. அவ்வப்போது சுரண்டுகிறவர்களுக்குப் பரிசும் அடித்ததால் ஒருத்தரை ஒருத்தர் உற்சாகப்படுத்தி போட்டி போட்டுச் சுரண்டினார்கள். அதிர்ஷ்டத்தைச் சுரண்டிப் பார்க்கும்போது எல்லா தேசத்து மக்களும் ஒரே மாதிரியாகவே முகத்தைக் கோணி வைத்துக் கொள்கிறார்கள்.

ஜோசப் என்னோடு வந்த டிரைவரை கடையின் பின்னால் இருக்கும் ஒற்றையறையில் தங்கிக் கொள்ளச் சொன்னான். ஜோசப்போடு ஜீப்பில் கிளம்பினேன். ஏறி அமர்ந்ததுமே, 'நைட்டு எங்கூட தங்கறீயா? இல்லாட்டி ரூம்க்கு ஆளை வரச் சொல்லட்டா? வெட்கப் பட்டாளா இல்லையான்னு காலைல வந்து சொல்லு' என்றான். 'இல்லை ஜோசப் நான் தொழிலுக்கு வந்திருக்கேன். எதையாவது புதுசா செஞ்சு பாக்கலாம்ணு தோணுது. கட்டிப் பிடிக்கிறத பத்தி இப்பல்லாம் கற்பனைகூட பண்றதில்லை. லட்ச ரூவாயோட வர்றேன். அதுக்குத் தகுந்த மாதிரி அமைச்சுக் கொடு. இப்ப லட்ச ரூவாய தேடுற வெறீல இருக்கேன்' என்றேன்.

வண்டியை ஓரமாக நிறுத்திவிட்டு என்னைக் கூர்ந்து பார்த்தான் ஜோசப். 'நீ வந்து நிக்கற புள்ளீலதான் கொஞ்ச காலத்துக்கு முன்னால நானும் வந்து நின்னேன். சொல்றேன்னு தப்பா நெனச்சுக்காத. தொழில்ல பணத்தை எடுத்த பிறகுதான் பணத்தை செலவளிக்கணும். பகுமானத்துக்கு மட்டும் எந்தக் காரியத்தையும் பண்ணாதே. அம்பாசிடரெல்லாம் இப்ப தேவையா? என்னோட குடும்பமெல்லாம் பகுமானத்தாலேயே அழிஞ்ச குடும்பம்' என்றான்.

ஜோசப்பின் பெயர் செல்வம் என்று சொன்னபோது எனக்கு ஆச்சரியமாக இருந்தது. ஊரை மாற்றலாம். பெயரை எப்படி மாற்ற முடியும்? தெற்கத்திப் பக்கத்தைப் பூர்வீகமாகக் கொண்டது அவனுடைய குடும்பம். ஜோசப்பின் அப்பா தன்னுடைய எட்டு வயது வரை இலங்கையில் இருந்திருக்கிறார். ஜோசப்பின் தாத்தா அங்கே இருந்து கிளம்பி வந்து கோவையில் முதல் எலக்டிரிக்கல் கடையைப் போட்டிருக்கிறார். ஜோசப்பின் ஆச்சி போர்த்துகீசிய நாட்டைச் சேர்ந்தவர். அவர் வைத்த செல்லப் பெயர்தான் ஜோசப்.

செல்வத்திலேயே தவழ்ந்து புரண்டு வளர்ந்தவன் ஜோசப். நேர்மையாய் வியாபாரம் செய்து தொழிலைப் பெருக்கியிருக்கிறார் தாத்தா. 'நல்லா எனக்கு ஞாபகம் இருக்கு. ஒருதடவை பணத்தைக் குவிச்சு எண்ணிக்கிட்டு இருந்தாங்க. சின்னப் பையனா இருக்கையில அது மேல குதிச்சு விளையாடியிருக்கேன்' என்றான் கண்களில் ஒளி பொங்க. தாத்தாவின் மறைவுக்குப் பிறகு அவனுடைய அப்பா மரகதக் குன்றைப் பெயர்த்து எடுத்துச் சூறையாடிவிட்டார். 'எங்கப்பா எல்லாத்தையும் வித்துத் தின்னார். அவரைச் சொல்லியும் தப்பில்லை. செல்லமா வளந்திட்டாரு. ஏவாரத்தைக் கவனிக்கலை. எப்படிச் சிதிலம் சிதலமா சிதைஞ்சு போச்சுன்னு நெனச்சுக்கூட பார்க்க முடியலை. எங்கப்பாட்ட கேட்டா, அப்படி என்ன கூத்தியாளுக்கு எழுதி வச்சிட்டேனான்னு கேட்டாரு. கடைசில வேலைக்குப்

போயித்தான் எங்கக்காவ கட்டிக் குடுத்தாரு. அவளும்கூட இந்த சனியன் பிடிச்ச குடும்பத்தை கல்யாணத்துக்கு பெறகு ஏறெடுத்துக் கூட பார்க்கலை' என்றான்.

என்னைப்போலப் பணத்தையே பார்க்காதவன் கஷ்டப்படுவதெல்லாம் சாதாரணமானது. ஜோசப் அதிலேயே புரண்டு வளர்ந்தவன். தின்று கொண்டிருக்கும் சாக்லேட்டை குழந்தையின் கையிலிருந்து திடீரென தட்டிப் பறித்தால் எப்படி இருக்கும்? ஜோசப்பின் அப்பா கடன் சுமைதாளாமல் ஊரைவிட்டு ஓடிப்போனார். கடைசி வரை அவரைக் கண்டுபிடிக்கவே இயலவில்லை. அவனுடைய அம்மா தற்கொலை செய்து கொண்டார். கடன் கொடுத்தவர்கள் வீடேறி வந்து திட்டும் போது அவனுடைய போர்த்துகீசிய பாட்டி ஒருசொல் எதிர்த்துப் பேசாமல் கேட்டுக் கொண்டிருப்பாளாம். சிவந்த அப்பாட்டியின் முகம் சுண்டுவதை இவன் ஒளிந்து நின்று வேடிக்கை பார்ப்பானாம்.

'நான் என்ன தப்பு செஞ்சேன். எங்க பாட்டி என்ன தப்பு செஞ்சாங்க. எதுக்கு வாழ்க்கை இப்படி எங்களைப் புரட்டிப் போடணும். எங்கப்பன் போட்ட தப்புக் கணக்கால நாங்க தெருவுக்கு வந்திட்டோமே. சொந்த ஊர்ல இருந்து கடனுக்கு பயந்து ஒளிஞ்சு ஓடி இன்னொரு இடத்துக்கு வர மாதிரி ஆயிருச்சே. அந்த வகையில உங்க அப்பால்லாம் தங்கம்' என்றான். 'ஆக்கவே தெரியாதவருக்கு எப்படி அழிக்கத் தெரியும்' என்றேன் எரிச்சலுடன்.

சட்டென நிமிர்ந்து பார்த்துவிட்டு, அவனுடைய கதையை மறுபடி சொல்லத் துவங்கினான். கடன் சுமை தாளாமல் பாட்டியை அழைத்துக்கொண்டு பாலக்காட்டுக்கு ஓடிவந்துவிட்டான். இப்போது பெரும்பாலானவர்களுக்குக் கடனைத் திருப்பியும் கொடுத்து விட்டான். 'ஏமாத்திட்டு போறதில எனக்கு இஷ்டம் இல்லை. தவிர நம்ம சொந்த ஊரைவிட்டு நாம எதுக்கு ஓடி ஒளியணும்' என்றான். என்னைப் போலவே ஏதோ ஒரு புள்ளியில் லாட்டரித் தொழிலுக்குள் நுழைந்திருக்கிறான்.

'வாழ்க்கைல நாம முட்டி மோதுறதெல்லாம் இந்த பூமில வாழ்றதுக்கான பயிற்சிதான். ஒருநாள் இந்த ஆட்டம் நமக்கு பிடிபடும். அப்ப நாம இருக்க மாட்டோம். இதுக்கு நடுவில நல்லது கெட்டதுன்னு ஒரு ஸ்கேல வச்சு எல்லாத்தையும் அளந்து பாத்துக்கிட்டு இருக்கறதுக் கெல்லாம் நேரமே இல்லை' என்றான் அவனுடைய கதையைச் சொல்லி முடித்துவிட்டு.

ஜீப், காடு துவங்குவதற்கு முந்தைய நிலப்பரப்பில் நின்றது. பின்புறமாகத் திரும்பிக் குனிந்து ஒரு விஸ்கிப் பாட்டிலை எடுத்து என்

கையில் கொடுத்தான். ஜீப்பில் குடிப்பதற்கான எல்லா வசதிகளும் இருந்தன. பூரண நிலவின் வெளிச்சம் வட்டமாய் எங்கள் தலைக்கு மேல் விழுந்தது.

'இந்தா பாரு உன்னைப் பத்தி கேள்விப்பட்டேன். நம்பிக்கையான ஆளுன்னு ஆட்களும் சொன்னாங்க. என்னமோ சின்ன வயசில என்னைப் பார்க்கிற மாதிரி இருந்திச்சு. ஒரு முக்கியமான லிங்க் பிடிச்சிருக்கேன். அதைப் பின்னாடி சொல்றேன். இப்ப நீ பொழக்கிறதுக்கு இன்னொரு வழியைச் சொல்லித் தர்றேன். பெரிய காரியம் பண்றப்ப சேர்ந்து செய்வோம். ஞாயமா பிரிச்சிக்கலாம். ஒருத்தரோட எல்லையில இன்னொருத்தர் குறுக்கிடாம மேல பறக்கலாம்' என்றான். பறக்கலாம் என்றதும் அடித்த போதை சட்டென மட்டுப்பட்டுக் கூர்மையானேன்.

நிலவொளி விழுந்த இரவில் பொருளொன்றை என் கையில் திணித்து விட்டு, 'தரமான சிங்கப்பூர் தயாரிப்பு' என்றான். அம்மாவின் கைகளில் இருந்து படுத்துக்கொண்டே பிடுங்கிய மெழுகுவர்த்தியின் தடிமானத்தில் இருந்த சின்ன டார்ச் லைட் அது. பேனா போல சட்டையில் சொருகிக் கொள்ளலாம். 'ரெம்பப் பேருக்கு இந்த விஷயம் தெரியாது. எனக்கே சிங்கப்பூர்க்காரன் ஒருத்தந்தான் சொல்லித் தந்தான்' என்று சொல்லிவிட்டு அந்த டார்ச்சை வாங்கி உயிர்ப்பித்து என் கையில் கொடுத்தான்.

அடர்த்தியான கூர்மையான சிகப்பு வெளிச்சம் பட்டுக் கண் கூசியது. திருப்பிப் பிடித்தேன் அதை. மரங்களைக் கிழித்துக் கொண்டு மேல் நோக்கிப் போனது ஒளி. ராக்கெட் போகையில் பின்னால் ஒருபுகை போவது போல, உச்சியில் விழுந்த ஒளி ஒரு கத்தியைப் போல நீண்டிருந்தது. அந்த ஒளியை கண்ணில் விடாமல் அரைமணி நேரம் காட்டினால் குருடாகி விடுவோம் என்பது போலக் கூர்மையாக இருந்தது. அடர்த்தியாகவும் இருந்தது அவ்வொளி.

கைக்கு அடக்கமான அந்த டார்ச்சை வாங்கிக் காட்டுக்குள் அடித்தான் ஜோசப். தேவாங்கு ஒன்று புதரினடியில் பதுங்கிப் படுத்திருந்தது. ஒளியை நோக்கி அச்சப்படாமல் கூர்ந்து நோக்கியது. தேவாங்கின் கண்களுக்குள் ஒளி புகுந்தபோதுகூட அது இமைக்காமல் எங்களையே உற்றுப் பார்த்தது. இதை வைத்து என்ன செய்வது? எனக் குழம்பித் தவித்தபோது, 'ஆட்டத்தின் விதிகளைத் தீர்மானிக்கப் போவது நாம்தான். திரண்டு வரும் அதிர்ஷ்டத்தை அப்படியே தனியாளாக அள்ளிக் குடிக்கப் போகிறோமா? அமிர்தத்தை எல்லோருக்கும் நக்குகிற அளவுக்காகவது பகிர்ந்து கொடுக்கிறோமா என்பதெல்லாம் நம்முடைய பொறுப்பு' என்றான். அதை வைத்து என்ன

செய்யலாமென எனக்கு ஓரளவுக்குப் புரிந்துவிட்டது. உச்சியில் இருந்து உற்று நோக்கினாலும் கீழே ஓடும் இரைகள் தெரியாதா?

அந்தக் கருவியை நன்றாகப் பிடித்து கையில் வைத்து உருட்டி, சட்டையில் சொருகி அழகு பார்த்தேன். அருகில் இருந்த மரமொன்றில் நான் ஏற முயற்சித்தபோது அவன் தடுக்கவில்லை. பாதுகாப்பான கிளைக் கொப்பில் அமர்ந்து கொண்டு வானத்தை நோக்கி அவ்வொளியைப் பீய்ச்சினேன். கீறிச் சிலிர்த்துக் கொண்டு மேலே போனது அவ்வொளி. வெள்ளையாய் எண்கள் கூட்டமாய் அங்கே விரவிக் கிடந்தன. அந்தநேரத்தில் எண்களை எல்லோருக்கும் அருள்கிற கடவுளைப் போல உணர்ந்தேன்.

# அத்தியாயம் 10

ஜோசப்பைப் பார்த்துவிட்டு அவ்வூரிலிருந்து வெளியே வருகையில் உச்சி வெயில் மடியத் துவங்கியது. வானத்தில் மேகங்கள் திரண்டு கருத்தன. கோடைமழை ஆகையால் அடைத்துச் சுற்றியே பெய்யும். வாட்டிய வெயிலை பார்த்த உயிர்கள் குளிர்வதற்கு இயற்கையே தூக்கிப் போடும் பிச்சை. ஒரு மழையைக்கூடப் பார்க்காமல் தோன்றி மறைகிற எத்தனையோ உயிரினங்கள் பூமியில் உதித்தபடி இருக்கின்றன. மழையடித்துப் பெய்த நேரத்தில் எனக்கு சோலைச்சாமி ஞாபகம் வந்தது. மழைச் சாரலில் தும்பிகளைத் துரத்திக் கொண்டு சேர்ந்து ஓடியிருக்கிறோம். அவன் சொன்ன ஊர் பெயர்கூட நன்றாக நினைவில் நின்றிருந்தது.

அந்தப் பகுதியில் காய்கறி மொத்த வியாபாரம் செய்கிறான். போன கொடைக்கு ஊருக்கு வந்திருந்தபோது, என்னைத் தேடி என்னுடைய ஊருக்கு வந்திருந்தான். அறிவியல் பாடத்தில் பத்தாம் வகுப்பில் முதல் மதிப்பெண் எடுத்தவன். சுண்ணாம்பைப்போல வெள்ளை யான நாலு முழ வேட்டி கட்டி மொறுமொறுவென்கிற வெள்ளைச் சட்டை போட்டு கடைக்குப் பக்கத்தில் இருந்த குட்டிச் சுவரில் வந்தமர்ந்தான். இதே மாதிரி அந்தச் சுவரில் அமர்ந்து இருவரும் எவ்வளவோ பேசியிருக்கிறோம். உருண்டையான கறுத்த முகத்தில் வெள்ளைப் பல் தெரியச் சிரித்தான். அவனுக்கேயான பிரத்யேகமான சிரிப்பு அது. எதிராளி கையில் இருப்பதையெல்லாம் கொடுத்து தேவையில்லாத பொருட்களைக்கூட வாங்கிப் போய்விடுவார்.

சின்ன வயதிலேயே அவன் மனிதர்களைக் கவர்கிற நுணுக்கத்தை அறிந்திருந்தான். ‘இப்பதான் மூணு கோடிக்கு ஒரு சொத்து முடிச்சேன்’ என்றான் அந்தத் தடவை வந்தபோது. மத்தியான நேரத்தில், பள்ளியில் அவனுடைய டவுசரைப் பின்னால் இருந்து கழற்றி விளையாடுவோம். கோபப்படுவதற்குப் பதில் வெள்ளைப் பல்

தெரியச் சிரிப்பான். பள்ளியிலேயே என்னைவிட நன்றாகப் படிக்கிறவன். படிப்பு வேண்டாம் என அவன் கிளம்பியபோது, பள்ளியில் நிறையப் பேர் கூடி நின்று அழுதார்கள். எல்லோருக்கும் அத்தனை பிடித்தமானவனாக இருந்தான்.

அவனுடைய பெற்றோர் வயல்கூலி வேலைக்குப் போகிறவர்கள். சத்துணவு நேரத்தில் கணக்காய் இருப்பான் சோலைச்சாமி. ஆளுக்கு முன்னே தட்டைத் தூக்கிக்கொண்டுபோய் நிற்பான். அங்கேயும் ஆயாவை சிநேகிதம் பிடித்து வைத்திருப்பான். அவனுக்கு மட்டும் ஒன்றரை கரண்டி சோறு போடும் அந்த ஆயா. பத்து முடித்ததும் நேராக இங்கே வேலைக்கு வந்துவிட்டான். அவனுடைய தாய்மாமன் கடையில் எடுபிடியாகத்தான் ஆரம்பித்தான். இப்போது தாய்மாமா இவனுடைய கடையில் வரவு செலவு கணக்குகளைப் பார்க்கிறார். சொத்து வழக்குகளை எல்லாம் தாய் மாமனே கவனிக்கிறார். சோலைச்சாமியின் அண்ணனுக்கு இன்னொரு பெரிய கடையைப் போட்டுத் தனியாக வியாபாரம் செய்ய அனுப்பிவிட்டான். 'யாரோடயும் ஒத்துப்போகமாட்டேங்குறாரு அவரு' என்றான்.

அந்தப் பகுதியில் இருக்கிற பல பள்ளிகளுக்குக் காலை உணவை இலவசமாக வழங்குவதாகச் சொன்னான். ஊரில்கூட நிறைய நல்ல காரியங்கள் செய்திருக்கிறான். அவனுடைய சின்ன வயதில் ஒரு சண்டையின்போது ஊர்க்கோவிலில் இருந்து அவனுடைய குடும்பத்தை ஒதுக்கிவைத்துவிட்டனர். வீம்புக்காக இப்போது நாற்பது லட்சம் செலவில் அவனுடைய ஊரில் ஒரு கோவில் கட்டியிருக்கிறான். சின்ன வயதிலேயே திருமணம் செய்து கொண்ட சோலைச்சாமிக்குக் குழந்தைகள் இல்லை.

ஊரில் இருக்கிற பல குழந்தைகளின் படிப்பை அவனே தூக்கிச் சுமந்தான். சொந்தத்தில் கட்டிய அப்பாவி என்பதால் கணக்கு வழக்குகளெல்லாம் அவனுடைய மனைவிக்குப் பார்க்கத் தெரியாது. தவிரவும், அள்ள அள்ளக் குறையாமல் வந்தும் கொண்டிருந்தது பணம். அந்தச் சுற்றுவட்டாரத்தில் பாதி வியாபாரிகள் அவனிடமே சரக்கு எடுக்கிறார்கள். அவனுடைய உடலில் எப்போதும் பசுங் கொத்தமல்லித் தழை மணம் இருந்தபடியே இருக்கும். அந்த வியாபாரத்தில் ஊறி உச்சத்தைப் பார்த்துவிட்டான் சோலைச்சாமி.

ஊரில் இப்போது அவனைத் தங்கத் தாம்பாளத்தில் வைத்துத் தாங்குகிறார்கள். வயது குறைந்தவர்கள் வந்தால்கூட எழுந்து நின்றுவிடுவான். 'எவ்வளவு சம்பாதிச்சும் தலைல எதையும் தூக்கி வச்சுக்கல பாரு' எனப் பேசிக் கலையும் கூட்டம். ஊருக்கே ஏதாவது சாக்குச் சொல்லி ஆடடித்துச் சோறு பொங்கிப்

போடுவான். போதுமென்கிற அளவுக்கு இலையில் மட்டன் சுக்காவை அள்ளிக் கொட்டுவான். வேறு எதிலாவது கலப்படம் செய்யலாம். காய்கறிகளில் எப்படிக் கலப்படம் செய்ய முடியும்? நேர்மையாகச் சம்பாதித்தான். அவன் தொட்டதெல்லாம் பொன்னானது.

சரக்கின் தரத்திலும் குறை வைக்காததால், அந்தப் பகுதியில் தலைசிறந்த வியாபாரியாக மாறினான். இப்போதும்கூட எந்த நாளில் வந்தாலும் கடையில் அவனைப் பார்க்கலாம் என்று சொல்லி யிருந்தான். கோவில் கொடைகள்போல சில சந்தர்ப்பங்களைத் தவிர விடுமுறைகளே கிடையாது அவனுக்கு. அதிகாலை ரெண்டு மணிக்கு வியாபாரத்துக்குக் கிளம்பிப் போவான். மறுபடி இரவு ஏழுமணிக்குத்தான் திரும்புவான். பிறகு கடையில் பத்து மணிவரை இருந்துவிட்டு பதினோரு மணிக்குப் படுக்கப் போகிறவன் மீண்டும் ரெண்டு மணிக்கு எழுந்துவிடுவான். மொத்தத்தில் எவ்வளவு நேரம் தூங்குகிறான்?

அவனைவிட்டால் அந்த வேலையை வேறு யாராலும் செய்ய முடியா தென்கிற மாதிரி எல்லா வேலைகளையும் இழுத்துப் போட்டே செய்யப் பழகிவிட்டான். 'எல்லா காய்கறி மூட்டையையும் என் கையால காலங்காத்தால தொட்டுப் பாத்திடணும். அதான் தெய்வம். இன்னொரு வகைல சொல்லணும்னா மக்களுக்கு நான் கைதொட்டு அனுப்பற நெய்வேத்தியம் மாதிரி' என்று சொன்னபோது, நெஞ்சில் போட்டிருக்கிற பத்திரகாளியம்மன் படம்போட்ட தங்க டாலரை தொட்டு வணங்கிக் கொண்டான்.

சொல்லியிருந்த மாதிரியே அவனையும் எல்லோருக்கும் தெரிந்திருந்தது. போனபோது இப்போது வந்துவிடுவான் என்றார்கள். கடைக்குள் நாற்காலி போடப் போனவர்களைத் தடுத்துவிட்டு எதிரே தெரிந்த மரமொன்றின் தூர் பாகத்தில் போய் அமர்ந்தேன். விலைகூடிய காரொன்றில் வந்திறங்கியபோதும், கசங்கிய உடைகளையே போட்டிருந்தான். சட்டைகள் தொளதொளவென இருந்தன. ஆளே பாதி ஆளாய்ச் சுருங்கிப் போயிருந்ததைப் பார்த்ததும், எனக்குத் தூக்கிவாரிப்போட்டது. இருபது வருட தொடர் ஓட்டம் உருக்கியிருந்தது அவனை.

என்னைப் பார்த்ததும் அதே பழைய வெள்ளைச் சிரிப்பு. 'ரெண்டு அட்டாக் வந்திருச்சு மக்கா. சீவிச் சிங்காரிக்ககூட இஷ்டமில்லை' என்றான் இருவரும் போகும்போது. நாளொன்றுக்கு பத்து பாக்கெட் சிகரெட் குடிப்பான். குடியும்கூட உண்டு. நிரம்பக் குடித்த பிறகும் மிகச் சரியாக எப்படி அவனால் ரெண்டு மணிக்கு நாள் தவறாமல் எழுந்துகொள்ளமுடிகிறது? தூக்கமின்மை அவனை

உருக்கிவிட்டதை அறியமுடிந்தது. வண்டியை மலையடிவார மொன்றுக்கு அருகில் கொண்டுபோய் நிறுத்தினான்.

அமைதியாக அந்த உச்சியைப் பார்த்தபடி, 'அள்ளி அள்ளித் திங்கணும்னு நெனைச்சேன். இப்ப காஞ்ச ரொட்டிதான் சாப்பிட முடியுது' என்றபோது, என்னால் புரிந்துகொள்ள முடிந்தது. அவனைத் திசை திருப்பும் நோக்கில் கடையில் நடக்கும் சில்லரை வியாபாரம் குறித்துப் பேசத் துவங்கினேன். 'அதை விடு மக்கா. வேற ஏதாச்சும் பேசலாம். முன்னல்லாம் இப்படிப் பேசினேன்னா நீ நாலு சொல்ல சொல்றதுக்குள்ள நாப்பது யோசனை பண்ணிருப்பேன்.போதும்னு தோணுது இப்ப' என்றான்.

எது குறித்து அவனிடம் பேசுவது? மீனவனுக்கு மீனைப் பற்றி மட்டுமே தெரியும். அவனும்கூட அப்படித்தான் இருந்தான். அவனுக்கும் பேசுவதற்கு அதைத் தவிர வேறு விஷயங்களே இல்லாமல் இருந்தன. 'ஏவாரம்ங்கறது கட்டியான நாய்ச் சங்கிலி மாதிரி. கழட்டிக்கிட்டு எங்கயும் ஓடமுடியாது. நாய்ப் பொழப்புதான் இது' என்றான்.

'இதுவரைக்கும் எத்தனை பொண்ணுங்ககூட பழகிருப்ப' என இயல்பை மீறிக் கேட்ட அவன் என்னுடைய பதிலை எதிர்பார்க்காமல் சொல்ல ஆரம்பித்தான். 'எனக்குன்னா விதம்விதமான உடல்களை பாக்கணும்னு ஆரம்பத்தில ஆசை இருந்துச்சு. எல்லாத்தையும் மனசுக்குள்ளயே போட்டு புதைச்சுக்கிட்டேன். குடும்ப பொம்பளைங்க வந்து போகிற ஏவாரத்தில இருந்துக்கிட்டு உத்துப் பாத்திடக்கூடாதுன்னு மனசுக்குள்ள புடம் போட்டுக்கிட்டேன். ராத்திரிகள்ள மனசுக்குள்ள மட்டும் ஓட்டிப் பாத்துக்குவேன். பின்னால அப்படிப் பண்றதுகூட தப்புன்னு தோணுச்சு. எம்பொண்டாட்டி உடம்பைத் தவிர ஒரு உடம்பக்கூட பார்த்ததில்லை. இனிமே எங்க போயி எதைத் தேடறது. கூத்தியா பின்னாடி போனா ஏவாரம் கெட்டுரும்ணு பயமுறுத்திட்டாங்க. ஞாயமான ஆசையைக்கூட இழந்திட்டேன்' என்றான்.

அவன் பேசட்டும் என அமைதியாகக் காத்திருந்தேன். 'இப்ப யோசிச்சுப் பார்த்தா, இவ்ளோவெல்லாம் பதற்றத்தோட எதையும் அனுபவிக்காம கஷ்டப்பட்டு இருக்கவேண்டாம்ணு தோணுது. ஏதோ கோவில் கொடை, பிள்ளைங்க படிப்புன்னு கெட்ட யோசனைகள் வராம வாழப் பழகிட்டேன்' என்றான். 'இப்படி ஓட வேண்டாம்ணு சொல்றீயா' என்றேன் எனக்குத் தோதான ஒரு பதிலைப் பெற்று விடவேண்டுமென்கிற முனைப்பில். 'ஓடி முடிச்சவன் எல்லார்ட்டயும் போய்க் கேளு. இப்படி இன்னொரு

விதமான கதை வச்சிருப்பான். நீயும்கூட இன்னொரு நாள் வந்து நின்னு வேற மாதிரிக் கதைகூட சொல்லலாம்' என்றான்.

கையைக் கட்டி காரில் சாய்ந்தபடி, நீ பேசு என்பதைப் போல என்னைப் பார்த்தான். ஊரில் செய்து கொண்டிருப்பவை குறித்துச் சொன்னேன். புதிதாக பாலகாட்டுக்கு வந்ததன் நோக்கத்தையும் மறைக்காமல் சொன்னேன். ஜோசப்பைத் தெரிந்திருந்தது அவனுக்கு. 'வாழ்ந்து கெட்டவரு. மறுபடி பிடிச்சிடணும்ங்கற நோக்கத்தோட அல்லாடுறாரு. அதனால கொஞ்சம் வேகமா இருக்காரு, மத்தபடி தங்கமான ஆள்' என்றான். கையடக்க ஒளிச் சாதனத்தை அவனுடைய கையில் கொடுத்தேன். மேலும் கீழும் அதைத் தடவியபடி அவ்வொளியை என்னைப்போல அவனும் மலையை நோக்கியே அடித்தான். எல்லோருக்குமே உச்சியில் என்ன இருக்கிறதென வெளிச்சம் பாய்ச்சிப் பார்க்க ஆசையோ?

'எங்கப்பாரு கூலி. நான் ஏவாரி. எங்க தாய்மாமன் என்னை மாதிரி துலங்கி வரலையே. ஏதோ எனக்கு ஒரு அதிர்ஷ்டம் இருந்திருக்கு. எங்கப்பா அசிங்கப்பட்ட கோவில்ல முதமரியாதை கிடைக்க வைக்கிறது தான் என்னோட வாழ்க்கையோட நோக்கமா அமைஞ்சிருக்கு. நோக்கத்தை செஞ்சு முடிச்சதும்போதும்ணு வாழ்க்கை கைவிட்டிருச்சு. நோக்கத்து மேல இருக்கற ஆசையையும் கழிச்சுக் கட்டிருது வாழ்க்கை' என்றான் அதை உருட்டிக்கொண்டே. அவன் எதற்காக அதைச் சொல்கிறான் என யோசித்துக் கொண்டிருந்தபோது, 'உனக்கு இப்படிச் செய்றதில குழப்பம் இருக்கா என்ன?' என்றான்.

இல்லையென்று தலையசைத்தேன். கூர்மையாக என்னைப் பார்த்துவிட்டு, 'நோக்கம் ஒண்ணுதான். ஆனா போற பாதைகள்தான் வேற வேற. நீ இந்தப் பக்கமும் நான் அந்தப் பக்கமும் இப்ப நின்னிருந்தா வேற மாதிரி பேசியிருக்கலாம் இல்லையா? காய்கறிக் கடைக்காரந்தான் நான். ஆனால் எதையும் எடை போடக்கூடாதுன்னு வாழ்க்கை கத்துக் கொடுத்திருச்சு. என்ன வேணானும் செய்யி. ஆனா குற்றவுணர்வு வராம மட்டும் பாத்துக்க' என்றான்.

அந்த லேசர் மின்னொளிச் சாதனத்தை வாங்கிப் பையில் சொருகிய போது, 'நீ சொல்றத பாத்தா இதுக்கும் அதிர்ஷ்டம் வேணும் போல இருக்குது' என்றான். அப்படியானால் அது எனக்கு வரவே வராதா? 'என்ன வேணாம்னாலும் செய்யி. ஆனால் வாழ்க்கையை வாழ்ந்து பாத்திடு. என்னை மாதிரி ஏங்கிச் செத்திடாத. தனி மாடு மாதிரி உழைச்சு என்ன பண்ணப் போறோம்? உங்க அப்பாவை கூப்பிட்டு கூட வச்சிக்க. யாருக்காவது எதையாவதுவிட்டுட்டு போறோம்னு என்னைக்காச்சும் திருப்தியா தோணிடுச்சுன்னா எல்லாத்தையும்

நிப்பாட்டிரு' என்று சொல்லிவிட்டு, பணம் ஏதாவது வேண்டுமா என்று கேட்டான். நண்பர்களிடம் வாங்கிப் பழகி விடக்கூடாது. இல்லாவிட்டால் அது ஒரு பழக்கமாகவே போய் விடும் என்பதால் வேண்டாமென்றேன். வாய்நிறைய பல்லைக் காட்டிச் சிரித்தான்.

கூடை நிறைய காய்கறிகளை அள்ளிப் போட்டுக் கொடுத்துவிட்டு என்னிடம், 'இன்னைக்கு உச்சத்தில வச்சிருக்கு வாழ்க்கை. என்னைக்காவது ஒருநாள் பழைய மாதிரியே பள்ளத்துக்குத் தள்ளிடலாம். அப்படி பள்ளத்தில வீழ்ந்து கிடக்கறப்ப உங்க கடையில வந்து நின்னா பரிசு விழுற மாதிரி சீட்டா கொடு. கூடைல அள்ளிப்போட்டு கொடுத்து விடு' என்றான். சுருக்கென்று இருந்தது எனக்கு. வரும் வழியில் அந்தச் சிங்கப்பூர் சாமானை கதவுக்கு வெளியில் துக்கி எறிந்து விடலாமா என யோசித்தேன். எனக்கு நிறையப் பேர் நிறையக் கதைகளைக் கையளிப்பார்கள் வழிநெடுக. அதில் சோலைச்சாமி ஒரு கதையைச் சொல்லியிருக்கிறான். அது குறித்துப் பெரிதாக அலட்டிக் கொள்ளத் தேவையில்லை என்று முடிவெடுத்தேன். நெஞ்சில் அதை அழுத்தி இறுக்கிப் பிடித்தபோது எனக்கு யார் ஞாபகங்களும் இல்லை. விரைந்து கொண்டிருக்கிற காரின் கண்ணாடியை நோக்கி லகுடொன்று வேகமாகச் செங்குத்தாகச் சரிந்து கீழிறங்கியது. நல்ல சகுனங்களை வழியெங்கும் பார்த்தேன்.

# அத்தியாயம் 11

ரௌடியைப் போல பெயர்தான் அதற்குச் சுரண்டல் என்ற போதிலும், வசீகரமான வண்ண வடிவங்களில் வரும். நூறு சரம் கொண்ட வெடிப் பண்டலைப் போல, கைக்கு அடக்கமான சதுர வடிவத்தில் பெட்டியாய் வரும். ஒரு பெட்டியில் நூறு சீட்டுகள் இருக்கும். ஒவ்வொரு சீட்டாக வாங்கிச் சுரண்டுகிறவர்களும் உண்டு. பெட்டியை ஒட்டியிருக்கிற ஸ்டிக்கரைகூட கிழிக்காமல் அப்படியே பண்டலாக வாங்கிச் சுரண்டுகிறவர்களும் உண்டு. புத்தம் புதிதாய் நெய்து உடுத்தியிருக்கிற உடைகளைக் கழற்றி அவர்களுடைய அதிர்ஷ்டத்தை பரிசோதிப்பார்கள். முதலிரவுக்குத் தயாராவதைப் போலத்தான் சுரண்ட உட்காருவார்கள். சிலர் ஊதுபத்தி கொழுத்தச் சொல்வார்கள். சிலர் சாம்பிராணி வில்லைகளைக் கையோடு கொண்டு வந்து எரிப்பார்கள். அந்த நேரத்தில் சிலர் பக்திப் பாடல்களைப் போடச் சொல்லும்போதுதான் எரிச்சலாக இருக்கும்.

ஜோசப் சொல்லிக் கொடுத்ததைச் செய்து விடலாமென நினைத்தேன். சதுர வடிவலான சுரண்டல் சீட்டின் அடிப்பாகத்தில் வெள்ளியை உருக்கி ஊற்றிய மாதிரி ஒரு செவ்வகப் பசைப் படலம் இருக்கும். அதற்குள்ளேதான் எண்கள் ஒளிந்திருக்கின்றன. விளக்குகளை அணைத்துவிட்டு, அந்த லேசர் வெளிச்சத்தை வெள்ளியின் மீது தாழவைத்து அடித்தால் அங்கே இருக்கிற தங்க எண்கள் மங்கலாகத் தெரியும். அரைச் சுண்டு விரல் அளவு நீளத்தில் கால் அங்குல அகலத்தில் அமைந்த அவ்வெள்ளி மறைவிடத்தினுள் ஐந்து இலக்க எண்கள் பொறிக்கப்பட்டிருக்கும். ஒவ்வொரு எண்ணாய்க் கூர்ந்து பார்த்து நகர வேண்டும். ஆரம்பத்தில் குத்து மதிப்பாய்த்தான் எல்லா எண்களும் துலங்கும். மூன்றாம் எண்ணுக்கும் எட்டாம் எண்ணுக்கும் வித்தியாசம் தெரியாது.

லாட்டரி முடிவுகள் அடங்கிய தாளை மேஜையில் பரப்பி அதன் மீது ஒவ்வொரு சீட்டாக அடித்துப்பார்க்கவேண்டும். கதிர்வேலு எடுத்த

எடுப்பிலேயே கையெடுத்துக் கும்பிட்டுவிட்டான். லேசர் விளக்கைக் கூர்மையாகப் பிடிக்க முடியாதபடி அவனுடைய கைகள் நடுங்கி, துல்லியம்கூடி வரவில்லை அவனுக்கு. 'மாடு சாடைக்கு அசைஞ்சு நெளிஞ்சு போறான் பாரு' என அவன் குறித்து ஒரு பெரியம்மா சொன்னது அந்த நேரத்தில் நினைவுக்கு வந்தது. லகுடுதானே கூர்மையாகப் பார்க்க முடியும்?

கட்டில் இருக்கிற நூறு சீட்டுகளையும் ஒவ்வொன்றாக எடுத்துப் பார்க்க வேண்டும். ஒருதடவைகூட தவறியதில்லை அதில். வேலைப் பளு காரணமாக கதிர்வேலு சில நேரங்களில் ஒப்புக்குப் பார்ப்பான். பரிசில்லாத சீட்டுகளைத் தவறுதலாக எடுத்து வைப்பான். மூணிற்கும் எட்டிற்கும் இடையிலான விஷயத்தைக் கடைசிவரை தெரிந்து கொள்ள முடியவில்லை அவனால். வெளியே வந்து புடைத்த மாதிரி இருந்தால் அது எட்டு. உள்ளொடுங்கி இருந்தால் அது மூன்று.

ஆயிரம் சீட்டுகள் ஓட்டினால் தினமும் பத்து கட்டுகளெனக் கணக்கு வரும். வேறு யாருக்கும் தெரியாமல் செய்கிற திருட்டு இது என்பதால் நானேதான் அத்தனையையும் அமர்ந்து உற்றுப் பார்க்க வேண்டும். என்னை மீறி பலநேரங்களில் கண் எரிந்தது. பூவன் பழத் தோலை எடுத்துக் கண்ணில் வைத்துக் கட்டி இடையிடையே படுத்துக் கொள்வேன். 'ஏன் இவ்ளோ கஷ்டப்படணும். வர்றது வரட்டும்னு முன்னேறலாமில்லையா' என கதிர்வேலு நின்று பார்த்துவிட்டு ஒருதடவை சொன்னான். 'உங்க ஆச்சி உக்காந்து போக அம்பாசிடர் வேண்டாமா' என்றேன் எரிச்சலுடன்.

ஒரு கட்டில் தோராயமாகப் பத்து சீட்டிலாவது பரிசடித்திருக்கும். இன்ன சீட்டு பரிசடிக்கும் என தீர்மானிக்கிற கருவி என்னிடம் இருந்தது. எவ்வளவு தொகையடிக்கும் என்பது அவ்வெள்ளிச் சட்டகத்தினுள் மட்டுமல்லாமல் என்னுடைய நெற்றியிலும் எழுதி ஒட்டியிருந்தது. கட்டைப் பிரித்த சுவடே தெரியாமல் மீண்டும் ஸ்டிக்கர் அடித்து ஒட்டி மறைத்து, அப்போது மலர்ந்த பூவைப் போலத்தான் சுரண்டுகிறவர்களின் முன்னால் அதை விரிக்க வேண்டும். சில நேரங்களில் ஐநூறு அடித்திருக்கும். பெரும்பாலும் ஐம்பது ரூபாய்தான் அதிகமும் விழும்.

கம்பெனிக்காரனே அப்படியான ஏற்பாட்டைத்தான் செய்கிறான் போல. இருபது ரூபாய்க்குப் பத்து சீட்டை வாங்கிச் சுரண்டினால் அதில் ஒரு ஐம்பதுக்கு வாய்ப்பிருக்கிறது. முப்பது ரூபாயில் பத்து ரூபாயை எடுத்துவைத்துவிட்டு மீண்டும் இருபது ரூபாய்க்கு வாங்கிச் சுரண்டுவார்கள். சிலர் சீட்டுக்கட்டை கலைப்பது போல சீட்டுகளைக் கலைத்து நடுவில் இருந்து ஒரு கத்தையை உருவுவார்கள். பத்தும்கூட அவர்களுக்குப் போகலாம். ஆனால் அந்தப் பத்தில்தான் நான்

கைவைத்தேன். பத்தா? எட்டா? மூணா? என்பதைத் தீர்மானிக்கிற சக்தியைப் பெற்றிருந்தேன். ஏனோ அப்பா சொன்னது அந்த நேரத்திலும் ஞாபகத்துக்கு வந்தது.

மனதில் ஏதோவொன்று உருண்டு திரள்வதை உணர்ந்தேன். எவ்வளவு அதிர்ஷ்டத்தை பங்கிட்டுக் கொள்ளலாம்? பாதிக்குப் பாதியா? மூணில் ஒரு பங்கா? இல்லையெனில் எனக்காக ஒன்றே ஒன்று மட்டுமா? பத்து சோழிகளை எடுத்து மேஜையில் உருட்டினேன். ஏழு சோழிகள் மல்லாக்க விழுந்திருந்தன. எனக்கா? அவர்களுக்கா? யாருக்காகச் சோழியுருட்டினேன்? இன்னொருத்தனின் தலைவிதியோடு தானே விளையாடிக் கொண்டிருக்கிறேன்? சகுனம் சொன்னதை அவனுக்குக் கொடுத்து விடுவதுதான் முறையெனவும் தோன்றியது. ஒவ்வொரு முறையும் எத்தனை சீட்டுகள் இருக்கின்றனவோ அத்தனை சோழிகளை எடுத்து உருட்டுவேன்.

ஒருகட்டில் அத்தனை சோழிகளும் குப்புற விழுந்துவிட்டன. அத்தனையும் எனக்கா? பரிசேயில்லாத வெற்றுச் சக்கையான அந்தக் கட்டை விற்பனைக்குக் கொண்டு போகலாமா? பரிசடித்த சீட்டுகளை உள்ளே சொருகிவிடலாமா? எனக்கடித்த அதிர்ஷ்டத்தை ஏன் கைவிட வேண்டும்? நான்கு சீட்டுகளை உள்ளே சொருகினேன். ஒன்றில் ஐயாயிரம் அடித்திருந்தது. மிச்சமிருப்பவற்றில் ஐம்பது ரூபாய் மூணு, நூறு ரூபாய் ஒன்று. ஐயாயிரத்தை என்னோடு வைத்துக் கொள்ள அந்த நேரத்தில் விரும்பவில்லை. முதன்முறையாக ஐயாயிரம் அடித்திருக்கிறது. ஊரில் அந்தச் செய்தி பரவும். அடுத்த இரண்டு நாளைக்குக் குவிவார்கள். கூடுதலாக நாற்பது கட்டுக்கள் வாங்கி வைக்கலாம். அந்த ஐயாயிரம் ரூபாய் சீட்டில் கண்டுபிடிக்கிற மாதிரி அடையாளக் குறியொன்றை வைத்தேன்.

கதிர்வேலுவை வடை சாப்பிட அனுப்பிவிட்டு, சில்லரை விற்பனை மேஜையில் அமர்ந்தேன். கடைக்கு வந்து போகிற முகங்களை ஏறிட்ட படி என் போக்கில் வந்து நிற்கிறவர்களுக்குச் சீட்டுகளை சில்லரையில் எடுத்துக் கொடுத்துக் கொண்டிருந்தேன். மறுப்பேதும் தெரிவிக்காமல் அன்றைக்கு என்னுடைய கையினால் வாங்கிச் சுரண்டினார்கள். எந்த நேரத்தில் பெரிய பரிசைத் தூக்கிப் போட்டு உடைக்கலாம்? யாருக்கு அதைக் கொடுக்கலாம்? அன்றைக்கு சுரண்டிக் கொண்டிருந்த நான்கு பேருக்குமே தரப் பிரியமில்லை. நூறுக்கும் ஐம்பதுக்கும் அவர்களை முட்டி மோதவிட்டு வேடிக்கை பார்த்துக் கொண்டே ஐயாயிரத்துக்கான ஆளைத் தேடினேன்.

ஊரெல்லாம் போய்த் தம்பட்டம் அடிக்கிறவராக இருக்கவேண்டும் அவர். வந்து சுரண்டுகிற எல்லோருமே ஏழைகள் என்றபோதிலும்

உடனடி வயிற்று வலி இருக்கிறவனிடம் கொடுத்தால் பரிசின் மதிப்பும் புரியும். தூரத்தில் வேலுச்சாமி அண்ணன் வந்து கொண்டிருந்தார். அந்த மதினியின் மருத்துவச் செலவுகளுக்கு அல்லல்படுகிற விஷயம் எனக்குத் தெரியும். தண்ணி வண்டி இழுக்கிற அவரால், குடும்பத்தை நகர்த்திப்போக முடியவில்லை. ஆனாலும் மனிதர் அசராமல் எல்லா பக்கங்களிலும் நின்று வாயாடுவார். பரிதாபத்தை தன் மேல் ஏற்றிவைத்துக்கொள்ளவே மாட்டார்.

'நாலு இடத்தில பேசுற பொழைப்பில இருக்கறவங்க முகத்தில கோப தாபத்தைத் தூக்கிக் காட்டிக்கிட்டு அலையக்கூடாது' என்பார். அவ்வப்போது கடைக்கு வந்து சுரண்டுகிறவர்தான் அவர். என்னைக் கடந்து போகும்போது, 'என்னண்ணே கடை பக்கமே எட்டிப் பாக்கறதில்லைபோல' என்று வலிய அழைத்தேன். நின்று பார்த்தவரிடம் ஐயாயிரம் பரிசைக் கலந்து ஐந்து சீட்டுகளை நீட்டினேன். 'உங்கப்பன் கைல வாங்கிச் சுரண்டினதும் உருப்படலை. உன் கையால வாங்கிச் சுரண்டியும் இதுவரைக்கும் உருப்படலை. நீ கட்டக் குடு நான் எடுத்துக்கறேன்' என்றார். தாள முடியாத வலி நெஞ்சில் ஏறியது. 'இந்தச் சீட்ட சுரண்டுங்கண்ணே' என அந்தச் சீட்டை மட்டும் எடுத்து நீட்டுகிறளவுக்கு பரபரப்பு வந்தது. ஆனால் அவர் சொன்னவிதத்தில் எங்களை நம்பி ஏமாந்த சலிப்புதான் தெரிந்தது. அந்தச் சலிப்புக்கு நாங்களும் காரணம் அல்லவா? எங்களில் ஒருவராக நிற்கும் வழக்கமான அவருடைய கிண்டல் தொனியில்தான் அதைச் சொல்லவும் செய்தார்.

உணர்ச்சிவசப்பட்டிருந்தால், மொத்தமாய் சோலி முடிந்திருக்கும். அதெப்படி சரியாய் அவன் கொடுத்த சீட்டில் மட்டும் பரிசு விழுந்தது? ஏதோ தப்புச் சோலி பண்ணுகிறான்கள் என சந்தேகம் வந்துவிடும். மெல்லிய அசைவுகூட இல்லாமல் இரைக்குக் காத்திருக்கிற புலியை ஒத்துச் செய்கிற காரியம் இது. மொத்தமாய் தூக்கி ஒரு மூலையில் போட்டுவிடுவார்கள். நிறையப் பேர் என்னைப் போலச் சத்தமில்லாமல் பண்ணிக்கொண்டுகூட இருக்கலாம். இதைப் பற்றி என் அப்பாவைப்போல எதுவுமே அறியாதவர்களும் நிறைந்திருக்கலாம். தெரிந்தும் பண்ண விரும்பாதவர்களும் இருக்கலாம்.

அடையாளக்குறி போட்ட சீட்டை முன்னால் பார்வைக்குத் தெரிகிற மாதிரி நகர்த்தி, சீட்டுகளை விசிறி போல வைத்து அவர் முன்னால் ஒரு கிளியைப்போல நீட்டினேன். அந்தச் சீட்டை அவர் எடுக்க வேண்டுமென மனம் விரும்பியது. அதை மட்டும்விட்டுவிட்டு அவர் வேறு பத்துச் சீட்டுகளை உருவினார். பத்திலும் ஒரு பைசா விழவில்லை. 'நாந்தான் சொன்னேன்ல. நமக்கும் உங்களுக்கும் எப்பவுமே ஒத்துழைக்காது. போன வாரம் மகாலட்சுமி லக்கி

செண்டர்ல ஐநூறு ரூபா விழுந்துச்சு. மதினிக்கு மாத்திரியெல்லாம் ஒரு மாசத்துக்குச் சேத்து அதை வச்சுத்தான் வாங்கினேன். நீ கேட்டேன்னுதான் சுரண்டினேன்' என்றார்.

அந்த இருபது ரூபாய் இருந்தால், பிள்ளைகளுக்கு நான்கு புரோட்டா வாங்கிக்கொண்டு போயிருந்திருப்பார். வத்தலும் தொத்தலுமான பிள்ளைகளான அவர்களைப் பார்த்திருக்கிறேன். அதிலும் அந்தப் பெண்பிள்ளையை, நான்கு தீப்பட்டி கட்டைகளைச் சேர்ந்தாற்போல தலையில் வைத்துத் தூக்கிப் போகையில் பார்த்தேன். அவருடைய சட்டையைத்தான் அந்தப் பிள்ளை போட்டிருந்தாள். பிய்ந்து தொங்கிய பட்டன்கள்களுக்கு ஊடாக சிறு மார்புகள் தொங்குவது தெரிந்தபோது பார்க்கவே சங்கடமாக இருந்தது. ஊரில் நல்ல சட்டைகூட இல்லாமல் இப்படித்தான் நிறையப் பேர் சுற்றுகிறார்கள்.

அந்தப் பெண்ணுக்கு உடை எடுத்துக் கொடுத்துவிடலாம் என்றுகூட தோன்றியது. ஊரில் கண்ணும் காதும் வைத்து வரைந்துவிடுவார்கள் என்பதாலேயே அதைச் செய்யவும் துணியவில்லை. பீடியைப் பற்ற வைத்து சோர்வாய் அமர்ந்து பிறர் சுரண்டுவதை வேடிக்கை பார்த்துக் கொண்டிருந்தார். நான்கு புரோட்டாக்களை பார்சல் வாங்கிக் கொடுத்துவிடலாமா? கொடுக்க நினைத்தாலும் அவருக்கு விதிக்க வில்லை. ஒருத்தனின் காலடியில் பணமூட்டையைப் போட்டாராம் கடவுள். அந்த நேரத்தில்தான் அவன் கண்ணை மூடிச் சாலையைக் கடப்பதென சபதம் போட்டானாம். அதைப் போலத்தான் இருந்தது வேலுச்சாமி அண்ணனின் நிலைமை.

எதை நம்பி அவரிங்கே வந்தார்? அவருடைய நோக்கம் அதிர்ஷ்டத்தைக் காணுவதின் பொருட்டு இருந்ததால்தானே இங்கே படியேறி வந்தார்? துண்டேந்தி படியேறி வந்தவரிடம் தட்டிப் பறித்து வெறும் கையோடு எப்படித் திருப்பி அனுப்புவது? கொடுக்கிறேன், கொடுக்கவில்லை என்பதைத் தாண்டி அவருடைய அதிர்ஷ்டம் என் கையிலல்லவா இருந்தது? அதை அறிந்தேதானே பொத்தி வைத்திருந்தேன்? வேலுச்சாமி அண்ணன் அமர்ந்திருக்கும்போது, எதிரே என்னுடைய அப்பா ஓரக் கண்ணால் பார்த்தபடி எங்களது கடையைக் கடந்து போனார். உள்ளே ஓடிப்போய் கல்லாவைத் திறந்து ஐயாயிரம் ரூபாய் பணத்தை எடுத்து வந்து வேலுச்சாமி அண்ணன் கையில் கொடுத்தேன். 'மதினியோட மருந்துச் செலவுக்கு வச்சுக்கோங்கண்ணே. எப்ப முடியுமோ அப்ப தந்தாபோதும். தராட்டினாலும் பரவாயில்லைண்ணே' என்றேன். பரவசத்தோடு அந்த முடிப்பைக் கையில் வாங்கிய அவர் தூரத்தில் தாங்கித் தாங்கி நடந்துபோன என்னுடைய அப்பாவை நோக்கித் தாவியோடினார்.

# அத்தியாயம் 12

வேலுச்சாமி அண்ணன் அப்பாவிடம் போய் பணம் கொடுத்த விஷயத்தைச் சொன்ன அடுத்த நிமிடம், 'போர்ட்ல சமீபத்தில பெரிய பரிசடிச்ச மாதிரி எதுவும் எழுதிப் போடலையே. ஏவாரத்திலயும் பெரிய கூட்டமும் இல்லை' என்றாராம். அடுத்த நாள் கடைப் பையன் முற்றத்தில், மஞ்சள் ப்ளாஸ்டிக் வாளியிலிருந்து தண்ணீரை இறைத்துத் தெளித்துக்கொண்டிருந்தபோது வந்து இந்த விஷயத்தைச் சொன்னார். விளக்குப்போடுகிற நேரத்தில் வந்த அந்தச் செய்தி என்னைப் பரபரப்பூட்டியது. முகத்தில் அதைக் காட்டிக் கொள்ளாமல், 'ஏவாரி ஒருத்தர் ரெம்ப நாளா தராமா வச்சிருந்த பணம். வரவே வராதுன்னு முடிவு கட்டிருந்தேன். உங்களைப் பாத்ததும் கொடுக்கணும்னு தோணுச்சு' என்றதும் கன்னத்தில் விரல்களை ஒத்திக் கும்பிட்டார்.

அப்பாவுக்கு மூக்கு வியர்த்துவிட்டதால், இனி எந்தச் சூழ்நிலையிலும் பகுமானத்தை அள்ளித் தெருவில் இறைக்கக்கூடாதென முடிவெடுத்தேன். சுரண்டல் பெட்டியில் பொதிந்திருக்கிற அதிர்ஷ்டம் அத்தனையையும் அள்ளிப் பைக்குள் போட்டுக்கொள்ள முடியாது. கையில் கழுத்தில் தங்க ஆபரணங்கள் உடனடியாகக் கொழுத்து மிளிர்ந்தால் ஊரில் கேட்பதற்கு யாரும் வரமாட்டார்கள். போர்டில் எண்களே இல்லாமல் எப்படித் திடீர்ச் செல்வாக்கு என எவரும் ஆரம்பத்தில் கேட்கவும் மாட்டார்கள். இதுவே தொடர்ந்தால், 'ஏதோ தப்புச் சோலி பாக்கறான் போல' என மெல்ல முணுமுணுக்க ஆரம்பிப்பார்கள். அப்புறம் அது மெல்ல தேரடி வீதி வழியாகக் கடந்து உச்சி மலையில் ஏறி ஊருக்கே கேட்கும்படியான குரலாக மாறிப்போகும். அப்புறம் ஊரில் தொழில் பார்க்க முடியாது.

சிற்றூர்களில் நாணயம் தவறுகிறவர்களுக்கு, தலைக்குனிவே தண்டனையாக அமையும். ஒருத்தர் முகத்தை ஒருத்தர் பார்க்கிற

வியாபாரம் இது. குற்றாலத்தில் போய் சுற்றுலாப் பயணிகளிடமா வியாபாரம் செய்கிறோம்? தினமும் புதுப் புது ஆட்கள் வருவார்கள். சோப்பு, எண்ணையில்கூட போலிகளை ஊடுருவி விற்கலாம். திரும்பக் கொண்டுவந்து முறையிடவே மாட்டார்கள். அருவித் தண்ணீருக்கு வேண்டுமானால் போலியான நுரையதுவென தெரிந்திருக்கலாம். ஊரில் அப்படியெல்லாம் செய்ய முடியாது. வந்த ஆட்களே திரும்பவும் எந்த வியாபாரத்திலும் படியேற வேண்டும். ஊர் பகுமமானங்களைக் கடந்து படிப்படியாகத்தான் தீய உள்ளங்களை நெருங்கி அறியும்.

அடுத்த நொடியே உள்ளத்தைக் கவ்வி உண்மையை அறியும் அப்பாவின் பார்வையில் இருந்து தப்பிப்பதுதான் பெரும் பாடாக இருந்தது. அவர் என்னைக் கண்காணித்தபடியே இருந்தார். வேறு வழியில்லாமல் சோழிகளை உருட்டும் வேலையை நிறுத்திவிட்டு அதிர்ஷ்டத்தின் அதிகப் பங்கை உரியவர்களுக்குக் கொடுக்க ஆரம்பித்தேன். இதில் இன்னொரு சிக்கலும் இருந்தது. பனியன் கம்பெனி மாதிரி நெட்டுக்க ஆட்களை அமர வைத்து, எல்லோர் கையிலும் விளக்கைக் கொடுத்து எண்களைப் பார்த்துச் சொல் என்று சொல்கிற வியாபாரமா இது? காதும் காதும் வைத்த மாதிரி ரகசியமாகச் செய்கிற வேலை. மொத்தத்தில் இது வியாபாரமே இல்லை. எல்லா விதிகளுக்கும் அப்பாற்பட்டதே இது.

கதிர்வேலுவுக்கே நியாயமாகத் தெரிந்திருக்கக்கூடாது. அவன் ஒருபோதும் எந்தச் சூழ்நிலையிலும் என்னைக் காட்டித் தரமாட்டான் எனத் தெரிந்ததாலேயே அச்சம் எதுவும் இல்லை. மாட்டுகிற திருட்டு களையெல்லாம் எடுத்துப் பாருங்கள். கிட்டத்தட்ட தொண்ணூற்று ஐந்து சதவீதம் கூட்டுத் திருட்டுகளாக இருக்கும். சொல்வோம் என வஞ்சம் வைத்துச் செய்கிறவர்கள் என்பது குறைவுதான். வெறும் வாயாடும் கூட்டாளிகளால்தான் மாட்டிக் கொள்கிறார்கள். மதுக்கூடங் களில் கேளிக்கையின் நிமித்தம் செய்த திருட்டைச் சொல்வார்கள். சாகசமாகக்கூட அந்த நேரத்தில் புலம்பப்படலாம். குற்றவுணர்வின் உச்சத்தைக்கூட மது சில நேரங்களில் தொட்டு விடும்.

தனியாக எத்தனை கட்டுகளைத்தான் ஒரே ஆளால் பார்த்துவிட முடியும்? ஒவ்வொரு சீட்டை எடுக்கும்போதும் பரபரப்படைந்து இல்லையென்றதும் சோர்வாக அடுத்ததைத் தூக்கி என அந்த விளையாட்டு சலிக்கவும் செய்தது. கண்களின் அடியில் தடிமனான தசைக் கோடு ஒன்று உருவாகியது. இன்னும் சில நாட்களில் அது கறுத்து நிரந்தர வடுவாகவே மாறிவிடும். லேசர் அதிர்ஷ்டத்தின் ஒளியைக் காட்டுகிற அதே வேளையில் துக்கத்தின் சாயலையும்

கண்களில் ஏற்றியது. பார்க்கிறவர்கள் எல்லாம் என்னாச்சு எனக் கேட்டார்கள்.

பிறந்து வளர்ந்த அந்த ஊரில் சின்ன வயதில் தெப்பத் திருவிழாவில் பிளாஸ்டிக்கில் போட்டதற்கு அப்புறம் முதன்முறையாக கூலிங் க்ளாஸ் போட்டேன். அம்சமாக இருப்பதாக எல்லோரும் சொன்னார்கள். சின்னதாய் ஒரு மரியாதையைக்கூட அவர்களது கண்களில் பார்த்தேன். வண்ணப் பார்வைத் திரைக்கு அப்பால் நிற்கும் மனிதர்கள், ஒரு படக் காட்சியில் பங்கேற்றிருப்பவர்களைப் போலத் தனித்துத் தெரிந்தார்கள்.

என் கண்களுக்குள் இருக்கிற கருவளையத்தை அறியாத அவர்கள் அதில் கருணை இருப்பதாக நினைத்துக் கொண்டார்கள். அவர்களுக் கானதைத் தட்டிப் பறிக்கும் கண்கள் அவை என்பதை அவர்கள் அறிந்திருக்கவில்லை. தெரு முக்கில், பேருந்து நிலையத்தில் எனப் பார்க்கும் இடங்களில் எல்லாம் ஆட்களுக்கு எதையாவது கொடுத்த படி இருந்தேன். நல்ல பெயர் கூடி வந்தது. தெற்கிலிருந்து சாதகமான காற்று வீசக்கூடச் செய்தது. பொத்தாம் ஒவ்வொரு கட்டையும் எடுத்துப் பரிசோதித்துப் பார்ப்பேன். முதலிரண்டு பரிசுச் சீட்டு கிடைத்ததும் பிறவற்றைத் தோண்டுவதை நிறுத்திக் கொள்வேன்.

நானெடுத்த நெல்மணிகளுக்கும் திராணியான சதைப் பிடிப்பு இருந்தது. பெரிய பரிசுகளும் விழுந்தன. ஐம்பது நூறு எனச் சில அல்லாடவும் வைத்தன. மொத்தத்தில் கையில் காசு புழங்க ஆரம்பித்தது. வண்டியை மாற்றிவிட்டு பழைய காரொன்றைப் பகுதிப் பணம் கொடுத்து வாங்கினேன். அப்பாவிடம் பெருமையாகச் சொல்வார்கள் என்பதால் அத்தைகளிடம் போய்க் காண்பித்து, அவர்களை உட்கார வைத்து ஒரு சுற்றுக்கூடப் போய் வந்தேன். 'ஏறுன வேகத்தில அவர மாதிரியே கீழ விழுந்திருவியோன்னு அண்ணன் பயப்படுது' என்றாள் அத்தையொருத்தி. அவர் ஏன் துர்சாபத்தை என்மீது எப்போதும் போர்த்துகிறார்? நியாயமாக பரிசு விழுந்து பெரியளவில் வந்தால்கூட அவர் இப்படித்தான் என்னைக் குறித்துச் சந்தேகம் கொள்வார் என்றும் தோன்றியது.

சொன்ன அத்தையிடம் அதைச் சொல்லவும் செய்தேன். 'பொம்பளை இல்லாத வீடு. நாங்களும்கூட பெரிசா எதையும் செஞ்சதில்லை. செய்றதுக்கு என்ன இருந்துச்சுன்னு உனக்குத் தெரியாதா? தடம் மாறிப் போயிடக்கூடாதுன்னு பதற்றப்படறாரு. அந்தச் சிலையையும் உன்னையும்விட்டா அவருக்கு யாரு இருக்கா' என்றாள்.

கடை வாயிலில் இருந்த போர்டில் ஒழுக்கமாக எண்களை எழுதிப் போட ஆரம்பித்தேன். இரண்டு சீட்டுகள் மட்டும் எனக்கு என்பது போதுமானதாகவும் அப்போது இருந்தது. கடையில் மேலும் இரண்டு வண்டிகளை தவணையில் வாங்கிப் போட்டேன். இடையில் அம்பாசிடரில் கதிர்வேலு ஊருக்குப் போய்விட்டு வந்தான். அவனுடைய ஆச்சி நெகிழ்ந்துவிட்டாளாம். திரும்பி வந்த வெள்ளைக் கார் முழுக்க சந்தனமும் குங்குமமும் தெளிக்கப்பட்டிருந்தது. ‘எவ்வளவு நாள் காத்திருப்பு அவளுக்கு. சொந்தக்காரங்க வீட்டு வாசல்ல நின்னு ஹார்ன் அடிக்கச் சொன்னா’ என்றான் கதிர்வேலு.

நீண்ட நாட்களுக்குப் பிறகு மனம் நெகிழ்ந்து சிரித்தான். அவனுக்காகவாவது இந்தச் செழிப்பு தொடர வேண்டுமெனத் தோன்றியது. கதிர்வேலுவின் வழியாக அப்பாவுக்குக் கொஞ்சம் பணம் கொடுத்துவிட்டேன். நாகரிகமான வார்த்தைகள் சொல்லி வாங்க மறுத்துவிட்டார் எனக் கதிர்வேலு வந்து சொன்னான். அப்பாவுக்கும் கூட அவரது வயிற்றுக்கு ஏற்ற மாதிரிச் சிறு சிறு பரிசுகள் விழுந்தன. சாப்பாடு, போக்குவரத்துக்கு அவருக்குக் கவலை இல்லை. உட்கார்ந்து போகிற மாதிரி மூன்று சக்கர வாகனம் ஒன்றை வாங்கித் தரவா என கேட்டு அனுப்பியதற்கு இதுவரைக்கும் பதிலில்லை.

அவரை அப்படியேவிட்டுவிடவேண்டும். தேவையில்லாமல் உரசினால் மேலும் என்னை உற்றுப் பார்ப்பார். அந்தப் பார்வையின் உக்கிரத்தில் இருந்து தப்பத்தானே இத்தனை போராட்டமும். மழைக் காற்றடிப்பது நின்று நகரத்துத் தெருக்களில் வெக்கை பரவ ஆரம்பித்தது. மதியங்கள் மெல்லச் சுழல ஆரம்பித்தன. ஊரே ஒரு மந்தமான குடிகாரனைப்போல மதிய வேளைகளில் களைத்துத் தூங்கியது. பரமபதத்தின் ஏணியில் கால் வைக்கிறபோது, ஒரு வெப்பக் காற்று கடைக்குள் புகுந்து வீசியது. சொல்லி வைத்த மாதிரிப் பரிசுகளே இல்லை.

கொள்கைகளை எல்லாம் தூக்கித் தூரப்போட்டுவிட்டு, ஒரு கட்டில் இருக்கிற எல்லா சீட்டுகளைக்கூட எடுத்துப் பார்த்தேன். பெரிய பரிசெதுவும் கைகூடிவரவில்லை. இருக்கும் ஐம்பது நூறு பரிசுகளிலும் கைவைத்தால் நடக்கிற வியாபாரமும் சுருங்கிப் போகும். கறுப்புப் பலகையில் எண்கள் சிறுத்துப் போக ஆரம்பித்தன. எல்லா கட்டுகளிலும் கண் பதிப்பதைத் தற்காலிகமாக ஒத்தி வைத்தேன். தோராயமாக இரண்டு மூன்று கட்டுகளை எடுப்பேன். அதில் என்னுடைய அதிர்ஷ்டத்தைப் பரிசோதிப்பேன். சீட்டு நன்றாகப் பிடித்து வந்தால் மேலே முன்னேறுவேன். முதல் ஐந்தாறு சீட்டுகளில்

பெரிய பரிசு பிடிக்காவிட்டால், அவ்வளவுதான் இன்றைக்கு என வேறு வேலையைப் பார்க்கப் போய்விடுவேன்.

தொடர்ந்தாற்போல ஐந்து மாதத்துக்கு இந்த நிலை நீடித்தது. சட்டியில் இருந்ததை எல்லாம் சுரண்டிச் சாப்பிட்டுவிட்டோம். ஒரு மாதத்தில் மீதியைத் தந்துவிடுகிறேன் என தவணை சொல்லித்தான் காரை வாங்கியிருந்தேன். எந்தச் சூழ்நிலையிலும் எதையும் கடையில் விற்று விடக்கூடாது. ஊருக்குக் காட்டுவதற்காகவாவது மூச்சடைத்து கடைசி வரை போராட வேண்டும். நிலைப்படியை விற்கிற நிலைதான் அழிவின் ஆரம்ப கட்டம். அதை ஊருக்கு உரக்கச் சொல்லி விடக்கூடாது. பழைய மாதிரி தெற்கிலிருந்து காற்று வீசக்கூடச் செய்யலாம். அதுவரை தாக்குப் பிடித்து நின்றால் தப்பித்து விடலாம்.

வெறிகொண்டு அத்தனை சீட்டுகளையும் பல இரவுகள் விழித்து உற்றுப் பார்த்தேன். எனக்கான பெரிய பரிசுகள் எதுவும் அதில் இல்லவே இல்லை. ஏதோவொரு கரமொன்று என்னைப் பின்னோக்கி இழுப்பதாக உணர்ந்தேன். ‘ஒரு வகையில நீ தனியா இருக்கறது நல்லதுக்குத்தான். உங்கப்பாவோட கெட்ட நேரம் உன்னைச் சுத்துது’ என வீட்டைவிட்டு வெளியே வந்தபோது மீனாட்சி அத்தை சொன்னது நினைவுக்கு வந்தது. அவர் எதை எனக்கு நல்லவிதமாகக் கொடுத்துவிட்டார்? அவருடைய நாளும் கோளும்கூட என்னை ஒரு தெருநாயைப் போலக் கவ்விப் பிடிக்கின்றன. கோழை ஒழுகும் அதன் வாய்ப் பிடியிலிருந்து ஒட்டுமொத்தமாக விடுபட்டால்தான் விமோசனம் என்றும் தோன்றியது.

வழக்கமாக வாரம் ஒருதடவையாவது கடையைக் கடந்து போகிற மாதிரி நோட்டம் விடும் அவரைக்கூடக் காணவில்லை. ‘கொஞ்சம் செழிப்பு இல்லாத மாதிரித்தான் தெரியுது’ என மொத்தக் கடையில் வியாபாரிகள் சிலர் என் குறித்துப் பேசியதாக கதிர்வேலு வந்து சொன்னான். அவனுக்கும்கூட அடுத்தகட்டமாக என்ன செய்வதென்று தெரியவில்லை. கட்டிலிருந்து அதிர்ஷ்டத்தை உருவி எடுக்கலாம் தான். ஆனால் அவற்றிலும் ஐம்பதும் நூறும்தானே கொட்டிக் கிடக்கின்றன? அதையும் எடுத்தால் மண்ணாகிப் போவதைத் தவிர வேறு வழியே இல்லை. நற்காலம் என்னைச் சூழ்ந்திருந்த போதே அத்தனை அமிர்தத்தையும் அள்ளிச் சேகரித்திருக்க வேண்டும். அந்த வீணாய்ப்போன மனிதனின் கண்களுக்குப் பயந்து நேரம்கூடி வந்த வேளையில் குற்றவுணர்வோடு அலைந்துவிட்டேன் என்பதை உணர்ந்தேன்.

ஒரு விஷயத்தைச் செய்யக்கூடாது. செய்தால் திருத்தமாகச் செய்ய வேண்டும் என்கிற வியாபாரத்தின் அடிப்படை விதியையும் மறந்துவிட்டேன். உருப்படாத ஒரு வணிகனின் துலங்கி வராத பிள்ளையாய் நகரத்தில் என் பெயரும் விரைவில் பொறிக்கப் படலாம். அன்றிரவு அளவுக்கு மீறிக் குடித்துவிட்டு, மரமொன்றில் ஏறி 'என் அதிர்ஷ்டமே எங்கே இருக்கிறாய்' என வாய்விட்டுக் கத்தினேன். ஆந்தையொன்று என் கண்ணை உற்றுப் பார்த்தது. அந்த நேரம் அது கத்தியிருந்தால், அதன் சங்கை அறுத்திருப்பேன்.

# அத்தியாயம் 13

வீட்டிலிருந்த என்னுடைய பழைய துணிமணிகளையெல்லாம் தூக்கிக் கொண்டு வந்து கதிர்வேலுவின் வீட்டில் போட்டபோது, 'உன்னோட இயலாமைங்கறத உணராம எல்லாரையும் மாதிரியே அவர் மேலயே பழி போடறீயே' என்றான். அவனுடைய பிரசங்கத்தையெல்லாம் கேட்பதற்கு எனக்கு நேரமில்லை. கூடுதலாக ஒரு சொல் பேசினால் அவனைக்கூடத் தூக்கி எறியும் மனநிலையில் இருந்தேன் அப்போது. அது அவனுக்கும் தெரிந்தே இருந்தது என்பதால் வேறு ஒன்றும் பேசாமல் நகர்ந்து போனான். இடையில் வந்து நின்று, 'எது நடந்தாலும் அந்த அம்பாசிடர மட்டும் வித்துடக் கூடாது' என்றான். நிமிர்ந்து அவனையே கூர்ந்து பார்த்துவிட்டு, சரியென்பதைப் போலத் தலையை ஆட்டினேன்.

பரிசுகள் அடித்து மேலே ஏறிக் கொண்டிருந்தபோது, ஜோசப் அவ்வப் போது நினைவுக்கு வருவான். அழைத்துப் பேசத் தோன்றாதது குறித்து வருத்தப்பட்டேன். கிளம்பி வருகையில் அவன் கடைசியாய் சொன்னது ஞாபகத்துக்கு வந்தது. 'பணம் வரும்போது மெல்லமா தான் வரும். போகும்போதுதான் ராஜபாளையம் நாய் தொரத்துற முயல் குட்டி மாதிரி தவ்விக்கிட்டு வேகமா ஓடித் தப்பிச்சிடும்' என்றான். அந்த வார்த்தைகளை அனுபவப்பூர்வமாக உணர்ந்தேன். ஐநூறு ரூபாய் நோட்டுகளை மடிப்பு நீக்கி ஒரு கொத்தாக மாற்றும் போது அது தோன்றவேயில்லை.

கிழிந்த பத்திருபது ரூபாய் நோட்டுகளை எண்ணவே பிடிக்க வில்லை. ஜோசப்பை தொலைபேசியில் பிடித்துப் பேசினேன். 'ஒருநாள் என்னைத் தேடிக்கிட்டு வருவேன்னு எனக்குத் தெரியும். உனக்கு முன்னாடி தடுக்கி விழுந்து ஓடி நிற்கிறவன் நான்' என்றான். அப்போதுதான் ஜோசப்பின் கண்களில் கருவளையத்தைப் பார்க்காதது உரைத்தது. கருவளையத்தைக் கடந்து வேறொரு

வண்ணச் சுழற்சிக்குள் அவன் நுழைந்துவிட்டது புரிந்தது. அவனும் கூட வெறிகொண்டு சுரண்டியிருப்பான். எப்படித் தப்பித்து வண்ணமயமான கடையைப் போட்டிருப்பான்?

எது அவனை மறுபடி கொத்தித் தூக்கி உச்சாணிக் கொம்பில் அமர வைத்திருக்கும்? 'இன்னொரு வாய்ப்பிருக்கு சீக்கிரம் சொல்றேன்' எனச் சொன்னதை நம்பித்தான் அவனுக்குத் தொலைபேசி செய்திருந்தேன். உடனே கிளம்பி வரச் சொன்னான். அந்த முறை சொந்த அம்பாசிடரை விட்டுவிட்டுப் பேருந்து பிடித்து அவனைப் பார்க்கக் கிளம்பிப் போனேன். அந்த நேரத்தில் என்னுடைய பகுமானமும் பொந்தில் ஒளியும் எலியைப் போல ஒடுங்கியிருந்தது.

ஜோசப் எனக்கு காட்டு பங்களாவொன்றினை ஏற்பாடு செய்து வைத்திருந்தான். அந்தப் பகுதியில் இருக்கிற மிளகு ஏற்றுமதியாளர் ஒருத்தரின் பங்களா அது. அதுவரை அப்படியான இடத்தில் தங்கியதே இல்லை. ஆனால் ஆங்கிலப் பத்திரிகைகளின் வழியாக அப்படியான பங்களாக்கள் குறித்து உள்ளும்புறமும் அறிந்து வைத்திருந்தேன். ஒன்பது அறைகள் இருந்தன. அங்கே குளியலறை கூட எங்களுடைய வீட்டைவிடப் பெரிதாக இருந்தது. குளியலறையில் சுடுதண்ணீர் போடுவதற்கான இயந்திரம் இருந்தது. முழுநீளக் கண்ணாடியொன்று அவ்வறைக்குள் இருந்தது. அதில் நின்று என் முழு உருவத்தை நீண்ட நாளுக்குப் பிறகு பார்த்தேன்.

இரும்பு பீரோ ஒன்றை வாங்கப் போனபோது, அதில் ஒட்டியிருந்த கண்ணாடியில் நின்று பார்த்தது நினைவுக்கு வந்தது. தரம் குறைந்த ரசம் பூசப்பட்ட அது என்னை ஒளியில்லாமல் காட்டியது. வெளியில் இருந்து விழுந்த குறைந்த ஒளிகூட அதற்குக் காரணமாக இருக்கலாம். அந்தக் குளியலறையில் இருந்த கண்ணாடியில் என்னுடைய முகத்தின் வனப்பை பார்த்தேன். யாருக்கும் குறைவில்லாத ஒளியை அந்தக் கண்ணாடி எதிரொலித்தது. எதிரில் இருந்த சின்ன நாற்காலியில், துண்டைக் கட்டியமர்ந்து முகத்தையே பார்த்துக் கொண்டிருந்தேன்.

அம்மாவின் சதுர வாக்கிலான புகைப்படம் ஒன்று எங்களுடைய பழைய பெட்டியில் இருக்கிறது. அவளுடைய ஞாபகம் வந்துவிடக் கூடாது என்பதற்காக அந்தப் பக்கம் தலையைக்கூட வைக்கமாட்டேன். வலது கையை எடுத்து மீசையை மறைத்து மூக்குக்கு மேலே இருக்கிற அம்முகத்தைப் பார்த்தேன். அப்படியே என் அம்மாவைப் போலவே வட்ட முகம் எனக்கு. பார்த்தவுடன் அது தெரியவில்லை. உற்றுப் பார்த்துக்கொண்டே இருந்தால் என்னுடைய முகம் மறைந்து அம்மாவின் சாயல் எட்டிப் பார்க்கும்.

மாநிறமான அம்முகத்தின் வலது புருவத்துக்கு மேலே சின்னதாய் ஒரு மச்சம் இருந்தது. பிறந்தபோது எல்லோரும் அதிர்ஷ்ட மச்சம் அது என்றார்களாம். குளியலறையைச் சுற்றிப் பார்த்தேன். விதம் விதமான அழகு சாதன பூசு பொருட்கள் அந்த அலமாரியில் நிறைந்திருந்தன. எல்லாமும் வெளிநாட்டு இறக்குமதிகள். ஒவ்வொன்றாய் எடுத்து முகர்ந்து பார்த்தேன். வெந்நீரில் சுகமான ஒரு குளியலைப் போட்டேன். அரசனைப் போல உண்பது இருக்கட்டும். அவனைப் போலக் குளிப்பதே ஒரு சுகம்.

சந்தனக் கலவை இருந்திருந்தால் நன்றாக இருக்கும் என்று தோன்றியது. குங்குமப்பூவால் தயாரிக்கப்பட்ட க்ரீம் ஒன்றைப் பார்த்து எடுத்தேன். குங்குமப்பூ சாப்பிட்டால் பிள்ளை நிறமாக பிறப்பான் என எங்கள் பக்கத்தில் சொல்வார்கள். வசதி இருந்திருந்தால் என்னுடைய அம்மாகூட பாலில் கலந்து குடித்திருக்கலாம். அம்மாவை நினைத்துக் குங்குமப்பூ வாசனைக் குழையலை எடுத்து உடலில் பூசினேன். வழுக்கியோடிய அதைப் பூசிய அடுத்த நிமிடத்தில் உடலில் ஒரு மினுமினுப்பு வந்தது மாதிரித் தெரிந்தது.

தோள்பட்டையை மூக்குக்கு அருகே நகர்த்திப் போய் முகர்ந்தேன். சந்தன வாடையும் கலந்து அடித்தது அதில். வாசனைத் திரவியங்களைப் பூசிக்கொண்டு வெளியே வந்தபோது, ஜோசப் மேஜையில் வெளிநாட்டு மதுப் பாட்டில் ஒன்றை வைத்திருந்தான். இடுப்பை ஒடித்து ஆடும் ஒரு பெண்ணின் வளைவைப் போல இருந்தது அந்தப் பாட்டிலின் அடிப்பாகம். கையில் எடுத்து வைத்துத் தடவிக் கொடுக்கலாம் எனத் தோன்றியது.

அடியில் தட்டித் திறக்கும் பாட்டில் அல்ல அது. மூடியை லாவகமாகத் திறந்தான் ஜோசப். என்ன காரணத்துக்காகக் கிளம்பி வந்தாய் என ஒரு வார்த்தைகூட அவன் கேட்காதது குறித்து வியந்தேன். என்னைக் கொண்டாட்டமான மனநிலைக்கு அவன் நகர்த்த பிரயத்தனப்படுகிறான் என்பதை உணர்ந்தேன். எனக்கும்கூட ஊரில் இருந்தபோது இருந்த மனநிலை அப்போது இல்லை. அந்தக் குளியலறைக்குள் நுழைந்த பிறகு எனக்கான அறைகள் எவ்வளவு விசாலமானவை என்பது புரிந்தது. இரைகள் எல்லா பக்கமும் துள்ளிக் குதித்து ஓடிக் கொண்டுதானிருக்கின்றன. பார்க்காதது யாருடைய குற்றம் என கதிர்வேலு கேட்டது குறித்தும் குளிக்கையில் சிந்தித்தேன்.

என்ன இல்லை என்னிடம்? ஒரு பெண்ணை மட்டும் வைத்திருக்கிற மொத்தக் கடை முதலாளி யாராவது பார்த்தால் அடுத்த நிமிடம் உச்சத்துக்குப் போய்விடலாம். மொத்தக் கடையை உலகம் தெரிந்த கடையாக மாற்றிக் காட்டிவிடுவேன். சோர்வே வராமல் ஓடுகிற

திராணியும் இருக்கிறது. இழப்பதற்கு குளிருக்குப் போர்த்திப் படுக்கிற ராஜபோகம் அரிசிச் சாக்கு மட்டுமே இருக்கிறது. எல்லா வற்றையும் இழந்த ஜோசப் மீண்டும் எழுந்து நிற்கவில்லையா? ஆழமாகச் சிந்தித்துக் கொண்டிருந்தபோது, 'ரெண்டு வகை இருக்கு. செலவுகளை நம்மளைச் சுத்தி இழுத்து வச்சுக்கிட்டு அதுக்காக பணத்தை விரட்டி ஓடறது. இன்னொன்னு வர்றத வச்சு செலவு பண்ணி வாழ்றது. இந்த பங்களாக்காரர் எல்லாம் முதல் வகை. பெரும்பாலும் முதல் வகை ஆட்கள்தான் முட்டி மோதி முன்னுக்கு வர்றாங்க' என்றான்.

என்னுடைய அம்பாசிடரோடு வைத்து ஒப்பிட்டுப் பார்த்தபோது அவன் சொன்னதில் அர்த்தம் இருப்பதாகவே தோன்றியது. ஜோசப் அந்த மனநிலையில் வணிகத்தைப் பற்றிப் பேச விரும்பவில்லை என்பது புரிந்ததால் அவனுடைய போக்கில்விட்டேன். அடர்த்தி யில்லாத அந்த உயர்ரக மது நெஞ்சுக்குள் கசப்பைத் தணிக்கிற குளிராய் இறங்கியது. இந்நேரம் உள்ளூர் சரக்காக இருந்திருந்தால் நெஞ்சை அறுத்திருக்கும். 'உனக்கு ஒரு சங்கதி ஒண்ண அனுப்பி வைக்கேன். காலையில தெளிச்சியா வா. உக்காந்து பேசலாம்' எனச் சொல்லிவிட்டு எழுந்தான்.

ஜோசப் சங்கதி என எதைச் சொன்னான் என்பது புரிந்தது. அவன் போன பிறகு அதுவரை பார்த்த கைக்கெட்டாத, சங்கதிகள் ஒவ்வொன்றையும் வரிசையாக நினைவில் இழுத்து வந்து பிடித்தேன். ஒவ்வொரு சங்கதியும் ஒவ்வொரு விதம். அவன் போன பிறகு அறையைவிட்டு வெளியே போய் பங்களாவின் வாசல் படியில் நாற்காலியையும் மேஜையையும் போட்டு அமர்ந்தேன். அதுவரை அங்கே குத்தவைத்து பீடி குடித்துக் கொண்டிருந்த காவலாளி எழுந்து நின்று வணக்கம் போட்டார். முதலாளியின் பங்குதாரர் என அவர் நினைத்திருப்பார்போல. அதற்குத் தோதாகத் தலையை மட்டும் ஆட்டினேன். அங்கே நிற்காமல் வேறொரு பக்கம் நடந்துபோய், இருளுக்குள் அமர்ந்தார். எனக்கு வலது பக்க இருளில்தான் அமர்ந்திருந்த அவருடைய முகத்தில் மஞ்சள் வெளிச்சம் படர்ந்த போது திரும்பிப் பார்த்தேன். காரொன்று வாயிலுக்கு வெளியே நின்று சத்தம் கொடுத்தது.

இருளுக்குள் இருந்து எழுந்து ஓடினார் அந்த வயதான காவலாளி. பங்களாவின் கார் நிறுத்துமிடத்துக்கு வந்த காரில் இருந்து இறங்கினாள் அந்தப் பெண். என்னை நோக்கிப் போகுமாறு அந்தப் பெண்ணிடம் சொன்ன ஜோசப்பின் வேலையாள் அங்கிருந்தபடியே கைகாட்டிவிட்டு காரை கிளப்பித் திரும்பிப் போனான். பெரியவரின்

முகத்தைப் பார்த்தபோது, இது எப்போதும் நடக்கும் கதை என்பதைப் போல குனிந்து நடந்து பழைய மாதிரி அந்த இடத்திலேயே போய்க் குத்த வைத்தார்.

கொஞ்ச தூரத்தில் வரலாமா வேண்டாமா என்பது போலத் தயங்கி நடந்து வந்த அவளது முழு உருவத்தை விளக்கொளியில் பார்த்தேன். முதலில் முகம் சரியாகத் தெரியவில்லை. வெளிச்சத்துக்குள் அவள் இடுப்பை மெல்ல ஆட்டியபடி முன்னேறி வந்தபோது பச்சை நிறச் சேலை கட்டியிருப்பது தெரிந்தது. கையில் இரண்டு மூன்று துணிகள் வைக்கிற மாதிரி ஒரு பை வைத்திருந்தாள். 'தயங்காம இங்க வாங்க' என்றேன். நாற்காலியில் இருந்து எழுந்து அறைக்குள் நடந்தபோது பின்னாலேயே நடந்து வந்தாள். அறைக்குள் இருந்த கட்டிலில் தயக்கத்தோடு அமர்ந்து பையைக் கைவிட்டு இருகைகளையும் தொடையில் படரவிட்டபடி ஒடுங்கி அமர்ந்திருந்தாள்.

புருவங்கள் கைநடுங்காமல் துல்லியமாக வரைந்து அழகுபடுத்தப் பட்டு, திருத்தமான அழகோடு இருந்தாள் அவள். என்னோடு ஒன்பதாம் வகுப்பில் ஒன்றாகப் படித்த லாவண்யாவை சமீபத்தில் கூடப் பார்த்தேன். அவளுடைய அப்பா சந்தையில் ஒட்டுமொத்த அரிசி வியாபாரி. இவள் அவளைப் போலவே இருந்தாள். அப்படியே முகத்தில் இருந்து சரிந்து அவளது கழுத்தை நோக்கி உற்றுப் பார்த்த போது, என்ன என்பதைப் போல இரு புருவத்தையும் உயர்த்தி கேட்கும் பாவனை செய்தாள். நல்லவொரு இரைதான் அவள்.

நடுவீட்டைப்போல விஸ்தாரமாக விரிந்து கிடக்கிற குளியலறையில் நறுமணங்கள் சூழ ஒரு பெண்ணோடு குளிப்பது என்பது என்னுடைய நெடுநாளைய கனவு. ஒரு அரசனைப் போலக் குளிப்பாட்டப் படவேண்டும். இங்கே வாவென அழைத்துவிட்டு, கையில் கோப்பையுடன் குளியலறைக்குள் நுழைந்தேன். குளியலறை மின் விளக்கை அணைத்துவிட்டு யானையின் தும்பிக்கையைப் போல அங்கேயிருந்த கருப்பு மெழுகுவர்த்தியை ஏற்றினேன். கண்ணாடியில் நெருப்பினொளி விழுந்தபோது, அவளுடைய முகத்தில் சிவப்பும் மஞ்சளும் கலந்த ஒரு வண்ணம் அப்பியது. மெழுகுவர்த்தி உருகுகிற மனம் அறையெங்கும் பரவியது. குளியலறைக்குள் கொத்துகிற சத்தம் கேட்டபடியே இருந்தது.

# அத்தியாயம் 14

'நல்ல இரையெடுத்தால் தெளிச்சி தானா வந்திடுது' என அவனுடைய கடைப் படியேறுகிற சமயத்தில் என்னுடைய முகத்தைப் பார்த்து உரத்துச் சொன்னான் ஜோசப். படிக்கட்டுகளுக்கு மேல் ஜோசப்போடு நாலைந்து பேர் நின்றிருந்தார்கள். அத்தனை பேர் கழுத்திலும் பிரம்பு தடியில் தங்கச் சங்கிலிகள் தொங்கின. தங்கம் மட்டுமே இங்கே அதிர்ஷ்டத்தின் அடையாளம். அதனால்தான் அத்தனை சீட்டுகளிலும் பொங்கல் பானையில் தங்கக் காசுகள் குவித்திருக்கிற மாதிரி படம் போட்டிருப்பார்கள். கடையில்கூட தங்கக் காசுக் குடங்களோடு அமர்ந்திருக்கும் லட்சுமி, இல்லா விட்டால் பிள்ளையார் படங்கள் இருக்கும். வெங்கடாசலபதிக்குத் தங்கக் காசு வாங்கி முடிந்து அந்த மரமேடையில் வைத்திருப்பார்கள். என் கழுத்தில் தங்கம் மெலிந்து கிடந்தது. கிழக்குப் பார்த்த கடை என்பதால் சூரியன் எழும்பி அவர்களது கழுத்தில் கிடந்த தங்கத்தில் பட்டு எதிரொலித்தது. தங்கத்தைத் தொட்டுத் தடவிக் கொடுத்தது ஒளி. என் முகத்தில் தங்கத்தின் ஒளி ஏறியது போலத் தோன்றியது. அதை யாசித்துத்தான் ஜோசப்பின் கடைப் படியேறினேன்.

எல்லோருக்கும் வாசலிலேயே விடை கொடுத்துவிட்டு கடைக்குள் இருந்த அவனுடைய அறைக்கு அழைத்துப் போனான் ஜோசப். 'சுரண்டலுக்கு வேற யாராவது நம்பிக்கையான ஆள் கெடைக்கலியா' என்றான். 'கதிர்வேலு பார்ப்பான். ஆனால் அத்தனை துல்லியமில்லை. தவற சில நேரங்கள்ள நம்மையும் சேர்த்து குற்றவுணர்வுக்குள்ள தள்ளிடுவான்' என்றேன். சில நிமிடங்கள் அமைதியாக இருந்த ஜோசப், 'அது மாதிரி ஆள்கள எப்பவும் பக்கத்தில வச்சுக்கக்கூடாது. பொதுவா சொல்றேன்' என்றபோது, அதற்கு எந்தவித பதிலையும் சொல்லாமல் அமைதியாக இருந்தேன்.

'உனக்கு இருக்கற மாதிரிதான் எனக்கும் சிக்கல் இருக்கு. என்ன பெரியளவுக்கு இல்லை. எண்ட்ட இருக்கற நாலஞ்சு நம்பிக்கையான ஆள்கள வச்சு சுரண்டல் ஓடிக்கிட்டு இருக்கு. உன்னை மாதிரி எனக்கு நல்லா இங்கிலீஸ் பேசத் தெரியாது. நாசூக்கா கால்ல விழற தொடர்பு இது. உனக்கு ஏதாச்சும் பண்ணனும்ணு வேற எனக்குத் தோணுது. சேர்ந்து செஞ்சோம்ணா இன்னும் பெரிசா செய்யலாம்' எனச் சுற்றி வளைத்தான். 'ஜோசப் கொஞ்ச நேரத்துக்கு முன்னாடி அந்த மாதிரியான ஆள்கள தொரத்தணும்னு சொன்ன. அந்த நேரத்திலகூட அவன்கூட நின்னேன்ல. அதை மாதிரித்தான் உங்கூட நான் நிற்பேன்' என்ற போது சந்தேகம் தீர்ந்தது என்பதைப் போலப் பார்த்துச் சிரித்தான்.

ஜோசப் டெல்லியில் ஒரு தொடர்பைப் பிடித்திருந்தான். மத்திய அரசு அலுவலகமொன்றில் அவருக்குச் செல்வாக்கு இருந்தது. பல்வேறு மாநிலத் தலைமைச் செயலக மட்டங்களில் அவர் சொன்னால் காரியம் நடக்கும். லாட்டரியை அச்சடிக்கும் சிக்கிம், அஸ்ஸாம், மணிப்பூர் போன்ற மாநிலங்களின் தலைமைச் செயலகங்களில்தான் லாட்டரி குலுக்கல்களை நடத்துகிறார்கள். அதிகாரிகள் நினைத்தால், அதில் பெரியளவில் முறைகேடுகள் செய்யலாம். டெல்லியில் அவன் பிடித்து வைத்திருந்த தொடர்புக்கு சின்ன அளவுகளில் இந்த வேலையைச் செய்யத் திராணி இருந்தது.

பெரிய பரிசுகளில் அடிக்கடி கைவைத்தால் மாட்டிக் கொள்வோம் என்பதால் சின்னப் பரிசுகளைக் குறிவைத்தார்கள். கோடிக்கணக்கான லாட்டரிகள் தினமும் காற்றில் பறக்க விடப்படுகின்றன. பல்வேறு கம்பெனிகளின் தயாரிப்புகள் அவை. ஒருநாளைக்கு திருப்பதியில் பூஜை நடக்கிற மாதிரி இங்கே குலுக்கல்கள் நடந்தபடியே இருக்கும். ஜருஹண்டி என ஒரு குலுக்கலைத் தள்ளிவிட்டு அடுத்ததைப் பிடித்து இழுப்பார்கள். பெரிய ராட்சத பலூனொன்றினுள் எண்கள் காற்றில் ஆடிப் பறந்து கொண்டிருக்கும். அதிர்ஷ்டத்தைத் தருகிற படுத்த வாக்கிலான தர்ம சக்கரம் சுழன்றபடியே இருக்கும்.

அந்தச் சக்கரம் சொல்லும் எண்களை மாற்றிச் சொல்வதுதான் அந்த வேலை. குறிப்பிட்ட எண்ணைக் கொடுத்துவிட்டால் அதற்கு பரிசடித்துக் கொடுத்துவிடுவார்கள். வரியெல்லாம் போக கையில் கிடைக்கும் பரிசுத் தொகையில் நாற்பது சதம் அவர்களுக்கு. அறுபது சதம் எங்களுக்கு. எங்களில்கூட என்னைப் போலச் சில கூட்டாளிகள் உண்டு. லட்ச ரூபாய் என்பது மாறிப் போய் அப்போதுதான் புதிதாக ஐம்பது லட்சம் வரை பரிசு கொடுக்கிற மாதிரியான புதிய சீட்டுகள் சந்தைக்கு வந்திருந்தன.

ஐநூறு ரூபாய், ஆயிரம் ரூபாய் பரிசுகளை மட்டும் முதல் கட்டமாகக் குறிவைக்கலாம் என அந்த டெல்லி மனிதர் சொல்லியிருக்கிறாராம். ஒரு நம்பரில் ஒரு சீட்டு விற்பது என்பது போய், பல்வேறு சீரியல்களில் இருநூறு எண்கள் கொண்ட ஒரே வரிசைச் சீட்டுகள்கூட வந்தன. ஐநூறு பரிசடித்தால், இருநூறு சீட்டுகளுக்கும் சேர்த்து ஒருலட்ச ரூபாய். வரிப் பிடித்தமெல்லாம் போக தோராயமாக அறுபத்தைந்தாயிரம் கிடைக்கும்.

மொத்தக் கடையாக இருந்தால், எவ்வளவு சீட்டுக்கள் வந்தன என்பது யாருக்கும் தெரியாது. ஆனால் சிறு வியாபாரிகளான நாங்கள் ஒரேயிடத்தில் சீட்டுகளை எடுத்துக் கொண்டிருக்கவே கூடாது. சிவகாசியில் இன்றைக்கு எடுத்தால், நாளை விருதுநகரில் எடுக்க வேண்டும். குறிப்பிட்ட கடையில் சீட்டெடுத்து அந்த எண்ணை ஜோசப்பிடம் சொன்னால், பரிசு விழுந்துவிடும். ஒருநாளைக்கு எத்தனை எண்களை வேண்டுமானாலும் கொடுக்கலாம். ஆனால் அந்த டெல்லி தொடர்பால் முடிந்தளவுக்குத்தான் செய்து கொடுக்க முடியும். குலுக்கல் நடைபெறுகிற இடத்தில் அவரும் ஒரு முக்கியமான குண்டூசி. கடப்பாரை கொண்டு தங்கத்தைத் தோண்டுகிறவர்களெல்லாம் அங்கே இருக்கிறார்கள். பரிசடித்த ஒரு மணி நேரத்தில் அவர்களுக்கான கமிஷன் தொகையை வங்கிக் கணக்கில் செலுத்தி விட வேண்டும்.

பெரிய ஆட்களை நெருங்க வேண்டுமெனில் முன்பணம் கேட்பார்கள். அவர்களது மனைவிமார்களை தங்கத்தில் குளிப்பாட்ட விரும்புவார்கள். வெளிநாடுகளுக்கு அழைத்துப் போய் அவர்களது அறைக்குள் பச்சைக் கிளிகளைப் பறக்க விட வேண்டும். அங்கிருக்கிற நீச்சல் குளத்தில் பரிசுத்தமான தங்க நிறத்தைப் பருகியபடி அவர்கள் மோன நிலைக்குப் போகும்போது ஆயிரம் எண்களை நீட்டினால்கூட செய்து கொடுத்துவிடுவார்கள். பத்து எண்களைக் கொடுத்தால் டெல்லி தொடர்பால் இரண்டு பரிசுகளைப் பெற்றுத் தர முடியும். தாசில்தார் அலுவலகம் ஒன்றில் பார்த்திருக்கிறேன். நூறு ரூபாய் கொடுத்து அவரிடம் கையெழுத்து வாங்க ஆட்கள் வரிசையாக நிற்பார்கள். அங்கிருக்கிற கடை நிலை பணியாள் நிற்கிற பத்துப் பேரிடம் காசை வாங்கிவிட்டு, பதினோரு விண்ணப்பங்களை மேஜையில் வைப்பார். அந்த ஒரு விண்ணப்பத்துக்காரர் டீக்கடையில் கடைநிலை பணியாளருக்காகக் காத்திருப்பார். கடைநிலை ஊழியருக்கு பத்துக்கு ஒரு பேப்பர் போனஸ் என்கிற மாதிரி டெல்லி தொடர்பின் நிலை இருப்பதாக ஜோசப் சொன்னான்.

இந்த வேலையை ஜோசப்பாலேயே செய்திருக்க முடியும். எதற்காக நான் என்ற யோசனையில் இருந்தபோது, ‘மக்கா இங்க பாரு. அந்த

டெல்லி தொடர்பு ரெம்பச் சின்னது. ஆரம்பத்தில பயன்படுத்திக்கிட்டு அடுத்த கட்டத்துக்கு நகரத்தான் உன்னோட உதவி தேவைப்படுது. குலுக்கல் நடக்கற இடங்கள்ள தொடர்பு கிடைக்கிற அதிகாரிங்கள போயி பாக்கற மாதிரி இருக்கும். இங்க மலையாளத்தானுங்கள நம்ப முடியாது' என்றான். அவன் சொன்ன அடுத்த கணத்திலிருந்து தர்ம சக்கரத்தைச் சுற்றிப் பறக்க ஆரம்பித்தேன். 'உனக்கு பத்து சதவீதம் எடுத்துக்கோ. ஆரம்பிக்கப்பயே சேந்து செய்வோம். இது ஒரு தொழிலா கூடி வந்திச்சுன்னா பின்னாடி சதவீத கணக்கெல்லாம் இல்லாம பார்ட்னர் ஆகிக்கலாம்' என்றான் ஜோசப்.

அறிமுகம் என்கிற வகையில் அதுவொரு நல்ல ஒப்பந்தம்தான். மதியத்துக்கு எங்கிருந்தோ மான்கறி சமைக்கச் சொல்லி எடுத்து வந்து கொடுத்தான். வயிறு கொள்ள முடியாத அளவுக்கு ஆவலாகச் சாப்பிட்டேன். சாப்பிட்ட ஒரு மணிநேரத்தில் மீண்டும் பசித்தது. பக்குவமாக வேக வைக்கப்பட்ட மானிறைச்சி வயிற்றுக்குள் ஓடியே செரித்தது. 'எந்தக் காலத்துலயும் உன்னோட கடைல இருந்து மட்டும் சீட்டெடுத்திடாத' என்றான் கிளம்புகையில்.

அதன் விபரீதம் எனக்குப் புரிந்தது. இன்னொரு மொத்த வியாபாரியிடம் நாங்கள் சீட்டெடுக்கும்போதே இந்த வரிசை எண்கள் இன்னார் கடைக்குப் போயிருக்கிறது என எல்லா கணக்கு வழக்கும் இருக்கும். பரிசடித்துவிட்டு அதை போர்டில் எழுதிப் போடாமல் இருந்தால் அவர்களுக்குத் தெரிந்துவிடும். விற்காத சீட்டில் விழுந்தது என்று சொல்லலாம். எத்தனை தடவை அப்படிச் சொல்லி விட முடியும்? சுரண்டலைப்போல பரிசுகளை இதில் விட்டுக் கொடுக்கவும் முடியாது. நாற்பது சதவீத கமிஷன் தொகையை எவன் கட்டுவது?

எல்லா தொழிலிலும் பல்வேறு சிக்கல்கள் இருந்தன. பரிசுக்குத் தேர்ந்தெடுக்கிற சீட்டுக்கள் உடனடியாகக் கைக்கு வந்துவிட வேண்டும். ஒருநாள் தாமதித்தாலும் அது நம் கையில் பரிசாக வந்து சேர்வதற்கு உத்தரவாதம் இல்லை. ஏனெனில் சீட்டை வாங்கப் போகிறவன் அதில் பரிசடிக்கும் எனத் தெரிந்தே வாங்குகிறான். எதற்காக வாங்குகிறோம் என்பதே தெரியாமல் யாரையாவது வாங்கச் சொல்லலாம்தான். ஆனால் தினமும் எப்படி ஒரே ஆளை போய் வாங்கச் சொல்ல முடியும்? மறுநாள் பரிசடித்த விபரம் அவருக்குத் தெரிந்தால், சந்தேகத்தின் பொறி தட்டிவிடாதா? கவனமாகச் செய்ய வேண்டிய விஷயமிது என்பதால்தான் ஜோசப்பே மருகித் தவிக்கிறான்.

முதல்கட்டமாக நானே நேரிடையாகக் களத்தில் இறங்க வேண்டுமெனத் தீர்மானித்தேன். எல்லாம் தெரிந்த கிளி உள்ளூரில் மட்டும் நெல்மணிகளைப் பொறுக்கவே கூடாது. கதிர்வேலுவிடம் ஏதாவது நடந்தால் சொல்லிக்கொள்ளலாம் எனத் தீர்மானித்தேன். எங்கே போய் முதல் சீட்டை எடுக்கலாம் என யோசித்தபோது புளியம்பட்டி போகலாமென திடீரெனத் தோன்றியது. எதற்காக அந்த ஊர் பெயர் தோன்றியதென நீண்ட நேரமாக யோசித்தேன். பக்கத்தில் இருப்பதுகூட காரணமாக இருக்கலாம். அத்தனை ஊர்கள் பக்கத்தில் இருக்கையில் அது மட்டும் எப்படி உடனடியாக ஞாபகத்துக்கு வந்தது?

அம்மாவின் நல்லழைப்புபோல என எண்ணிக்கொண்டேன். புளியம் பட்டி அந்தோணியார் கோவிலுக்குள் மட்டும் போய்விடவே கூடாது என உள்மனம் சொன்னது. எதற்காக அங்கே போகப் பயப்பட வேண்டும்? பேருந்து நிலையத்தில் காரை நிறுத்திவிட்டு கோவிலை நோக்கி நடந்தேன். புளிய மர நிழலில் ஜனங்கள் குடும்பத்தோடு அமர்ந்திருந்தார்கள். வேண்டுதல்களுக்கான கெடாக் கறி வேகிற மணம் அப்பகுதியெங்கும் சூழ்ந்திருந்தது. மசாலாவில் தேங்காய்த் துருவலைக் கலக்கும்போது வருகிற மணத்தை அடையாளம் கண்டபோது, அங்கே கொஞ்ச நேரம் அமர்ந்திருக்க வேண்டும் போலத் தோன்றியது. எதிரே இருக்கிற சுவரில் எக்கி ஏறியமர்ந்து அங்கு வந்து போகிறவர்களை வேடிக்கை பார்த்துக் கொண்டிருந்தேன்.

கழுத்து எலும்புகள் துருத்தி நீட்டிய பெண்ணொருத்தியை அவளுடைய அப்பா போலத் தெரிந்த ஒருத்தர் அழைத்து வந்தார். தலையைத் தொங்கப் போட்டுப் பரிதாபமாக நடந்து வந்த அந்தப் பெண் கோவிலின் வெளி வாயிலுக்கு உள்ளே காலை வைத்ததும், அந்தப் பெரியவரின் கையை உதறி தலைமுடியை விரித்துப் போட்டு தரையில் அமர்ந்து தட்டாமாலை சுற்றி ஆடினாள். எனக்கும் அவளுக்குமான பார்வைத் தூரம் முப்பது அடிகள் இருக்கலாம். தலையைத் தொங்கப்போட்டு ஆட்டிக் கொண்டிருந்த அவள் கழுத்தை வெளிப்பக்கமாகத் திருப்பி விழிகளை உருட்டி என்னை முறைத்துப் பார்த்துவிட்டு சத்தமாக 'கடல் கடந்து மட்டும் பறந்து போயிடாத' என்றாள். முகமெங்கும் நிலவை மறைக்கும் மேகங்களைப் போல முடிக் கற்றைகள் பரவித் தோரணமாகி, திரைச்சீலைக்குப் பின்னால் உள்ள முட்டைக் கண்கள் என்னையே உற்றுப் பார்த்தன. வெட்டுப்பட்ட மாடொன்றின் நிலைகுத்தியிருக்கும் உருளை விழிகளைப் போலவிருந்தன அவை.

அவள் சொன்னது குறித்து யோசித்துக் கொண்டிருந்தபோது எழுந்து அவள் கோவிலின் வட்டக்கல்லைத் தாண்டி அலறிக் கத்தியபடி

ஓடினாள். பார்வையைத் திருப்பி அங்கே சாலைக் கடை போட்டிருப்பவர்களைப் பார்த்தேன். அந்தப் பெண்ணை உள்ளே அழைத்துப் போன பெரியவர் சோர்வாகத் திரும்பி நடந்து வந்தார். டிக்கெட்டுகளை வாங்கிவிட்டு ஊரைவிட்டுக் கிளம்பலாம் எனத் தீர்மானித்தபோது அருகில் வந்த பெரியவர், 'ஏதோ ஒத்தப் புள்ளைக்காரி பேய் பிடிச்சிருக்கு போல. நைட்டெல்லாம் மூசு மூசுன்னு அழுது' என்றார்.

பேருந்து நிலையத்தில் இருந்த மரியம் லக்கி செண்டரில் நூறு வரிசைகள் கொண்ட கட்டொன்றை வாங்கி அந்த எண்ணை ஜோசப்பிடம் தொலைபேசி செய்து சொன்னேன். வழக்கத்துக்கு மாறாக சீக்கிரமே எழுந்து குலுக்கல் முடிவுகளைப் பார்த்தேன். புளியம்பட்டி சீட்டுக்குப் பரிசடிக்கவில்லை. கெடாக் கறியை இலையில் பரப்ப மனமில்லை போல.

# அத்தியாயம் 15

அதுவரை அப்படியான வேண்டுதலை எங்கேயும் வைத்ததே கிடையாது. அந்தப் பக்கம் போகவேண்டும் என நினைத்ததும் இல்லை. 'என்னைப் பிடித்த பீடை இத்தோடு ஒழியட்டும். என்னைப் பறக்க வச்சீன்னா உன் காலடியில சரணடையிறேன்' என வேண்டி, ஆயிரத்தொரு ரூபாயை மஞ்சள் துணியில் முடிந்து என்னுடைய கல்லாவில் போட்டேன். ஏதோ நம்பிக்கை வந்த மாதிரி இருந்தது. அடுத்த சீட்டை எங்கே போய் வாங்கலாம் என யோசித்துக் கொண்டிருக்கும்போது கதிர்வேலுவின் ஊர் ஞாபகம் வந்தது. போவதற்கு முன்னால் நல்ல காரியங்களும் செய்யலாம் எனப்பட்டது.

அன்றைக்கு சுரண்டலில் பரிசுகளைத் தட்டிப் பறிப்பதில்லையென முடிவெடுத்துச் சொன்னபோது கதிர்வேலு கண்ணை விரித்து நெற்றியைச் சுருக்கிப் பார்த்தான். சின்ன மீனை போட்டால்தான் பெரிய மீன் கிடைக்குமோ? ஒருவேளை விதி அப்படியிருந்தால், அதையும் செய்து பார்த்தால்தான் என்ன? கொஞ்ச நேரம் இருந்து வியாபாரத்தைக் கவனித்துவிட்டு, நாளை மறுநாளுக்கான குலுக்கல் பரிசுச் சீட்டை வாங்கப் போகலாம் எனத் திட்டமிட்டேன்.

அறையில் இருந்த சுரண்டல் கட்டுகளை அள்ளிவந்து முன் மேஜையில் பரப்பினேன். வழக்கமாக வரும் லோடுமேன் பழனிச்சாமி சோர்வாக கடைப்படிகளில் ஏறினார். வெயிலின் உக்கிரத்தில் அவருடைய பச்சை பனியன் நனைந்து உடலோடு ஒட்டியிருந்தது. உள்ளங்கைகளில் வடியும் வியர்வைத் தண்ணீரை சாரத்தில் நன்றாகத் துடைத்துவிட்டு என்னை நோக்கி கையை நீட்டினார். ஒரு சீட்டை எடுத்து அவர் கையில் திணித்தேன். காதில் சொருகியிருந்த நாலணாவை எடுத்துச் சுரண்ட ஆரம்பித்தார். அவர் சுரண்டும்போது ரிசல்ட் பேப்பரை அவரை நோக்கி நகர்த்திவிட்டு சாலையை வேடிக்கை பார்த்துக் கொண்டிருந்தேன்.

'பேச்சியம்மா பட்டெடுத்து சாத்திடறேன்' எனச் சத்தம் கேட்டுப் பார்த்தபோது அவரது முகம் மலர்ந்திருந்தது. அவர் கையிலிருந்த சீட்டைப் பறித்து பேப்பரை என்னை நோக்கி நகர்த்திப் பார்த்தேன். பத்தாயிரம் ரூபாய் பரிசடித்திருந்தது. என்னாலேயே நம்ப முடிய வில்லை. உட்கார்ந்த வாக்கிலேயே கடையை நோக்கி டீ கொண்டு வரச் சொல்லிக் குரல் கொடுத்தேன். பரிசடிக்கும் போதெல்லாம் டீ சொல்வது வழக்கம் என்பதால் பாய்லருக்கு பக்கத்தில் நின்ற மாஸ்டரும் எவ்வளவு எனக் கேட்டு கைச்சாடை செய்தார். பத்தாயிரம் என பத்து விரல்களை நீட்டிக் காட்டிச் சத்தமாகச் சொன்னேன். அங்கிருந்த எல்லா காதுகளுக்கும் அச்சத்தம் கேட்டது.

எல்லோரையும் உள்ளே இழுத்துப் போடும் இந்தச் சத்தத்துக்காகத் தானே காத்திருந்தேன்? கல்லாவில் இருந்து அவருக்கான பணத்தை எடுக்கும்போது, கட்டிலிருந்து கொத்தாக சில சீட்டுகளை எடுத்தார் பழனிச்சாமி. அவர் கையிலிருந்து அதை வெடுக்கெனப் பிடுங்கி விட்டு, 'சொன்னா கேளுண்ணே. இதே ரோட்டில விழுந்த பரிசு அத்தனைக்கும் வாங்கிச் சுரண்டி எல்லாத்தையும்விட்டுட்டுப் போனவன பாத்திருக்கேன். அவனுக்கு பத்து ரூபா கொடுத்து ஊருக்கு பஸ் ஏத்திவிட்டிருக்கேன். எடுத்த எடுப்பில அதிர்ஷ்டம் அடிச்சிருச்சுன்னு தலை கால் புரியாம ஆடிடாத' என்றேன். எனக்கு நானே அதைச் சொல்லியும் கொண்டேனா என்கிற சந்தேகமும் எழுந்து வந்தது.

பழனிச்சாமி அவரது வெறியை அடக்கி, 'சின்னப் பையனா இருந்தாலும் கருத்தா சொல்றீயே' என்றார். பணத்தை வாங்கி பச்சையோடு மஞ்சள் கலந்த பெல்ட்டில் கட்டப் போய், அது கொள்ளாமல் போகவே சாரத்தைத் தூக்கி காக்கி அண்ட்ராயரில் திணித்தார். எப்போதுமே பரிசுத் தொகைகளைத் தரும்போது பெரிய நோட்டுகளில் தருவதில்லை. ஐம்பது, நூறு ரூபாய் நோட்டுகளாக இருபது ரூபாய் நோட்டுகளாகத் தருகையில் எண்ணிப் பூரித்துப் போவார்கள். அது ஒரு மகிழ்வான ஏற்பாடு. அதைப் பார்க்கையில் எனக்கும் சுவாரசியமாக இருக்கும். பணத்தை எண்ணுகிற விதித்திலேயே பஞ்சைப் பராரிகளைக் கண்டுபிடித்துவிடலாம்.

பணமும்கூட பழக்குவிக்கப்பட்ட கைகளிடமே பக்குவமாய் சொன்ன இடத்தில் போய் அடங்கிச் சீராய் அமர்கிறது. பணமில்லாத கைகளுக்கு அதை மிகச் சரியாக மடிக்கவும் தெரிவதில்லை. பழனிச்சாமி போன வேகத்தில் திடுதிடுவென நாலைந்து லோடுமேன்கள் ஓடுகிற வேகத்தில் வந்தார்கள். பின்னாலேயே வேறு சிலரும். எல்லாம் பழனிச்சாமி அண்ணனின் மகிமை.

அன்றைய நாள் எங்களுடையதாக இருந்தது. வழக்கமாய் ஐந்தைந்தாய் வாங்குகிறவர்கூட எடுத்த எடுப்பில் பத்து சீட்டுகளைக் கேட்டார். சொல்லி வைத்த மாதிரி எல்லோரும் என் கையில் இருந்தே சீட்டெடுக்க விரும்பினர். எல்லோருக்கும் எடுத்துக் கொடுத்தேன். சுரண்டிய அத்தனை பேருக்குமே பரிசுகள் விழுந்தன. ஐம்பது, நூறு என ஆட்டம் சூடுபிடித்தது. யாருமே கைக்காசை இழக்கவில்லை. பணத்தை வாங்கி மடியில் சொருகிக் கொண்டு அடுத்த சீட்டைக் கேட்டார்கள். லங்கர் கட்டையை உருட்டுகிறவன் மாதிரி அவர்களுக்கு மத்தியில் சற்று உயரத்தில் அமர்ந்திருந்தேன். எனக்குக் கீழே கறுத்த கைகள் அந்தரத்தில் ஏந்திக் கொண்டிருந்தன. அதில் ஒரு கையில் நெல்மணிகள் ஒட்டியிருந்தன.

ஒருகட்டத்தில் கொடுப்பதற்கு காசில்லை என்பதால் கதிர்வேலுவை போய் வட்டிக்கு விடுகிற அண்ணன் ஒருத்தரைப் போய்ப் பார்க்கச் சொல்லிவிட்டு மேலும் ஐம்பது கட்டுகளை மொத்தக் கடையிலிருந்து வாங்கி வரச் சொன்னேன். வழக்கமாக பத்து வாங்குகிறவன் திடீரென ஐம்பது எனச் சொல்லும்போது அங்கேயும் ஊகித்துக் கொள்வார்கள். வந்தவர்களெல்லாம் குறைந்தது இருநூறு ரூபாயாவது லாபம் பார்த்துச் சென்றனர். எல்லோருடைய எதிர்பார்ப்பும் பழனிச்சாமி அண்ணனுக்கு அடித்த பத்தாயிரம் ரூபாய்தான். சாப்பிடக்கூடப் போகமால் அன்று மதியம் முழுக்க கடையிலேயே அமர்ந்திருந்தேன்.

ஆட்டம் ஐம்பது ஐம்பதாகப் போய்க்கொண்டிருந்தபோது பொறுமையிழந்து அசைந்து அமர்ந்தேன். விளையாட்டை நிறுத்தவே முடியாது. எல்லோரும் வெறிகொண்டு சுரண்டினார்கள். அமைதியாக அவர்களையே உற்று நோக்கும்போது மனதில் மகிழ்ச்சி திரண்டு வருவதை உணர்ந்தேன். இந்நேரம் அப்பாவுக்குச் செய்தி போயிருந்தாலும் மகிழமாட்டார். சுரண்டல் லாட்டரியை அவர் எல்லா விதத்திலும் வெறுத்தார். உடனடியாகவே அதிர்ஷ்டத்தைப் பார்க்கவேண்டும் என நினைப்பவனுக்கு சூது ஒரு கேடு என்பார். சூதென்றால் அவருக்கு ஒற்றைக்காலோடு காத்திருக்க வேண்டும். உடனடி அதிர்ஷ்டங்கள் நிலைப்பதில்லை என ஒருமுறை சொல்லவும் செய்திருக்கிறார்.

கதிர்வேலுவை கடையில் இருக்கச் சொல்லிவிட்டு, வண்டியை எடுத்துக்கொண்டு திருவேங்கடம் கிளம்பினேன். அவனுடைய ஊருக்கு ஒரு வேலையாகச் செல்வதாகச் சொன்னதும் பரபரப்படைந்தான். பையில் எதையோ துழாவினான். 'நான் பாத்துக்கறேன் விடு' எனச் சொல்லிவிட்டுக் கிளம்பினேன். இருபுறமும் சோளம் விதைத்து அறுத்திருந்தார்கள். அறுத்த சோளத் தட்டைகள் ஆணிச்

செருப்புகள் மல்லாக்கக் கிடப்பதைப் போல நிலத்தில் சிதறியிருந்தன. கதிர்வேலுவின் வீட்டுக்கு ஏற்கெனவே சிலதடவைகள் வந்திருக்கிறேன். ராயலில் இருந்து வாங்கிய ஜிலேபி பொட்டலம் கையில் இருந்தது. புதிய பண்டமென்பதால் ஆவலாகச் சாப்பிடுவார்கள். கதிர்வேலுவின் ஆச்சி மட்டுமே அங்கிருந்தாள். என்னை அவளுக்கு நன்றாக அடையாளமும் தெரிந்திருந்தது.

கிளம்பும்போது வாசலில் திருநீறு நிறைந்திருந்த மண் சட்டியைக் கையில் வைத்து நின்றாள். காலில் விழுந்து ஆசி பெற்றுகொள் என அதற்கு அர்த்தம். விழுந்து எழுந்தவனின் நெற்றியில் திருநூறு பூசி ஊதிவிட்டாள். திருவேங்கடம் பேருந்துச் சந்திப்பில் உள்ள சின்னக் கடையொன்றில் நூறு சீரிஸ் கொண்ட லாட்டரித் தொகுப்பை வாங்கி ஜோசப்பிடம் அந்த எண்ணைச் சொன்னேன். ‘போன தடவை அவரால அந்த நம்பர உள்ளே தள்ள முடியலை. ஆனா எனக்கு நாலைஞ்சு நடந்தது. இன்னைக்கு கண்டிப்பா பண்ணிடலாம்’ என்றான். ஏதோ விகிதாச்சாரத்தில் அவன் பிரித்துக் கொடுக்கிறான் போல.

சுரண்டலில் கொஞ்ச காலம் கைவைக்க வேண்டாமென்றும் தோன்றியது. வாரி வாரி வழங்கும்போதுதான் மேலேயிருக்கிற கை நமக்கும் கொட்டுமோ? ஜோசப்பின் இந்த முயற்சி வெற்றியடைந்துவிட்டால் சுரண்டலை விட்டுவிடலாம் என்றும்கூட தோன்றியது. மேலே பறக்கவிடாமல் சுரண்டல் சின்னக் கட்டத்துக்குள் என்னை அடைத்துப் போட்டிருப்பதாகவும் உணர்ந்தேன். சின்னச் சின்ன தானியங்களைப் போடுவதன் வழியாக அது பசி ஏற்படாமல் பார்த்துக் கொண்டதோ? பெரும்பசி இருந்தால்தான் கொழுத்த இரையைத் தேடச் சொல்லும் வயிறு.

என்ன நடக்கும் என்பது நன்றாகவே தெரியும். இன்றைக்குப் பரிசடிக்கிறது என்பதற்காக எல்லா கைகளும் நீள்கின்றன. கோடை அடைமழை போலத்தான் சுரண்டல் பரிசு மழையும். அதை எல்லோரும் பருவ மழை போல நின்று பெய்யும் என எதிர்பார்க்கிறார்கள். இரண்டு மணி நேரம் அடித்துப் பெய்துவிட்டு எதிர்பாராத நேரத்தில் ஓய்ந்து விடும். உடனேயே முந்திக் கொண்டு வெயில் மறுபடியும் தலையைக் காட்டும். இதுமாதிரி நிறையப் பார்த்திருக்கிறேனே? சாதகமென்பதுகூட முதலில் வருபவர்களுக்கே முன்னுரிமை கொடுக்கிறது. அதை நம்பி பின்னால் வருகிறவர்களை அம்போவென நட்டாற்றில் விடுகிறது. கடைசியில் வருகிறவர்கள் பெரும்பாலும் வெறுங்கைகளோடேயே வீடு திரும்புவார்கள்.

இந்தத் தற்காலிக கோடை மழையை நம்பியெல்லாம் வெள்ளாமை பார்க்க முடியாது. பருவ மழை போல் நின்று பெய்ய வேண்டும்

அதிர்ஷ்டம். சுரண்டலில் மறுபடியும் பத்தாயிரம் விழுவதற்குக் குறைந்தது இரண்டு வருடங்களாவது காத்திருக்க வேண்டும். அப்படித் தான் எனக்குப் பெரும்பாலும் நடந்திருக்கிறது. கம்பெனிக்காரர்கள் இதுபோல் அவ்வப்போது தூண்டில்களை விட்டுப் பிடிப்பார்கள். கொழுத்த இரைகளை எப்போதும் அவர்கள் சுரண்டலில் வழங்குவ தில்லை. பத்து ரூபாய் போட்டு அதிகப்பட்சமாக நூறு ரூபாயை எடுத்துப் போவென்பதுதான் அவ்வியாபார மந்திரம். எங்கே நிறுத்த வேண்டும் எனத் தெரிந்தவர்களே அந்த நூறு ரூபாயைக்கூட எடுத்துப் போவார்கள். மற்றவர்களெல்லாம் கடை வாயிலில் இருக்கிற மண்ணை வேட்டியில் ஏந்தித் திரும்புவார்கள்.

லாட்டரிச் சீட்டுகள் அப்படியில்லை. சீரான வியாபாரமாக அது இருந்தாலும், ஒரு பருவம் நின்று பெய்துவிட்டால் உச்சாணிக் கொம்பில் ஏறிவிடலாம். தவிர நூறு ரூபாய்ப் பரிசுப் போட்டியில் என்னையும் உடன் பங்காளியாக நிறுத்திக் கொள்வதன் மீதான விருப்பமும் எனக்குக் குறைந்தபடி வந்தது. குளியலைறையில் என்னோடு இருந்த அவள் கண்ணைத் தடவிக் கொடுத்து, 'தூங்குறதே இல்லையா. கண்ணைச் சுத்தி வட்டம் போடுது' என்றது உறுத்திக் கொண்டே இருந்தது. அவள் அதைச் சொல்லி முடித்ததும் கண்களை மூடினேன். ஆள்காட்டி விரலை வைத்து கண்களைச் சுற்றி மிருதுவாக அவள் தடவிக் கொடுத்தாள்.

அந்தத் தடவலை மறுபடியும் நினைத்தபோது கண்ணுக்குள் குளிர்ச்சியை உணர்ந்தேன். அந்தக் குளிர்ச்சி நிலைப்பது என் கையிலா இருக்கிறது? நூறு சீட்டுகளுக்கும் ஐநூறு ரூபாய் பரிசடித்திருந்தது. ஐம்பதாயிரம் ரூபாய் மொத்தம். என்னுடைய பங்காய் ஐயாயிரம் ரூபாய் கிடைக்கும். விரைவாகச் செயல்பட்டு ஜோசப்பின் மனதில் நல்லெண்ணத்தை விதைக்க வேண்டுமெனத் திட்டமிட்டேன். பரிசுச் சீட்டை யாரிடமாவது கொடுத்து அனுப்பி பணத்தை வாங்கி முடிப்பதற்கு இரண்டு நாட்களாவது ஆகிவிடும். எந்தத் தொழிலிலுமே பணத்தை முதலில் விசிறியடிப்பவர்களுக்கே முதல் மரியாதை. வழக்கமாய் கைமாத்து கொடுக்கிற அண்ணனிடம் விசயத்தைச் சொல்லி பணத்தை வாங்கிக் கையில் வைத்த பின்னர், ஜோசப்பை அழைத்து விஷயத்தைச் சொன்னேன். 'இப்பதான் நீ சரியான லைனுக்கு வந்திருக்க' என்றான் அவன். என்னுடைய கமிஷன் பணத்தை எடுத்துக்கொண்டு மீதியை வங்கிக் கணக்கில் போடச் சொன்னான். அதையும்கூட உடனடியாகச் செய்தும்விட்டேன்.

ஏனோ அன்றைக்கு மலையுச்சிக்குத் தனியாகப் போக வேண்டுமெனத் தோன்றியது. கையில் எலியைத் தூக்கிக் கட்டிக் கொண்டு

போவதற்கும் மனமில்லை. வழக்கம் போல யாரும் பார்க்க முடியாத எல்லையில் இருந்து நீண்ட இடைவெளிக்குப் பிறகு மறுபடியும் மலையேறினேன். வெளிச்சம் விழுகிறவரை காலைத் தொங்கப் போட்டு கீழே விரிந்து கிடக்கிற நகரத்தைப் பார்த்துக் கொண்டிருந்தேன். என் பையிலிருந்த என் கமிஷன் தொகை பண நோட்டுக்களை எடுத்து முகர்ந்து பார்த்துவிட்டு தரையை நோக்கி வீசியெறிந்தேன். என்னுடைய சின்ன வயதில் இலந்தைச் செடியொன்றில் இருபது ரூபாய் நோட்டொன்று இப்படித்தான் ஒட்டிக் காற்றில் படபடத்தது. வெளிக்குப் போன நேரத்தில், சுற்றி யாராவது பார்க்கிறார்களா என நோட்டம்விட்டு அதை எடுத்து டவுசரில் மறைத்தது காட்சியாய் தோன்றியது. மூன்று நாட்கள் அதை வைத்து புரோட்டா சாப்பிட்டேன். வயிறாற மகிழ்ச்சியாக உறங்கினேன்.

போகிற போக்கில் அதிர்ஷ்டம் எனக்குப் போட்ட புரோட்டா. யாராவது ஒருத்தர் நான் வீசுகிற புரோட்டாக்களைத் தின்று வயிறாற வாழ்த்தினால் துலங்கிவிடுவேன். சாதகம் என்னை நோக்கி வரத் துவங்கிவிட்டதென ஆழமாக நம்பினேன். எழுந்து நின்று வானத்தைப் பார்த்து என்னுடைய பெயரை உரக்கக் கூவினேன். மேகங்கள் மறைக்கிற நிலவொளியில் சிறகசைத்துப் பறந்தது அது.

# அத்தியாயம் 16

கற்பகம் மெஸ் மேட்டில் நடந்து ஏறிக் கொண்டிருந்தபோது மாலை வெயில் என் முகத்தில் விழுந்தது. மேட்டின் உச்சியிலிருந்து சூறைச் சுழற் காற்று ஒன்று பள்ளம் நோக்கி வந்தது. மேட்டுக்கு மிக அருகில் நின்று அந்தச் சூறைக்காற்றைப் பார்த்தேன். என்னைக் குப்பையும் தூசியுமாய் கடந்து போன பிறகு சட்டையில் சில லாட்டரி சீட்டுக்கள் அப்பியிருப்பதைப் பார்த்தேன். காற்றில் அடித்து வரப்பட்ட அவை மிகச் சரியாய் எப்படி உடமைப்பட்டவனின் மேல் செல்ல நாய்க் குட்டியைப் போலத் தாவி ஏறின? என்னைக் கடந்து சாம்பிராணிப் புகை போடுகிறவர் போனபோது, பெருங்காற்று அந்நறுமணத்தை என்னைச் சுற்றிப் போர்த்தியது.

நாங்கள் தீர்மானித்துக் குறிவைக்கிற எண்கள் எங்கள் மீது செல்லமாய் ஏறிக் குதிக்கத் துவங்கின. ஏமாற்றாமல் இருந்த என் வகையில் ஜோசப்பும் சந்தோஷமாக இருந்தான். எடுக்கிற எல்லா எண்களையும் பணமாக்க முடியவில்லை எங்களால். வாரத்துக்கு எனக்கு மட்டும் நான்கு வாய்ப்புக்கள் கிடைக்கும். ஜோசப்பின் கைங்கர்யமா எனக்கூட மறுபடியும் யோசித்தேன். ‘இங்க பாரு பத்து நானெடுத்தா நாலு உனக்கு கொடுத்திடறேன். எனக்கு சின்ன மீன் மேல எல்லாம் குறி இல்லை. பெரிய மீன்தான் என்னோட குறி. சின்ன மீன்ல வாய் வைச்சு அசிங்கப்படமாட்டேன்’ என்றான். அதற்கு மேல் எந்தப் பேச்சும் என்னிடம் இல்லை.

எளிதாக எதையும் கடந்துவிட முடியாது என்பதை அந்தச் சந்தர்ப்பத்திலும் உணர்ந்தேன். நிறையப் பேர் வணிகத்தில் சட்டென பணம் வந்துவிடும் என்று நினைக்கிறார்கள். அதிலும் ஒருவகையான தட்டிப் பறிக்கும் வணிகத்தில் கறுப்பு அம்பாசிடர் வேகத்தில் பணம் வந்துவிடும் எனவும் நம்புகிறார்கள். எதிர்பாராத திருப்பங்களை யெல்லாம் தாண்டி முட்டி மோதி மேலேறும்போது ஏறுகிற மேட்டில்

ஒரு வேகத்தடையைப் போட்டு வைத்திருப்பார்கள். குதிரை சக்தி அதிகம் இருப்பவர்கள் ஏறிக் கடந்து விடலாம். மற்றவர்கள் முக்கிக் கொண்டுதானிருக்கவேண்டும்.

அப்படி முக்குவதற்கு எனக்குப் பிரியமே இல்லை. ஒரே எக்கில் எதையும் தவ்விப் பறந்துவிடவேண்டும். ஜோசப்புடனான வியாபாரத்திலும் அதை மாதிரி ஒரு சிக்கல் வந்தது. ஒரு பரிசில் எனக்கென்று அதிகபட்சம் ஐயாயிரம் ரூபாய் வரை மட்டுமே கிடைக்கும். அந்த ஐயாயிரத்தைப் பெறுவதற்கு ஒரு பெருந்தொகையைக் கையிலிருந்து உடனே கொடுக்க வேண்டும். கடைசியாய் ஜோசப் பேசியபோது மேலிடத்தில் இனிமேல் முன்பணமாகத் தரவேண்டும் என கட்டாயப்படுத்துவதாகச் சொன்னான். அதன்படி ஒரு குறிப்பிட்ட தொகையை மொத்தமாக மேலிடத்தில் கொடுத்து விட்டால், ஒருவாரத்தில் அதற்கான பரிசுத் தொகையை அடித்துக் கொடுத்துவிடுவார்கள். அதிலெல்லாம் ஏமாற்ற மாட்டார்கள். ஆனால் அந்த அதிகாரி மாற்றலாகிப் போனால் பணத்துக்கு உத்தரவாதமும் இல்லை.

எப்படியோ ஜோசப் அந்த யோசனையைச் செயல்படுத்தவிடாமல் அவன் தரப்பிலிருந்து அணை போட்டுத் தடுத்துக் கொண்டிருந்தான். ஆனாலும் பணச் சிக்கல் எனக்கு வேறொரு ரூபத்தில் இருந்தது. வாரத்துக்கு நான்கு பரிசென்றால் ஒன்றரை லட்சம் ரூபாய் வரை சுற்றலில் விட வேண்டும். ஆனால் கிடைப்பது என்னவோ இருபதாயிரம் ரூபாய். சிலநேரங்களில் மூணு வட்டிக்குக்கூட வாங்கித் தர வேண்டியிருக்கும். அதில் லாபமே இல்லையானாலும் தொழில் நடக்க வேண்டுமே? பிடியைவிட்டுவிட்டால் ஒருபோதும் திரும்பிப் பிடிக்க முடியாது.

இந்த மாதிரித் தொழிலில் இல்லாதவனைப் போலக் காட்டிக் கொண்டால் எதுவுமே நடக்காது. பணத்தைப் போட்டு நிச்சயப் பணத்தை எடுக்கும் தொழிலான இதில் கோடி ரூபாய் வைத்திருந்தால் வருட இறுதிக்குள் பத்து கோடி ரூபாயாக மாற்றி விடலாம். அதைத்தான் அந்த வணிகமும் அதன் சுழற்சியாய் வைத்திருக்கிறது. ஆட்களைச் சலித்து எடுத்து தகுதியானவர்களை மட்டுமே அந்த வட்டத்துக்குள் அனுப்புகிறது. 'நீ அரிசி கொண்டு வா, நான் உமி கொண்டு வருகிறேன், ஊதி ஊதித் திங்கலாம்' என்பவர்களை எல்லாம் வாசலிலேயே வைத்துச் செருப்பைக் கழற்றி அடித்துத் துரத்திவிடும். வெகுசீக்கிரமே அதை உணர்ந்தும் கொண்டேன். கொழுத்த இறைச்சிகள் எல்லாம் இன்னொரு பக்கமே குவியும்.

மிச்சத்தை மட்டுமே எங்களைப் போன்றவர்கள் பொறுக்கித் தின்ன முடியும். அதையும்கூட அளந்துதான் போடுவார்கள்.

பணமிருந்தால் கதையே வேறு. யாருக்கும் யார் மீதும் எந்தப் பிடிப்பும் இல்லாத தொழில் இது. வழக்கமாகப் போகிற நயம் நெய்க்கடை வியாபாரமா இது? காசிருந்தால் பேசு என தொலைபேசியைக் கீழே வைத்துவிடுவார்கள். கமிஷன் தொகையில் கொஞ்சம் ஏற்றித் தந்தால் ஒருநாளைக்கு ஆயிரம் பரிசுகளைக்கூடத் தட்டிக்கொண்டு வந்து விடலாம். மானம் ரோஷம் பார்த்து விடக்கூடாது. தங்கத்தில் குளிப்பாட்டத் தகுதியிருந்தால் உண்மையிலேயே அந்தத் தங்கப் பொற்காசுக் குடங்களை வாங்கிவிடலாம். ஜோசப்பை சொல்லிக் குற்றமில்லை. அவனால் முடிந்தளவுக்குப் பரிசுகளைத் தட்டி வரப் பாடுபடுகிறான்.

அவனை உந்தித் தள்ளி ஓடவைக்க முடியாத இடத்திலும் நானிருந்தேன். பணத்தின் வரவுக்குக் குறைவில்லை. எப்போதும் கையில் அது புரண்ட படிதான் இருந்தது. ஆனால் அதை சுழற்சியில் விட்டபடியே இருக்கவேண்டும். கொஞ்சத்தைக் கல்லாவில் தடுத்து வைத்தால், பலூன் வெடித்துவிடும். கொடுக்கல் வாங்கல் என்கிற சீரான ஓட்டத்தில் கைவைத்து விடவேகூடாது. நிறையப் பேர் இந்த இடத்தில்தான் சறுக்குவார்கள். இல்லையெனில் வழியே இல்லாமல் விழுவார்கள். தொழிலின் ஆரம்பத்தில் அதிலிருந்து எடுத்துச் செலவழித்துப் பழகக்கூடாது. அது கொஞ்சம் தின்று கொழுத்த பிறகுதான் கை வைக்கத் தோதானதாக மாறியிருக்கும்.

இந்தப் பணச் சுழற்சிகளை எனக்குள்ளே மட்டும் வைத்திருந்ததால் கதிர்வேலு பதற்றங்கள் இல்லாமல் இருந்தான் கடை விவகாரங்களைக் கவனித்ததோடு மட்டுமல்லாமல், அதிலிருந்து எடுத்து என்னிடம் கேட்காமல் செலவுகளைச் சமாளித்தான். அவனுடைய வீட்டுக்குத் தேவையான பணத்தையும்கூட நிலவரம் புரிந்து அவனாக எடுத்துக் கொள்வான் பெயர்தான் பங்குதாராரே தவிர, என்னைவிட அவன் மோசமாக கஷ்டப்பட்டுக் கொண்டிருந்தான். மற்றபடி சாப்பாட்டுக்கோ போக்குவரத்துக்கோ எந்தக் குறையும் இல்லை.

மலையொன்றின் ஒரு அடுக்கிலிருந்து இன்னொரு அடுக்குக்குத் தவ்வுகிற நேரத்தில், யாராவது கைதூக்கிவிட்டால் எளிதில் ஏறி விடலாம். ஏற்கனவே வட்டிக்கு வாங்கிய இடங்களில் அப்பா போய் விசாரித்திருப்பார்போல. ரெண்டாம் முறை கேட்கப் போனபோது, ‘அப்பாவ ஒரு வார்த்தை பேசச் சொல்லுங்க தம்பி’ என்றார் ஒருத்தர். எல்லா இடங்களிலும் அவர் மூக்கை நுழைப்பது குறித்த எரிச்சல்

மண்டியது. எதிரே இருந்தவரிடம் எதையும் காட்டிக் கொள்ளாமல், 'அதுக்கு அவர் என்னை கவர்மெண்ட் வேலைக்கு படிக்க வச்சு அனுப்பிருக்கணும். வியாபாரம்னா நாலும் இருக்கும்ணு அவருக்கு தெரியாதாண்ணே' என்றேன். சொல்லி முடித்தபிறகு அரசு வேலைக்குப் போயிருப்பேனா என யோசித்தேன். நிச்சயம் செத்தாலும் போயிருக்கமாட்டேன். அந்தச் சந்தர்ப்பத்தில் அவர்மீது பழியைத் தூக்கிப்போட்டுத் தப்பித்தேன் என்றுதான் பட்டது.

வட்டிக்கு வாங்கிய பணத்தை செட்டில் செய்கிற வரை எந்த எண்ணையும் ஜோசப்புக்கு அனுப்பவில்லை. அவனும் என்ன ஏதென்று அழைத்துக் கேட்கவும் இல்லை. ஏதோ வித்தியாசமாகப் படவே, ஜோசப்பை தொலைபேசியில் அழைத்தேன். இரண்டு நாட்கள் கழித்துப் பேசுவதாகச் சொன்னான். ஐந்து நாட்கள் ஆன பிறகும் அவன் அழைக்கவில்லை என்பதால் மறுபடியும் அழைத்தேன். 'குழப்பமும் சிக்கலும் சூழ்ந்து கிடக்கு இங்க. நேரா கிளம்பி வா பேசிக்கலாம்' என்றான்.

எடுத்த எடுப்பிலேயே கிளம்பி ஓடக்கூடாது என்பதால், இரண்டுநாள் விட்டு நிதானமாகச் சென்றபோது ஜோசப் கடையில் இல்லை. இரவு வந்து சந்திப்பதாகச் சொன்னதாக கடையில் இருப்பவர்கள் சொன்னார்கள். கடை வழக்கம்போல அவனுடைய ஆட்களின் மேற்பார்வையில் நன்றாகவே போகிற மாதிரியே தெரிந்தது. ஆட்கள் வருகைக்கும் குறைவில்லை. என்னதான் பிரச்னையாக இருக்கும்? கடைப் பையன் எடுத்து வைத்திருந்த ஹோட்டல் அறைக்கு அழைத்துப் போனான். அறைக் கட்டிலில் இருந்த தலையணையில் மூட்டைப் பூச்சியொன்று ஓடியது. அறையில் இருக்க விரும்பாமல் கடைத் தெருவில் அமர்ந்து வேடிக்கை பார்த்தேன். பிறகு எதிரில் இருந்த இரண்டு மாடி கடைக்குப் போய் அதன் பக்கவாட்டு படிகள் வழியாக அதன் உச்சிக்கு ஏறினேன்.

தெருவிளக்கொளியில் கூட்டம் எறும்புகளைப் போல சாரை சாரையாக எதையோ தேடி ஓடிக் கொண்டிருந்தது. விளக்கொளியில் கவலைகளை ஒத்திப்போட்டு அழகாக இருக்கிறார்கள் மக்கள். பெரும்பாலும் எண்ணை வழிந்த முகங்களைப் பார்க்க முடிய வில்லை. அழகான பெண்கள் மாலை வேளைகளில்தான் வீட்டை விட்டு வெளியே வருகின்றனர். மொய்க்கும் கண்களை அறிந்தே அவர்கள் நகர்வலம் போகிறார்கள். கீழே ஜோசப் காரில் வந்து இறங்குவது தெரிந்தது. தங்கச் சங்கிலிகளெல்லாம் இருந்தன உடலில். ஆனால் களையிழந்து போயிருந்தான்.

இரவு அறைக்கு வந்தபோது பழைய உற்சாகமில்லை அவனிடம். வழக்கத்துக்கு மாறாக வெறியோடு குடித்தான். வந்து அமர்ந்ததில் இருந்து அவன் வியாபாரத்தைப் பற்றித் துளியும் அலட்டிக் கொள்ள வில்லை. அதுகுறித்த பேச்சை ஒருமுறை தொடங்கியபோதுகூட இடைமறித்து வேறு எதையோ பேசினான். வேறுவழியில்லாமல் அமைதியாகக் கேட்டுக் கொண்டிருந்தேன். ஜோசப்பின் போர்த்துகீசிய பாட்டிக்கு வயது மூப்பின் காரணமாக உடல்நலம் சரியில்லை. தாங்கவியலாத தீராத வயிற்று வலியில் ஓடுகிறது போர்த்துகீசிய பாட்டியின் தின வாழ்க்கை. சிலநேரங்கள் எதிரே இருக்கும் ஆளைக்கூட அவளால் அடையாளம் காண முடியவில்லை.

'என்னால தாங்க முடியலை. நைட்டெல்லாம் அவ ஏதோ எனக்குத் தெரியாத பாஷையில வலி தாங்க முடியாம பேசிக்கிட்டு இருக்கா. வலின்னு வந்தா எல்லாரும் அவங்க தாய்மொழிலதான கதற முடியும். ஏனோ எனக்கு போர்த்துகீசிய மொழிய உடனடியா கத்துக்கிட்டு அவகூட கடைசி காலத்தில இருக்கணும்னு தோணுது' என்றான் ஜோசப். முழுக்கவும் பாட்டியுடன் வளர்ந்தவன் என்பதால் அவனுடைய உணர்வுகளை என்னால் புரிந்து கொள்ள முடிந்தது. வசதியான செல்வச் செழிப்பு அழிவதை நின்று வேடிக்கை பார்த்திருக்கிறாள் அவனுடைய பாட்டி. ஏதோ ஒருநிலத்தில் பிறந்து ஏதேதோ நிலப்பரப்புகள் வழியாக இங்கே வந்து கூடடைந்து உதிர்வதற்காகக் காத்திருக்கிறாள்.

மொழி தெரியாத பிரதேசங்களில் அவள் கடந்து வந்த விதம் என்னை அதிசயப்படுத்தி நம்பிக்கையையும் அளித்தது. எனக்கு அவளைப் போய்ப் பார்க்க வேண்டுமெனத் தோன்றுகிறதெனச் சொன்னதும் ஜோசப் உற்சாகமாகித் துள்ளிக்கொண்டு கிளம்பினான். தூரத்தில் இருந்து பார்க்கும் போதே தெரிந்துவிட்டது. உதிரும் தருவாயில் இருக்கிற மூத்த லகுடுதான். வெள்ளைத் துணிகள் சுற்றி மல்லாக்கப் படுத்திருந்தாள். கண்களில் ஒளி மட்டும் சுடர்விட்டது. வயதாக வயதாக மனிதர்கள் சுருங்குகிறார்கள். சுருங்கிப் பிறந்து விரிந்து மறுபடியும் சுருங்குகிறார்கள் ஒரு இலையைப் போல. பிறகு சாவகாசமாய் ஒருநாள் உதிர்ந்தும் போய்விடுகிறார்கள்.

பாட்டியின் உடலில் உயிர் கெட்டியாக ஒட்டியிருந்ததை அறிய முடிந்தது. என்னைப் பார்த்ததும் கையைத் தூக்கி அருகில் வருமாறு சைகை காட்டினாள். அருகில் போனபோது, 'பாட்டிக்கு ஒரு முத்தம் தா' என்றாள். குனிந்து அவளுடைய நெற்றியில் முத்தம் கொடுத்தேன். 'ஆச்சரியமா இருக்கு. யார்ட்டயும் பேசக்கூட செய்யாது' என்றான் ஜோசப் பின்னால் நின்றுகொண்டு. வெளியில் வந்த பிறகு உள்ளே

ஜோசப் பாட்டியுடன் ஏதோ பேசும் சத்தம் கேட்டது. இந்த நேரத்தில் அந்தம்மாவின் தாய்மொழியில் யாராவது பேசினால் சந்தோஷப்படும் என ஜோசப் நினைப்பது சரிதான். உதிர்கிற நேரங்களில்தான் புறப்பட்டு வந்த நிலத்தை மனம் இயல்பாகவே நாடும்போல.

'எல்லாத்தையும் கொஞ்ச காலத்துக்கு மூட்ட கட்டி வச்சிடலாம்ணு தோணுது நண்பா. எனக்குன்னு இருக்கறது பாட்டி மட்டும்தான். கடைசி காலத்தில அவகூட இருக்கலாம்ணு தோணுது. அப்பறம் போனப்பறம் வாயில வயித்துல அடிச்சுக்கிட்டு அழுதாகூட திரும்பி வர மாட்டா. வர்ற காசு வரட்டும். எவ்வளவு காசு வந்தாலும் அவளால அரை இட்லிகூட திங்க முடியாது. எண்ட்ட இருக்க தொடர்புகள் எல்லாத்தையும் கொடுத்திடறேன். இனிமே உன் சத்து' என்றான் ஜோசப். அவனையும் என்னோடு பங்குதாரராக இருக்கச் சொல்லி வலியுறுத்தினேன். 'எனக்கு இந்தத் தொழிலு வேணவே வேணாம்னு தோணுது' என்றான்.

முதலீடு செய்கிற மாதிரி ஒருஆளை எனக்குக் காட்டி விடுவதாகவும் சொன்னான். 'இவ்வளவு செய்றீயே உனக்குன்னு நான் எதையாவது செய்ய வேண்டாமா' என்றேன் கிளம்பும்போது அவனிடம். 'வாழ்வும் தாழ்வும் நம்ம கையில இல்லை. ஒருவேளை வீழ்ந்திட்டேன்னு வந்து நின்னா மறுபடி கைதூக்கி விடு. இன்னொருத்தர கைதூக்கி விடற எடத்தில நம்மளை வச்சுக்கிறதுதான் வாழ்க்கைல வெற்றின்னு உணர்ந்திட்டேன்' என்றான். குழந்தை பிறந்தால் அதற்கு நிச்சயம் செல்வம் என்றுதான் பெயர் வைப்பேன். எல்லாவற்றையும் விட எந்தப் பிடிப்பும் இல்லாமல் ஒரு தங்கச் சுரங்கத்தை என்னிடம் கையளித்து அவன் மாற்றியவிதத்தை என்னால் மறக்கவே முடியாது. கையில் கொடுக்கையில் அவனது கண்களைப் பார்த்தேன். சலனமே இல்லாத அவ்விழிகளுக்குள் பெருமிதம் ததும்பளிப்பதை உணர்ந்தேன். இறுதியாய் விடைபெறுகையில் 'வீழ்ந்திடாம நீ ஏறி வர்றதுதான் எனக்குக் காட்டுற பதில் மரியாதை' என்று அவன் சொன்னபோது தோளில் ஒரு பாரம் ஏறியமர்ந்தது.

# அத்தியாயம் 17

புதிய நிலம் நோக்கி இனி பறக்கத் துவங்க வேண்டும். சிறுகடை வியாபாரிதானே என யாரும் என்னைப் புறக்கணித்துவிட முடியாது. ஆங்கிலம் இயல்பாகவே என்னிடம் நன்றாக வந்து ஒட்டிக் கொண்டு விட்டது. அதை வைத்து எதையும் சமாளித்துவிடலாம். கழுத்தைப் பிடித்து துரத்தினாலும் கணக்கைப்போல அது அகலாது என்பதை யறிவேன். இடையிடையே அதைப் பட்டை தீட்டியபடியும் இருந்தேன். குப்பை பொறுக்கினாலும் ஆங்கில பேப்பர்களையே முதலில் கண்கள் நாடும். வழக்கமான தமிழ் பேப்பர்களைப்போல் அல்லாமல் தரமான தாள் அது. ஆங்கிலம் என்றால்தான் தரம் என அழுத்தமான விதை ஒன்று எங்கேயும் ஊன்றப்பட்டிருக்கிறது. மல்லிகைப்பூவைப்போல அது நறுமணமிக்க வெண்மையான உண்மையும்தான்.

இதே ஜோசப்பே எதற்காக என்னைத் தேர்ந்தெடுத்தான்? அந்தந்த மொழி பேசுகிற சூழலில் உலவத் துவங்கிவிட்டால் பட்டை தீட்டியது வைரமாய் மிளிரத் துவங்கிவிடும். தவிர எனக்குத் தவறாக இருந்தாலும் அதை எப்படி தைரியமாக உச்சரிப்பது என்பது தெரியும். இன்னொரு வகையில் மூன்று ரூபாய் மதிப்பிலான ‘அதிர்ஷ்டம்’ பேப்பர் மனிதர்களைப் படிக்கச் சொல்லித் தந்துவிட்டது. புதிதாக யாரைப் பார்த்தாலும் அவர்கள் என்ன ராசி என்பதைத் தயக்கமே இல்லாமல் கேட்டுவிடுவேன்.

அதற்குப் பிறகு அந்த மனிதனை எடைபோடத் துவங்குவேன். தேள்க்காரன் என்றால் என்றைக்காவது ஒருநாள் கொட்டத்தான் செய்வான். தராசுக்காரனை நம்புவதற்கு கொஞ்சம் தயங்குவேன். தேள்க்காரனைக்கூட நம்பிவிடுவேன். இரட்டைப் பிள்ளைகளை ஆரம்பத்திலேயே தூக்கி ஓரமாக வைத்துவிடுவேன். ரெட்டை மனநிலை கொண்டோரை வைத்து வியாபாரத்தில் முன்னேறவே

முடியாது. என்னைப் பற்றியும்கூட எனக்குக் கணிப்பிருக்கிறது. முதல் ராசியான மேஷத்தில் இருந்தும் என்னுடைய அப்பா கடைசிப் படிக்கட்டில்தான் காலொடிந்து நிற்கிறார்.

ஒவ்வொரு ராசிக்காரர்களும் என்னென்ன குணநலன்கள் கொண்டவர்கள் என எளிதான புரிதல் இருக்கிறது. பொதுவாக அது பொருந்தியும் போகிறது. சின்னக் கணக்கு வழக்குகள்தான். கதிர்வேலுவால் என்னவெல்லாம் செய்துவிட முடியும்? சந்தேகத்தின் பலனை ஊன்றி அந்தக் கணக்குகளைக் கவனிப்பேன். ஒருவகையில் எந்நேரமும் எதிரே இருக்கும் மனிதன் குறித்த விழிப்போடேயே இருப்பது. இரையெடுக்கிற எந்த விலங்கின் இயல்பும் இதுதான். பதினைந்து அடி கருநாகப் பாம்பொன்றை வழியில் பார்த்தேன். ஒரு அடிக்கு படம் எடுத்து நின்றது. இருவரும் அவரவர் வழியில் நின்று பரபரப்படைந்தோம். ஆபத்தில்லாத மிருகம் இது என அது உணர்ந்த கணத்தில் தரையில் பொத்தென விழுந்து இன்னொரு பக்கம் ஓடியது. அதைப் போலத்தான் மனிதர்களை என் எதிரே நிறுத்தி படமெடுத்து பார்ப்பேன். கொத்தமாட்டேனே தவிர, தப்பித்து ஓடிவிடுவேன்.

எல்லா இடங்களிலும் ஒன்றிப்போகிற பாதரஸமாகத்தான் வியாபாரிகள் இருந்தாகவேண்டும். டவுசர் போட்டு கடைக்கு ஏறுகிற சின்னப் பையனைக்கூட வாங்க அண்ணாச்சி என்பார் என்னுடைய அப்பா. எனக்கு எரிச்சலாக வரும். 'பூரணமான வியாபாரம் என்பது வம்பு வழக்குகளைப் படியேற விடாமல் காப்பது' என்றார் அப்போது. வளைந்து நெளிந்து அனுசரணையாய் முன்னேறிய படியே இருக்கவேண்டும். அவ்வப்போது மழை பெய்விக்கிற மாதிரி பணத்தை மேலே இருந்து தூவினால் பயிர்கள் எப்போதும் நம் காலடியில் பச்சையாய் ஒட்டிக் கிடக்கும்.

எதிரே இருக்கும் இந்த மிருகம் என் இரையைத் தட்டிப் பறிக்காது என நம்பிக்கையை ஊன்றிவிட்டால் புலிகூட நாய்க்குட்டி மாதிரிதான். எடுத்த எடுப்பிலேயே அதை உணர்த்திவிடவும் வேண்டும். யாருக்கும் ஐந்து நிமிடம்கூட எடை போட இடம் தந்துவிடக்கூடாது. 'எவ்வளவு கமிஷன் எதிர்பார்க்குறீங்க சார்' என நேரிடையாகவே விஷயத்துக்கு வந்துவிடுவேன். இதில் இன்னொரு சூட்சுமமும் இருக்கிறது. மனிதர்கள் எவ்வளவு உயரங்களில் இருந்தாலும் சலுகையாய்க் கிடைக்கும் அற்ப விஷயங்களை நம்புகிறார்கள். அதற்கென்று தனித் தொகையை ஒதுக்கிவைத்துவிட வேண்டும். ஒரு லட்ச ரூபாய் தர வேண்டிய இடத்தில் கூடுதலாக தரமான செண்ட் பாட்டிலையும் சேர்த்துக் கொடுத்தால் அசந்துவிடுவார்கள்.

‘ரெம்ப நாளா தூக்கணும்னு நெனச்சவளோட போயிருந்தேன். நீ கொடுத்த செண்ட் வாசனைல கெறங்கிட்டா’ என்பார்கள். அதிகமும் பணம் புழங்குகிற இடங்களைக் கூர்ந்து பார்க்கையில் அவர்கள் நறுமணங்களுடன் வாழ்கிறார்கள் என்பது தெரிந்தது. கூடவே. ஒளிச் சிதறல்களுக்கிடையே வாழ்கின்றனர். மொட்டை வெயில் எப்போதும் அவர்களது வீட்டுக்குள் வீசுவதில்லை. பதவிசான ஒரு நிழற் போர்வை அவர்களைச் சுற்றிப் போர்த்தப்பட்டிருக்கிறது. அந்த நுனியைப் புரிந்துகொண்டால்போதும். கயிற்றை வசதிக்குத் தகுந்தமாதிரி இழுத்துக்கொள்ளலாம்.

கவலைகளோ அச்சமோ அப்போது என்னிடம் இல்லை. புதிய நிலத்தை அறியப்போவது குறித்த பரவசமே இருந்தது. ஜோசப் அடுத்த வாரத்திலேயே அந்த முதலீட்டாளரை அறிமுகப்படுத்துவதாகச் சொன்னான். ‘குண்டுச் சட்டியில குதிரை ஓட்ட முடியாது. உலகம் முழுக்க சுத்தற மாதிரி இருக்கும். தரையில டிக்கெட் வித்தவன். இந்த தொழில்ல இருக்கற நெளிவு சுளிவெல்லாம் அத்துப்படின்னு சொல்லிருக்கேன். எதுக்கும் டெல்லி ஆள்ககிட்ட நோட்டம் பார்த்துட்டு அப்புறமா பணம் தர்றேன்னு சொல்றவர போயி பாரு’ என்றான்.

அதுவும் சரிதான். எப்போதுமே கள விபரம் அறியாமல் எந்த முதலீட்டாளரையும் போய்ப் பார்க்கக்கூடாது. எடுத்த எடுப்பிலேயே உங்களுக்கு இவ்வளவு சம்பாதித்துத் தருகிறேன் என்று போய் நிற்கவும் கூடாது. பத்து லட்ச ரூபாய் பரிசடித்துத் தருகிறேன் என அட்வான்ஸ் பணம் வாங்கியவன் அப்படியே ஓடிப் போவதற்கும் வாய்ப்பிருக்கிறது என்பதையும் நேரடியாகச் சொல்லிவிட வேண்டும். ஒரு தொழிலின் அத்தனை பருவக் காற்றுகளையும் ஏற்றுக் கொள்கிறவனே சிறந்த பங்குதாரராகவும் இருக்க முடியும். வட்டிக்கு விடுபவர்களே முறை தப்பும் பருவங்களை வெறுக்கிறார்கள்.

பட்டணம் மூக்குப்பொடி போர்டில் இருப்பவரின் வயிற்றைப் போல, பேராசை கொண்டவனாய் வீங்கி வெளியே தெரியக்கூடாது. நிச்சயமான பொன்னாங்கண்ணியைத் தூரத்தில் காட்டினால் மறுபேச்சில்லாமல் நடைபோடும் செம்மறியாடு. முதலீட்டாளர்கள் எப்போதும் பதற்றத்தில் இருப்பார்கள். தங்களுடைய பணம் ஒரு அதிகாலையில் களவு போவதாகக் கனவு காண்பார்கள். சிலர் இன்னும் ஒருபடி மேலே போய் அதிகாலைக் கனவுகள் பலிக்குமெனவும் குழப்பிக்கொண்டு சந்தேகத்தோடு வளைய வருவார்கள். அவர் களுடைய பணம் வங்கி லாக்கரில் இருப்பது போலப் பத்திரமாக இருக்கிறது என்கிற உணர்வைக் கடத்திவிட்டாலேபோதுமானது. லாக்கரில் இருக்கிற பணம் விரைவாக குட்டிகள் போடுகிறது என்பதும் தெரிந்துவிட்டால், எந்தப் பிரச்னைகளுமில்லை.

ஒரு மனிதனை நெருக்கமாக அறிந்த பிறகு அவனைக் கையாள்வது எளிது. கதிர்வேலுவை கடைசிவரை எப்படி அணைத்துக் கொண்டு போவது என்கிற வித்தை எனக்கு நன்றாகத் தெரியும். கடையை அவன் பொறுப்பில்விட்டுவிட்டு இங்கிருந்து பறந்துவிடலாம் என்கிற உறுதியான முடிவுக்கு வந்தேன். என்னைவிட கடையை அவன் நன்றாகவே பார்த்தும் கொள்வான். நானாவது மதிய நேரத்தில் எங்கேயாவது தப்பித்துப்போய்விட முனைவேன்.

மூக்கில் நின்றுகொண்டிருக்கிற ஈயைகூட விரட்டாமல், கல்லாவை விட்டு அசையாமல் அமர்ந்திருப்பான். அவனுடைய இடுப்பு ஒரு லாரி டயரைப் போல விரிந்திருந்தது. போதாக்குறைக்கு பக்கத்தில் மாஸ்டர் எண்ணையில் எதைப் போட்டுப் பொறித்தாலும் கொடுத்து அனுப்பிவிடுகிறார். ஒரேயிடத்தில் ஆணியடித்த மாதிரி உட்காரும் இயல்பை உடையவர்கள்தான் கடை வியாபாரத்துக்குப் போகவேண்டும். பறக்கத் துடிப்பவர்களைப் பொறுத்தவரை கடை வியாபாரம் என்பது ஒரு அழகிய பெரிய கூண்டுதான். தங்கக் கூண்டேயானாலும் சிக்கிக் கொள்ள விரும்புமா கிளி? கிளியே இப்படியென்றால் லகுடின் கதி?

ஊரைவிட்டு வெளியேறி இன்னொரு வியாபாரம் பார்க்கப் போகிறேன் என்று சொன்னால் அப்பா எப்படி எடுத்துக்கொள்வார் எனக் கேட்கவே வேண்டியதில்லை. ஆனால் சொல்லாமலும் இருக்க முடியாது. இதுவரை நீண்ட நாட்கள் அவரது பார்வை எல்லையி லிருந்து விலகியிருந்ததே இல்லை. அனுமதி கொடுக்கிற இடத்தில் அவரும் இல்லை என்பதை அறிந்தே இருந்தார். மௌனமாக கேட்டுக்கொள்வார். எதாவது அர்த்தம் பொதிந்த ஒற்றை வரியை உதிர்ப்பார்.

அத்தைகளுக்கு மென்மேலும் விரைவாக மேலே வருவதில் திருப்திதான். வம்பு வழக்கில் மட்டும் சிக்கிக் கொள்ளக்கூடாது. கதிர்வேலுவைப் பொறுத்தவரையும் எந்தச் சிக்கல்களுமில்லை. அவன் நங்கூரம் அடித்துக் கடையில் அமர்ந்துவிட்டான். வாசலில் இருக்கிற நாற்காலியில் அமர்ந்து ஒரே திசையில் தினமும் வேடிக்கை பார்த்துக்கொண்டிருக்கிறான். சிலநேரங்களில் ஆடாமல் அசையாமல், ஒரே திக்கைப் பார்த்து அவன் அமர்ந்திருக்கும்போது கவனித்திருக்கிறேன். திடீரென எதையோ நினைத்து மெல்லமாய்ச் சிரித்துக்கொள்வான். அப்போது கண்களைச் சுருக்குவான். அவன் சின்னச் சின்ன சந்தோஷங்களோடு இங்கேயே தங்கிப் போவதைத் தான் விரும்பினான். எதிலும் வலுக்கட்டாயமாக அவனை இழுத்துவிட்டுவிடக்கூடாது என்பதில் தெளிவாகவும் இருந்தேன். யாரையுமே எதிலுமே இழுத்துவிட்டுவிடக்கூடாது. ஒவ்வொருத் தருக்கும் ஒவ்வொரு இரை. தானியத்தைக் கொத்துகிற தவிட்டுக்

குருவியின் வாயில் எலியைத் திணிக்கமுடியாது. ஒவ்வொரு வயிறும் அதற்குத் தகுந்தமாதிரியே இரையெடுக்கும். கொட்டிக் கிடக்கிற இரைகளுக்குத் தகுந்தமாதிரிதான் இங்கே வயிறுகளே வடிவமைக்கப் பட்டிருக்கின்றன.

உள்ளுக்குள் இருக்கிற ஆட்களுக்குத்தான் இந்தச் சொல்லிப் போகும் ஏற்பாடு எல்லாம். ஊரைப் பொறுத்தவரை எங்கெங்கோ கிளம்பிப் போய் வியாபாரத்தை விரித்தவர்களெல்லாம் நிறையப் பேர் இருக்கிறார்கள், வியாபாரத்தின் நிமித்தம் கடல் கடப்பவனை ஊரே சேர்ந்து மனமார வாழ்த்தி அனுப்பத்தான் செய்யும். மாறாக மறிக்கிற அவரிடம் போய் ஏன் நிற்க வேண்டும்? அவரை மீறி நாங்கள் இருந்த கூண்டில் இருந்த இன்னொன்று என்னை அதனை நோக்கி இழுத்தது. போனபோது முருங்க மரத்தடியில் வேதாளம் துணியைத் துவைத்துக் கொண்டிருந்தது. வீட்டை நோக்கி நடந்து வருவதை அறிந்தேயிருந்தார் அவர். வீட்டு வாசலில் அமர்ந்து அமைதியாக அவர் வருகிற வரை காத்திருந்தேன்.

கொஞ்சம் திறந்திருந்த கதவுக்குள் கழுத்தை நுழைத்துத் தள்ளிவிட்ட போது இருளுக்குள் மாதா சிலை நின்றதைப் பார்த்ததும் கதவைத் திரும்பவும் அடைத்துவிட்டேன். கொடியில் காயப் போடத் தடுமாறிய போது எழுந்து அவரை நோக்கி ஓடித் துணிகளை வாங்கினேன். மறுபேச்சில்லாமல் கையில் கொடுத்துவிட்டு வீட்டுக் கதவை நோக்கிப் போனார். வீட்டுப் படிக்கட்டில் வாகாய் ஏறி அமர்ந்து கொண்டு கதவை உள்பக்கமாகத் தள்ளினார். வெளியில் இருந்து வெளிச்சம் வீட்டுக்குள் அவரைத் தாண்டிக் கொண்டு அடித்தது.

தூரத்தில் இருந்து பார்த்தபோது அப்பாவின் தோளுக்கு மேலே அந்த மாதா சிலையின் முகம் தெரிந்தது. இடுப்பில் ஒருகையை ஊன்றி நிமிர்ந்து அமர்ந்து அவர் என்னை எதிர்கொண்டார். சின்ன வயதில் என்னைக் கண்டிக்கும்போது இந்தத் தோரணையிலேயே அமர்ந்திருப்பார். தயக்கத்தோடு அவரை நோக்கி நடந்து போனேன். உள்ளே வா என்று சொல்லாமல் மறித்து அமர்ந்திருந்தார். அவருக்கு எதிரில் என்ன சொல்லலாம் என்கிற தயக்கத்தோடு நின்றிருந்தேன். சில நேரங்களில் வார்த்தைகளைவிட மௌனம் எளிதாக எதையும் கடத்தி விடுகிறது. இரு விலங்குகளுமே அங்கே ஒன்றை ஒன்று சந்தித்து நிற்பதை விரும்பவில்லை. ஏதாவதொன்று பொத்தென விழுந்து இன்னொரு திசை நோக்கி ஓடவேண்டும். ஒரு குறிக்கோளுடன் அவருடைய முகத்தை உற்றுப் பார்த்தேன். தடுமாறி எழுந்து வீட்டுக்குள் போய்க் கதவை அடைப்பதற்கு முன்னால் சொன்னார்: ‘வெறும் வட்டிலில் முகம் தெரிகையில் திரும்பவும் கிளம்பி வந்து விடு’.

# அத்தியாயம் 18

வட்டிலில் முகம் தெரிகிற கதையைச் சின்ன வயதில் வளத்தம்மா சொல்லக் கேட்டிருக்கிறேன். அம்மாவின் சொல்பேச்சை மீறி மகன்காரன் பெரிய வீடொன்றுக்கு விருந்துக்குக் கிளம்பிப் போவான். போகும்போது அவனுடைய அம்மா இதையேதான் சொல்லி அனுப்புவாள். முதல் நாள் நாட்டுக் கோழி அடித்து விருந்து சமைத்திருக்கிறார்கள். சில்வர் தட்டில் கடைசியாய் ஒருநாள் கஞ்சி ஊற்றியபோது குடிக்கத் தூக்கியவனின் முகம் அதில் தெரிந்த பிறகே அம்மா சொன்னதன் ரகசியம் அவனுக்குப் புரிந்தது. நான் போன விருந்தில், சின்னச் சின்னச் பாத்திரங்களில் விதம்விதமான பதார்த்தங்கள் மேசை முழுவதும் பரப்பி வைக்கப்பட்டிருந்தன. எதுவாக அவை இருக்கும் என்பதைப் புரிந்து கொள்ள முடிந்தது. உலகில் தெரியாத உணவுப் பொருள் என ஏதாவது இருக்க முடியுமா? மேசைக்கு வந்துவிட்டால் எல்லாமே இரைதான். ஆனாலும் அப்படிப் பரப்பி வைத்திருப்பதன் பின்னால் இருக்கிற பெருமிதத்தை முதல் விருந்திலேயே காட்டிவிட்டார். ஜோசப் அறிமுகப்படுத்தி வந்த பெங்களூர் தொழிலதிபர் அந்தப் பகுதியைச் சுற்றி நிறையத் தொழில்கள் செய்கிறார். அபரிமிதமாக வருகிறது பணம். எனக்கு விருந்தளித்த பண்ணை வீட்டில், பணத்தை எண்ணுவதற்குப் பயன்படுத்தும் இயந்திரமொன்றைப் பார்த்தேன்.

இலவம் பஞ்சு குடோனில் மூட்டைகளைத் தூக்கியலைவதைப் போல, பண மூட்டைகளைக் கையாண்டார்கள். என்னோடு பேசிக் கொண்டிருக்கையில் கரையான் அரித்த ஐநூறு ரூபாய் நோட்டுக்கட்டு ஒன்றைக் கையில் வைத்துக் காட்டி, 'ஒரு சிக்கலப்ப புதைச்சு வச்சோம். அப்புறமா மறந்திருச்சு. தோண்டிப் பாத்தா பாதி நோட்டு ஒண்ணுக்கும் ஆகாது' என்றார். வியக்கிற மாதிரி எல்லாம் அதைக் கேட்டுக் கொள்ளவில்லை. அப்புறம் என்ன என்பதுபோல

அமைதியாக அந்த நோட்டுக் கட்டைப் பார்த்தேன். என் கண்ணில் தெரிவது என்ன என்பதை அவர் நோட்டமிடுகிறார் என்பதை அறிவேன்.

அவரது மனதில் தோன்றுகிறவை ஒவ்வொன்றையும் முன்னமே அறிந்து நொறுக்கியபடி முன்னேறினேன். விருந்தில் அமர்வதற்கு முன்னர் மது அருந்துகிறாயா எனக் கேட்டார். 'குடிப்பேன். ஆனால் உங்களுடன் குடிக்கமாட்டேன்' என்றேன். என்னவென்பது போல வியந்து பார்த்த அவர், அதற்கடுத்து ஒருதடவைகூட வற்புறுத்த வில்லை. இரண்டாவது சுற்றுக்குப் பிறகு அவருக்கு ஊற்றிக் கொடுக்க ஆரம்பித்தேன். நான் எந்த இடத்தில் இருக்கத் தயாராகிறேன் என்பதை அவருக்கு உணர்த்தினேன். 'நீ பிஸினசா இதை பாக்கறது நல்ல பழக்கம்தான். ஆனா எனக்கு உன்னோட சேர்ந்து பண்ணப் போறது சுவாரசியமான விளையாட்டு மட்டும்தான்' என்றார்.

பெங்களூருக்கு வெளியே பத்து ஏக்கரில் பரந்து விரிந்திருந்தது அப்பண்ணை வீடு. அவர் மட்டும் இல்லாமல் இருந்தால், ஏதாவதொரு மரத்தின் மீது அமர்ந்துதான் வெளியே தெரியும் நகரத்தை வேடிக்கை பார்த்துக் கொண்டிருந்திருப்பேன். அடர்ந்த காட்டுக்கு நடுவே அலங்கரிக்கப்பட்ட பங்களாவின் உள்ளே வண்ண விளக்குகளின் ஒளி விழுகிற மேசையில் அமர்ந்து குடித்தார். துவரம் பருப்பு மசிந்து வெந்து மணம் தருகிற மாதிரியான மனநிலையில் இருந்தார். அருகில் ஏதோ வேலையாய் வந்தவர்களைக்கூட செல்லமாய்த் திட்டித் துரத்திவிட்டார். என்னோடு கதை பேச விரும்பினார்.

'எங்கப்பா ஒரு பண்ணையாளா வேலை பாத்தாரு. அந்தப் பண்ணையில எப்பவாச்சும் விருந்து நடக்கும். என்னையும் என் தங்கச்சியையும் அங்க கூப்டு போவாரு. ஐம்பது மீட்டர் தூரத்துக்கு நெடுக்கா பதார்தங்கள விளக்கொளில அடுக்கி வச்சிருப்பாங்க. நடந்துகிட்டே நாங்க சாப்பிட்டதே இல்ல. தட்டு நெறைய அள்ளி போட்டு வந்திருக்கவங்க சாப்பிடறத வேடிக்கை பார்த்துக்கிட்டு இருப்போம். கடைசியா எல்லாத்தையும் பிரிச்சுப் போட்டு கழுவி எடுக்கிறவரைகூட இருப்போம். அடுக்கி வைச்சுருந்த எடத்தில இருந்து பதார்த்தங்கள எடுத்ததுமே அது குப்பைக்கூடைக்கு போற மாதிரியான தோற்றத்துக்கு வந்திடுது. சோத்த தட்டிலதான் எடுக்கணும். வாளில அள்ளினா அது கழிவுதான்' ஏதோ யோசனையில் பேச்சை நிறுத்திவிட்டு எழுந்து அவ்வுணவறையைச் சுற்றியிருக்கிற பதார்த்தங்களை நோட்டம்விட்டார்,

'எங்கப்பா லாட்டரி நிறைய வாங்குவார். விழாத லாட்டரியக்கூட தூக்கிவீசாம எங்க குடிசைல வந்து சொருகி வைப்பார். நானும் என்

தங்கச்சியும் அதை பணம்னு வச்சு விளையாடுவோம். விழாத லாட்டரி சீட்டுகளை அவர் பரிதாபமா பாத்துக்கிட்டிருந்த காட்சி மனசிலயே இருக்குது. ஒருநாள்கூட அவருக்கு பரிசு விழுந்ததே இல்லை' என்றார். எப்படியோ பிடித்து இழுத்து முன்னேறி இந்த இடத்துக்கு வந்துவிட்டார். முன்னேறி வந்துவிட்ட எல்லோருக்குமே தங்களது மத்திம காலத்தில் பைத்திய நிலையில் விளையாடும் படியான சோழியுருட்டல்கள் தேவைப்படுகின்றன. அந்த நேரத்தில் தான் அதிகமும் பெண்கள் விஷயத்தில் போய் விழுகிறார்கள். 'வீட்டில கிளி மாதிரி ஒண்ணு இருந்தாலும் ஆந்தை மாதிரி ராத்திரி யெல்லாம் முழிச்சிருக்கிற ஒண்ணு கண்டிப்பா வேணும்' என்பார்கள். அதுவும் முடியவில்லை என்றால் பெருஞ்சூது. அதன் காரணமாகவே இவர்கூட என்னைத் தேர்ந்தெடுத்து சுவாரசியமான ஆட்டத்தை ஆடிப் பார்க்க நினைக்கிறார்.

'என்ன பெரிய மயிரு ரிசல்ட்டு. ஏழை பாழைகளுக்கு நினைச்ச நேரத்தில வராதா? அந்த மயிர நம்மால மாத்த முடியாதா?' என்றார் உச்சகட்ட குழந்தைக் கோபத்தோடு. 'நிச்சயம் செய்யலாம் சார். எல்லாவற்றுக்கும் இங்கே விலை இருக்கிற மாதிரி. அதிர்ஷ்டத்தை மாத்துறதுக்கும் விலை இருக்கு' என்றேன். 'சபாஷ் அப்படிச் சொல்லு. அதனாலதான் அந்த தொழில அக்குவேறா, ஆணி வேறா தெரிஞ்ச உன்னைக் கூப்பிட்டிருக்கேன்' என்றார். 'எனக்கு முழுசாகவெல்லாம் தெரியாது. பாதிக் கிணறு வரை இருக்கிற ஆழம் தெரியும். மீதிக் கிணத்தோட ஆழம் தெரியாது. ஆனால் கடந்துருவேங்கற நம்பிக்கை இருக்கிறது' என்றேன்.

நிதானமாக என்னை உற்றுப் பார்த்துவிட்டு, 'அதுவும் நல்லதுக்குத் தான். முழுசா தெரிஞ்சவண்ட்ட எதைக் கொடுத்தாலும் குறுகுறுப்பும் ஆர்வமும் கம்மியாத்தான் இருக்கும். தெரியாதவந்தான் சுவாரஸியமா பிரிச்சு மேய்வான்' என்றார். அந்தத் தொழில் குறித்து எனக்குத் தெரிந்தவற்றை அவரிடம் சொன்னேன். பணம் வரும்விதங்கள் குறித்துச் சொன்னபோது, 'நல்ல ஏவாரி சும்மா தூக்கி ஆத்தில எதையும் போடமாட்டான். கிறுக்குக் காரியங்களுக்கு அப்படிச் செய்வான். ஆனால் அதுவும்கூட காரியக் கிறுக்காத்தான் இருக்கும். என்னைப் பொறுத்தவரை போட்ட பணத்தோட பேங்க் வட்டி சேர்ந்து வந்தாக்கூடபோதும். நிறைய தொழில் பண்ணிருக்கேன். இந்தத் தொழில் பத்தி எதுவுமே தெரிஞ்சுக்கல. எங்கப்பா இப்ப இல்லை. இருந்திருந்தா பரிசடிக்க வச்சிருப்பேன். நீயும் சம்பாதிச்சு நிலை நிறுத்திக்கோ. அதிர்ஷ்டத்தைத் தட்டிப் பறிக்க முடிஞ்சா எவ்ளோ தூரம் பறக்கமுடியும்ங்கறத பார்க்க விரும்பறேன்' என்றார்

நீங்கள் என்ன ராசி என்பதைக் கேட்க முடியாதளவுக்கு ஒரு இடைவெளியை இரும்புத் தூணைப்போல எழுப்பியிருந்தார். நெகிழுகையில்கூட தள்ளியிருந்தே அதைச் செய்தார். எழும்பி நின்று அவரது கண்ணீரைத் துடைத்தெல்லாம்விட முடியாது. காலடியில் அமர்ந்து கதை கேட்டுக்கொண்டிருக்கலாம். துயரமே இல்லாத முதலீட்டாளர் என்கிற முடிவுக்கு வந்திருந்தேன். இப்படி ஒரு முதலீட்டாளர் அமைவது என்பது வரம். ஆனால் கவனமாகக் கையாளப்பட வேண்டியவர். பேச்சோடு பேச்சாக, 'கண்ணில பொய்ய பாத்தேன்னா மட்டும் பண்ணைக்குள்ள தூக்கிப் புதைச்சுடுவேன். சொன்ன சொல் மட்டும் மாறவே கூடாது. இங்க இருக்கிற எதை வேண்டுமானாலும் தூக்கிச் சாப்பிடு. தூக்கிக் கொடு. ஆனால் சொந்தம் கொண்டாடணும்ணு தோணிச்சின்னா அதோட திரும்பி வந்திடாத' என்றார். உன்னுடைய பங்கை அனுபவித்துக் கொள் என்பதை வெளிப்படையாகவே சொல்லிவிட்டார். அவருக்குரியதில் கையை வைத்தால், வெட்டுப்படுவதிலிருந்து தப்ப முடியாது.

சினிமாவில் மட்டுமல்ல நிஜவாழ்வில்கூட அப்படியான கதைகள் பலவற்றைக் கேட்டிருக்கிறேன். இப்படித்தான் நம்பி ஒருத்தனை ஒரு பெரிய குடும்பத்துக்காரர் ஒருத்தர் நடுவீட்டுக்குள்விட்டிருக்கிறார். அவரது குடும்பப் பெண்ணைக் காதலித்துவிட்டான். வீட்டுக்கு அவன் ஒரே பிள்ளை. அவனை அடித்துக் கட்டித் தூக்கிப் போய் நாகூருக்குப் பக்கத்தில் பைத்தியம் என்று சொல்லிச் சேர்த்துவிட்டனர். பைத்தியங்களோடு மனிதனாய் இருந்தவன், பின்னால் பைத்தியமாகியும் போனான். இருந்த இடம் தெரியாமல் அழித்தொழித்துவிடுவார்கள். நிலவரம் புரிந்து, 'எல்லாத்தையும் கொண்டு வந்து உங்க முன்னாடி கொட்டறேன். நீங்க பாத்து எதை எடுத்துக்கொடுத்தாலும் சரிதான்' என்றேன்.

கூர்மையான கத்தியோடு விளையாடுவதைப்போன்றது அவர்களோடு புழங்குவது. நம்முடைய நாக்கில் கத்தரி வைத்து அளந்து வெட்டித் தான் வார்த்தைகளைப் பேசவும் வேண்டும். கதை சொல்லுகையில் குறுக்கிட்டு, 'ஆமாங்க. உங்களோட கஷ்டமெல்லாம் என்னைப் பொறுத்தவரை' என்றெல்லாம் சொல்லிவிடவேகூடாது. எது எல்லை என்பதைப் புரிந்து நடந்து கொண்டால் எல்லோருக்கும் சுகம். 'யாரைன்னாலும் விலைக்கு வாங்கு. எத வேணும்னாலும் வீசி அடி. லாட்டரி தொழில்ல இருக்கிற உச்சம் என்னங்கறத பாக்கணும். எவ்வளவுதான் இதில சம்பாதிக்க முடியுதுன்னு பாக்கலாம். வரவு செலவுகளையெல்லாம் நேரடியா என்னிடம் பேசு. வேறு யாரிடமும் பேசாதே' என்றார்.

கிளம்பும்போது இரண்டு லட்ச ரூபாயைத் தூக்கி என்னிடம் கொடுத்துவிட்டு, 'இது தொழில் கணக்கில வராது. புழங்கப் போற

இடத்துக்குத் தேவையான மாதிரி பொருள்களை வாங்கிக்க. பணம் எப்ப வேணும்னாலும் கேளு. உடனே எனக்கு செஞ்சு தரணும்னு அவசரப்படாத. திருட்டேயானாலும் பத்து நாளைக்கு நோட்டம் விடணும்ல. கைப்பக்குவமா வெளிய தெரியாம சுவாரசியமா விளையாடலாம்' என்று சொல்லி வழியனுப்பி வைத்தார். பெங்களூரில் எனக்குத் தேவையான பொருட்களை வாங்கிக் கொள்ளலாம் என முடிவெடுத்தேன். அந்த நகரம் அப்படித்தான் இருக்குமென நிறையக் கேள்விப்பட்டிருக்கிறேன்.

காலாற அந்தப் பெரிய தெருவில் நடந்தேன். உலகத்தில் இருக்கிற அத்தனை அழகான பெண்களும் அங்கேதான் குவிந்திருந்தனர். ஜோசப் சொன்ன மாதிரி தொடர்புகளிடம் தெளிவாகப் பேசினேன். முன்பணம் தருவதாகச் சொன்னதும் உற்சாகமாக விவரித்தார்கள். எத்தனை நாளுக்குத்தான் பரிசடிக்கிற ஆளாகவே ஏங்கிக் கொண்டிருப்பது? பரிசடிக்க வைக்கிற வட்டத்துக்குள் நுழைந்துவிட வேண்டுமென்கிற வெறி வந்தது.

என்ன செய்யவேண்டும் என்பது என்னுடைய மனதில் திரண்டு வந்துவிட்டது. ஒரு தொழிலைக் கற்றுக்கொள்ள ஒரு பெரிய மனிதர் பணம் கொடுத்து அனுப்பியிருக்கிறார். அந்தத் தொழிலின் அடி தெரியும். அந்த ஒவ்வொரு அடியையும் தேய்த்து நடந்திருக்கிறேன். முடியைத் தெரியாமல் இங்கிருந்து ஒதுங்குவதில்லை என முடிவெடுத்தேன். அப்படியான முடிவை எட்டுவதற்கு மழைத் தூறல்களுக்கு மத்தியில் வழுக்கியோடிய அந்த நகரமும் துணை நின்றது. இன்னொரு தேசத்தின் குளிர்கால நகரமொன்றில், புதிய நட்சத்திரங்களை எண்ணும் ஒரு யாத்ரீகனைப் போல உணர்ந்தேன். எங்கேயும் பறந்துபோய்ப் பார்க்கக் கிடைத்திருக்கிற வாய்ப்பைக் கோட்டைவிடக் கூடாதெனவும் தோன்றியது.

மதுக்கூடமொன்றில் கால் மேல் கால் போட்டு அமர்ந்து அதைப் பற்றி யோசித்தேன். எந்தத் தயக்கங்களும் இல்லாமல் எப்படி இந்த இடத்தில் இந்த மாதிரி அமர்ந்திருக்க முடிகிறது? இந்த நாசூக்கு எப்படி திடீரென வந்து ஒட்டிக் கொள்கிறது? பிறவிக் குணமா இது? அப்படியானால் யார் மூலம் அது வந்து ஒட்டிக்கொண்டிருக்கும்? 'உங்காத்தா இருந்திருந்தா இடுப்பில உன்னை வச்சுக்கிட்டே உலகம் பூரா பறந்திருப்பா' என மாமா ஒருத்தர் சொன்னது நினைவுக்கு வந்தது. அடுத்த கணமே இது பணம் கொடுத்த தைரியம் என்பதும் புரிந்தது. அடுத்த வேளைச் சோற்றுக்கு அலைகிறவனே பதற்றமாவான். அது குறித்த கவலை இல்லாதவன் காலை எதன் மீதும் தூக்கிப் போட்டு அமர்வான்.

வந்து நின்ற பணியாளருக்கு ஆயிரம் ரூபாயை ஊக்கத் தொகையாகக் கொடுத்தேன். இனிமேல் அடிக்கடி இங்கே வந்து போக வேண்டும். சூதாடிகளின் உலகத்தில் பணியாளர்களுக்கு ஈயப்படும் தொகைகள் எல்லோரது குறியையும் கவரும். வாயிற் காப்பாளனிடம் முதலில் செல்வாக்கைக் காட்டிவிட வேண்டும். நம்முடைய காரை அவன் பவ்யமாக நிறுத்த உதவும் விதத்தில் முக்கியத்துவம் புரிந்துவிட வேண்டும். அங்கே பணத்தை விசிறியடிக்கத் துவங்கி வழியெங்கும் இறைத்தபடியே முன்னேறவேண்டும். அவர் வந்தால் அதிர்ஷ்டம் என ஒவ்வொருவரும் ஏங்கித் தேடவேண்டும். அப்புறம் உதிர்க்கிற சொல்லுக்கெல்லாம் தங்கக் காசுகளைப் பதிலுக்குப் பெற்று விடலாம். எந்தச் சொல்லையும் பணமே அடர்த்தியாக்குகிறது. சொல்லின் மதிப்பையும் அதுதான் தீர்மானிக்கிறது. எண்களின் உலகத்தில் சத்தான சொற்களை விசிறியெறியலாம் என உறுதி கொண்டேன். என் முதற்சொல்லை மனமுவந்து அந்த உலகத்தை நோக்கி வீசினேன்: ‘இந்தப் பூமியில் எதற்கும் விலையுண்டு’.

# அத்தியாயம் 19

வாயிற்காப்பாளன் துவங்கி பல்வேறு படிநிலைகளைக் கடந்துதான் உச்ச சூதை ஆடுகிறவனின் மையத்தை நெருங்க முடியுமென்றேன் என்னுடைய முதலீட்டாளரிடம். 'அதுவும் சரிதான். என்னை உடனடியா எல்லாரும் பாத்திட முடியுமா' என்றார். அவரிடம் ஏற்படுத்திக் கொண்ட தொடர்பு பற்றி ஜோசப்பிடம் சொன்னேன். 'தொடர்பு வரைக்கும்தான் என்னோட வேலை. அதுக்கப்புறம் நடக்கிற நல்லது கெட்டதுகளுக்கு நீங்கள் இருவரும்தான் பொறுப்பு. அதைப் பற்றி எதுவும் கேட்க நினைப்பதே இல்லை' என்றான். கெட்ட செய்திகள் எதுவும் என்னைப் பற்றி போகாமல் இருப்பதே அவனுக்குச் செய்கிற மரியாதை என நினைத்துக்கொண்டேன்.

எதற்கும் காத்திருக்காமல் வேகவேகமாக என்னுடைய வேலைகளை ஆரம்பித்தேன். முதல் கட்டமாக பத்து லட்ச ரூபாய் பணம் வேண்டுமென அவரிடம் கேட்டபோது, இருபது லட்சமாகத் தந்துவிட்டு, 'அடிக்கடி வந்து நின்னுக்கிட்டு இருக்காத. ஒரு ஆறுமாசத்துக்கு மொத்தமா எவ்ளோ காசு தேவைப்படும்னு சொல்லு. ஒரு டீலிங் முடிச்சதும் அதில ஒரு பங்க ஒதுக்கிடறேன்' என்றார். மனதுக்குள் ஒரு கணக்குப் போட்டு ஒரு கோடி ரூபாய் வேண்டுமென்றபோது, உடனடியாகத் தருவதற்குச் சம்மதித்தார்.

அந்த ஒரு கோடி ரூபாயை என்னால் எவ்வளவு ஆக்க முடியும் என யோசித்துப் பார்த்தேன். முதல் கட்டமாக அந்த இருபது லட்சத்தைப் பக்குவமாக போட்டு எடுக்கத் தீர்மானித்தேன். டெல்லியில் செங்கோட்டைக்குப் பக்கத்தில் அவர் சொன்ன ஹோட்டலில் அறை எடுத்துக் காத்திருந்தேன். ஹோட்டலின் மதுவறைக்குள்ளே வண்ண விளக்குகளுக்கு அடியில், தரையிலிருந்து மூன்றடி உயர்ந்த ஆசனத்தில் அமர்ந்து அவருக்காக காத்திருந்தபோது அங்கு வந்து போகிறவர்களை நோட்டமிட்டேன். அந்த ஹோட்டல் ஒரு மாதிரியைப் போல இருந்தது.

கானமயிலைப் பார்த்து ஆடும் வான்கோழியைப் போல இருந்தது. நட்சத்திர ஹோட்டல்களைப்போல அலங்காரங்கள் என நினைத்துக் கொண்டு அத்தனையையும் கெடுத்து வைத்திருந்தார்கள். இதுதான் ஒரு பெரிய சிக்கல். பணம் எவ்வளவு வந்தாலும் அதை நாசூக்காக எப்படிக் கடை விரித்துக்காட்டுவது என்பது பலருக்குக் கைகூடி வரவில்லை. புதுப் பணக்காரன் எனப் பார்த்ததும் சொல்லி விடுவார்கள். பணமிருந்தும் அழுக்கான வேட்டி சட்டையோடு வந்து இறங்கிய சோலைச்சாமி அந்த நேரத்தில் நினைவுக்கு வந்தான். எதிரே இருப்பவன் பஞ்சத்தில் அடிபட்டவன் என ஒருபோதும் துருத்தித் தெரிந்துவிடவேகூடாது.

எனக்கு அனுமதி கொடுத்திருந்தால், அந்த நகரில் அமர்ந்து அவரோடு பேசுவதற்கு மிகச் சிறந்த உச்சியொன்றைத் தேர்தெடுத்திருப்பேன். தயக்கத்தோடு நடந்து வரும் அவரை அடையாளம் கண்டு கொண்டேன். நேர்த்தியான ஆடைகளுடன் வந்தமர்ந்த அவரது முகத்தில் குமாஸ்தாவின் களை தெரிந்தது. ஏதாவதொரு உயரதிகாரி வீட்டில் அடிமட்ட தொடர்பில் இருக்கும் அலுவலர் என்பது புரிந்து விட்டது. இந்தச் சிறுதுரும்பை வைத்துத்தான் பெரும் பல்லைக் குத்தவேண்டும்.

‘முன்பணமாக எவ்வளவு வேண்டுமானாலும் தரத் தயாராக இருக்கிறேன். ஆனால் அதை வங்கிக் கணக்கு வழியாகத்தான் செலுத்தமுடியும். பத்து நாளைக்கான பணத்தை முன்பணமாகத் தருகிறேன்’ என்றதும் உடனடியாக, பீடா கறையொட்டிய பற்களைக் காட்டிச் சிரித்தார். அங்கத்திய பழக்கமொன்றைக் கேட்டுக் கற்று வைத்திருந்தேன். வியாபாரத்தைப் பேசி முடிக்கும்போது, தரமான பீடாவொன்றைத் தூக்கி மேஜையில் வைக்கவேண்டும். பீடாவை வைத்த செய்கையைக் கண்டு உற்சாகமடைந்த அவர், ‘நல்ல தரமான பையந்தான் நீ’ என்று சொல்லிவிட்டு வெளிப்படையாகப் பேச ஆரம்பித்தார்.

’இப்போது குலுக்கல் முடிவுகளில் நினைத்த மாதிரிக் கைவைக்க முடிகிறது. விரைவில் இதற்கு அரசுக் கட்டுப்பாடுகள் வரப் போவதாகச் செய்திகள் வருகின்றன. குலுக்கல் முடிவுகளில் கைவைக்கிறார்கள் என அரசல்புரசலாக வெளியில் தெரியவும் ஆரம்பித்துவிட்டது. முடிந்தளவுக்குச் சீக்கிரம் தோண்டிவிட வேண்டும்’ என்றார். நினைத்திருந்த மாதிரி டெல்லி தலைமைச் செயலகத்தில் வேலை பார்க்கும் அவருடைய நண்பர் ஒருத்தர் லாட்டரி குலுக்கல்களை மேற்கொள்ளும் மாநிலத் தலைமைச் செயலத்தில் வேலை பார்க்கிறார். அவர் மூலமாகத்தான் சின்னச் சின்ன காரியங்களை

ஜோசப்புக்குச் செய்துகொடுத்திருக்கிறார். 'முதலில் என்னோடு நீ வியாபாரத்தை துவக்கு. உன்னுடைய போக்கு பிடித்திருந்தால் இந்தத் துறையில் உனக்கு ஆட்களை பழக்கம் பண்ணிவிடுகிறேன். எனக்கு வருமானத்தை முதலில் கொடு' என்றார்.

கிளம்பும்போது வெறுங்கையுடன் அனுப்பக்கூடாது என்பதற்காக விலையுயர்ந்த இனிப்பு பொட்டலத்துடன் ஐம்பதாயிரம் ரூபாயை ஒரு பையில் போட்டுக் கொடுத்தேன். அதை வெளியே எடுத்துப் பார்த்தவர், 'இந்தத் தொழிலில் நம்பிக்கைதான் மூலதனம். நிறையப் பேர் தொடர்பு வைத்திருப்பவர்கள் எளிதாகச் சம்பாதிப்பதாக நினைத்துக் கொள்கிறார்கள். தொடர்பு வைத்திருப்பவர்களைவிட அந்தத் தொடர்புக்குத் தகுந்த வேலைகளை எடுத்துக்கொண்டு வருபவர்களே முக்கியம்' என்றார். அவர் சொல்வது எனக்கு நன்றாகப் புரிந்தது. தெளிவான அலுவலக நடைமுறைகளை விவரித்து நிறுத்தி நிதானமாகப் பேசினார்.

பெரும்பாலும் உயரிடத்தில் இருப்பவர்கள் தங்களுக்குக் கீழிருப்பவர் களுக்குப் பணமாக எதையும் கொடுப்பதில்லை. ஏதாவது வேலையைக் கொண்டு வா, முடித்துத் தருகிறேன் என்பார்கள். முதல் சில தடவை இலவசமாக காசு வாங்காமல் முடித்தும் தருவார்கள். நம்முடைய ஆட்கள் தொடர்ந்து இலவசத்துக்காகவே தலையைச் சொறிவார்கள் என்பதாலேயே அடித்துத் துரத்திவிடுகிறார்கள். அவர்களுடையை மனம் நோகாமல் அவர்களுக்கான பங்கைத் தந்துவிட்டால் தொடர்ச்சியாக வேலைகளைச் செய்து கொடுப்பார்கள். ஆனால் அதிலும்கூட ஒரு சிக்கல் இருக்கிறது. ஒருகட்டத்துக்கு மேல் உடன் இருப்பவனை சம்பாதிக்க வைக்க நினைக்கவும் மாட்டார்கள்.

நம்பிக்கை சூழ்ந்து மேலேறிக் கொண்டிருக்கிற சமயம் பார்த்து வேகத்தடையைப் போட்டுவிடுவார்கள். டெல்லி தொடர்பு விஷயத்திலும் இதுதான் இறுதியாக நடக்கும் என்பது எனக்குத் தெரியும். அவரிடம் இருந்து கணக்கைத் துவங்கலாம் எனத் தோன்றியது. வந்து திரும்பியதும் கொடுத்த மூன்று எண்களுக்கும் பரிசடித்துக் கொடுத்தார். முன்பணம் உற்சாகமாக வேலை செய்தது. அவருக்கு அழைப்பது என்பதுபோய், தொடர்ந்து அவர் அழைத்தபடி இருந்தார்.

அவர் பசிக்கு நான் சோறுபோடுவதைப்போல அமைந்துவிட்டதில் எனக்கும் மகிழ்ச்சியே. பெங்களூரில் இருக்கிற என்னுடைய முதலீட்டாளரை அழைத்து எங்காவது ஒரு லாட்டரி சீட்டு வாங்கி அந்த எண்ணை எனக்குச் சொல்லும்படி சொன்னேன். 'உங்களுடைய எண்ணிற்கு நாளை இருபத்தஞ்சாயிரம் பரிசடிக்கும் காத்திருங்கள்'

என்று சொன்னதும் அவர் குதூகலமடைந்துவிட்டார். மறுநாள் விடியற்காலையிலேயே அவருடைய தொலைபேசி அழைப்பு வந்தது.

'கோடி கோடியா சம்பாதிச்சிருக்கேன். ஆனா இந்த இருபத்தைஞ் சாயிரத்துக்கு நைட் முழுக்க தூங்காம யோசிச்சுக்கிட்டு இருந்தேன். சொன்ன மாதிரி செஞ்சுருவியான்னு தயக்கமும் இருந்துச்சு. எங்கப்பா எப்படி விடியக்காலைல எந்திருச்ச கையோடு ரிசல்ட் பாக்கப் போவாரோ அப்படியான மனநிலைல இருந்தேன். எங்கப்பாவுக்கு இப்படி ரொல்லி அடிச்சுக் கொடுத்திருந்தா சந்தோஷப்பட்டிருப்பாரு' என்றார். அப்படிச் சொல்லிப் பரிசடித்துக் கொடுக்கும்போது அவருடைய அப்பா என்ன செய்திருப்பார்?

தொடர்ச்சியாய் அவரைப்போய் சீட்டு வாங்கச் சொல்லி வற்புறுத்தக் கூடாது என்பதிலும் தெளிவாக இருந்தேன். என்னால் செய்ய முடியும் என்பதைக் காட்டுவதற்காகவே இருபத்தைந்தாயிரம் ரூபாய் பரிசை முதல் கட்டமாக அடித்துக் காட்டினேன். என்னால் உச்சகட்டமாக எந்தப் பரிசைத் தொட முடியுமோ, அதை அவருக்கு மீண்டும் அடித்துக் கொடுக்கவேண்டும் என்று விரும்பினேன். அதை அவரிடம் சொல்லவும் செய்தேன். 'உச்சமான பரிசை நீ தொட்டபிறகு அதைச் சொல்' என்றார். டெல்லி தொடர்பு சொன்ன மாதிரி வேலை செய்து கொடுத்தது. அடிக்கடி கிளம்பிப் போகத் தேவையில்லாத மாதிரி சுமுகமாக மித வேகத்தில் ஓடியது வண்டி.

வழக்கமான பிரச்னை மறுபடியும் தலைதூக்கியது. ஒருகட்டத்துக்கு மேலே அவரால் இதை விரித்தெடுக்க முடியவில்லை. இடையில் முதலீட்டாளரைச் சந்திக்கும்போது பரிசடித்த விபரங்கள் அடங்கிய கணக்கை எடுத்துக்காட்டினேன். அதைக் கையிலெடுத்துப் பிரித்து நோட்டம்விட்டார். 'ஆரம்பத்தில சும்மா சுவாரஸியத்துக்காகத்தான் இந்த வேலைய ஆரம்பிச்சேன். முதல் இருபத்தைஞ்சாயிரத்தைப் பார்த்ததும் அந்த சுவாரஸியம் அடங்கிருச்சு. ஆனா நீ எவ்வளவு தூரம் எம்பிப் பறக்கிறங்கறத பாக்கற சுவாரஸியம் இப்ப வந்து ஒட்டிக்கிடுச்சு' என்றார்.

டெல்லி தொடர்பைத்தாண்டி பெரியளவுக்கு வளர வேண்டிய தேவை இருப்பதைச் சொன்னதும், 'அதைப் பண்ணிட்டுல்ல நீ வந்து சொல்லிருக்கணும்' என்றார். மேலும் இருபது லட்சத்தைத் தூக்கிக் கையில் கொடுத்துவிட்டு, 'இந்தா பாரு. பணம் இல்லாதவனுக்குத்தான் படிப்படியா முன்னேற வேண்டிய கட்டாயம். எனக்கென்ன வந்துச்சு கழுதை. குதிக்கறப்பயே பாராசூட் மாதிரி விரிஞ்சிடணும். போய்

அதுக்கான வேலையைப் பாரு. உங்கூட சின்னப்புள்ளையாட்டம் சைக்கிள ஓட்ட முடியுமா' என்றார்.

டெல்லி தொடர்பிடம் இதே சைக்கிள் உதாரணத்தை நான் சொல்கிற மாதிரி நேரடியாகச் சந்தித்தபோது சொன்னேன். தனக்கொரு குறிப்பிட்ட தொகை தந்தால் தன்னுடைய நண்பரை அறிமுகப்படுத்தி வைத்துவிட்டு ஒதுங்கிக் கொள்வதாகப் பதில் தந்தார். முதலீட்டாளருடன் கலந்து பேசாமல் ஐந்து லட்ச ரூபாயை அவரிடம் தூக்கிக் கொடுத்தேன். மகிழ்ந்து அந்த எண்ணை அழைத்துப் பேசித் தொடர்பை அமைத்துத் தந்தார். கடைசியாக அவரோடு ஒரு வியாபாரம் செய்யலாம் என்று அந்த நேரத்தில் தோன்றியது. கொஞ்ச நேரம் அவரைக் காத்திருக்கச் சொல்லிவிட்டு, வெளியில் வந்து கதிர்வேலுவை தொலைபேசியில் அழைத்து என்னுடைய அப்பாவைப் போய்ப் பார்க்கச் சொன்னேன்.

வியாபாரம் முடிகிற நேரம் அது என்பதால் கோவில் மேட்டுக்கு அருகில் இருக்கிற கடையில் சுக்குப் பால் வாங்கிக் குடித்துக் கொண்டிருப்பார். அவரிடமிருக்கும் விற்காத சீட்டுக்களில் ஏதாவதொன்றின் எண்ணை அவர் சந்தேகம் அடைந்துவிடாதபடி பார்த்து என்னிடம் தெரிவிக்கச் சொன்னேன். அடுத்த அரைமணி நேரத்தில் என்னுடைய அப்பாவின் கையில் இருந்த மிச்சமான சீட்டொன்றின் எண் என்னிடம் இருந்தது.

'உங்களால் அதிகப்பட்சமாக எவ்வளவு உயரப் பரிசை எட்ட முடியும்' என்றேன்.

'ஐம்பதாயிரம் ரூபாய்' என்றார்.

'இந்த எண்ணுக்கு அடித்துத் தாருங்கள் அதை' என்று அவரிடம் கொடுத்தபோது என்னுடைய கைகள் நடுங்கின. யாரோ முக்கியமான ஒருத்தருக்கு செய்து கொடுக்கிற காரியம் அது என்பதை அவர் புரிந்து கொண்டார். 'இந்த சீட்டுக்கு நீ கமிஷன் எதுவும் எனக்கு கொடுக்கத் தேவையில்ல. முழுக்க என் செலவுலயே அடிச்சுத் தர்றேன்' என்று சொல்லிவிட்டுக் கிளம்புகையில், 'பெரிய அளவுக்கு வளர்ந்தால் நேர்மையாக என்னையும் கவனித்துக் கொள்' என்றார்.

அதற்கு அடுத்த நாள் இரவு சென்னையில் இன்னொரு தொடர்பைப் பேணும் முயற்சியில் இருந்தேன். தூங்கப் போகிற நேரம் வந்தபோது படபடப்பு உள்ளுக்குள் எழுவதை உணர்ந்தேன். நிச்சயம் பரிசடித்து விடும், அதிலெல்லாம் சிக்கலில்லை. அந்தப் பரிசு சென்று சேரப் போகும் கரங்கள் குறித்தே அதிகமும் சிந்தித்தேன். வழக்கத்துக்கு மாறாக அதிகாலையிலேயே எழுந்து முடிவைப் பார்க்க அங்கிருக்கும்

கடையொன்றுக்குப் போனேன். என்னுடைய அப்பாவுக்கு ஐம்பதாயிரம் ரூபாய் பரிசடித்திருந்தது. மதியத்துக்கு மேல் அவர் வாங்கி விற்கும் மொத்தக் கடையில் வேலை பார்க்கும் நாச்சி முத்துவுக்குத் தொலைபேசி செய்துகேட்டேன். பரிசுத் தொகையைக் கோரி என்னுடைய அப்பா கடைக்கு வரவில்லை என்றார்கள்.

என்ன நடந்தது எனப் போய்ப் பார்த்துவிட்டு வரக் கதிர்வேலுவை அனுப்பினேன். மொத்தக்கடைக்காரர் மட்டுமல்லாமல், கதிர்வேலுவும் போய்க் கேட்டபோது, தெரியாமல் சட்டையோடு வைத்துத் துவைத்துவிட்டதாகச் சொல்லியிருக்கிறார். 'இதைச் சொல்றப்ப அவர் முகத்தில கோணலா ஒரு சிரிப்பு வந்திச்சா' எனக் கதிர்வேலுவிடம் கேட்டபோது, யோசித்துவிட்டு ஆமாமாம் என்றான். எனக்குப் புரிந்துவிட்டது. கிறுக்கு மூதி கதிர்வேலு மாடுசாடைக்கு அசைந்தாடி சந்தேகம் வருகிற மாதிரி நடந்து விட்டான். நுணுக்கமாக என்னுடைய அப்பா கதிர்வேலுவின் பதற்றத்தைக் கண்டு பிடித்துவிட்டார். அந்தத் தப்புச் சோலிக்குப் பின்னால் நானிருப்பதையும் ஊகித்துவிட்டார்.

என்னாலும் சிலவற்றை ஊகிக்கமுடியும். வீட்டின் மேற்கூரையில் சாவி சொருகியிருக்கும் என்று சொல்லி, கதிர்வேலுவைப் போய் வீட்டைத் திறந்து பார்க்கச் சொன்னேன். மாதா சிலையின் அடியில் சுக்குநூறாகக் கிழிந்து கிடந்தது ஐம்பதாயிரம் பரிசடித்த அந்தப் பரிசுச் சீட்டு!

# அத்தியாயம் 20

வீட்டுக்கு வந்த லட்சுமியை வேண்டாமென்று துரத்துகிறவர்களெல்லாம் ஒருபோதும் உருப்பட்டுவிட முடியாது. மூதேவி அவளது சகோதரியுடன் நிலைவாசல் படியில் அமர்ந்து பேன் குத்திக் கொண்டிருக்கும் வீட்டில் எப்படி லட்சுமி நுழைவாள்? அப்பாவின் குணநலன்களைப் பற்றி பேன்சி ஸ்டோர் அண்ணனிடம் புகார் வாசித்தபோது, 'தன்னை தியாகி மாதிரி பாவித்துக் கொள்வது ஒரு மோசமான மனநிலை' என்றார். அப்போது அதைப் பற்றியெல்லாம் என்னால் விளக்கமாகப் புரிந்துகொள்ள முடியவில்லை. அதேசமயம் இப்போது அதை யோசித்துப் பார்த்தால், அவர் மிகச் சரியாகத்தான் சொல்லியிருக்கிறார்.

வேலியில் போகிற ஓணானை வேட்டியில் இழுத்துவிட்டு, புலம்புவதால் என்ன பயன்? அவரைத் தாண்டியோடிவிட வேண்டுமென்பதை அந்தச் சம்பவமும் உறுதி செய்தது. நல்லவேளை ஐம்பதாயிரம் என்பதால் சிறு சிராய்ப்புகளோடு முடிந்துவிட்டது. இப்போதெல்லாம் சந்தையில் புதிதாக ஒரு கோடி ரூபாய் பரிசுச் சீட்டை விடப் போவதாகச் சொல்லிக் கொண்டிருந்தார்கள். உச்சகட்டமாக பக்கத்து மாநிலமொன்றில், ஆறு கோடி ரூபாய் பரிசுச் சீட்டை கூடிய சீக்கிரமே அறிமுகப்படுத்தப் போவதாக உறுதியான தகவல்களும் கிடைத்தன. அப்படி ஒரு ஆறு கோடியை கிழித்துப் போட்டிருந்தால், நிலைப் படிக்கும் வாசலுக்கும் நடுவில் அவரை என் மடியில் படுக்கப் போட்டு வகுந்து எடுத்திருப்பேன்.

ஊரைவிட்டு வெளியே வந்த பிறகுதான் உலகம் எவ்வளவு பெரியது என்பது விஸ்தாரமாகப் புரிந்தது. 'பூமியில பணம் கொட்டிக் கிடக்கு. சந்து பொந்துகள்ள அது ஒளிஞ்சு கிடக்கு. அதைத் தேடி எடுத்துக்கறது உன் சத்து. அது வரலைன்னு புலம்பக்கூடாது' என்றார் மதுவிடுதியில் சந்தித்த ஒருத்தர். போகிற போக்கில் எல்லோரும் பணத்தை அடைவதைப் பற்றியே பேசினார்கள் அங்கே. ஆனால் ஒருத்தருக்கும்

அது மிகச் சரியாக எங்கிருந்து புறப்பட்டுவருகிறது என்பதைச் சொல்லத் தெரியவில்லை. அது தெரிந்திருந்தால் வாழை மரத்தில்கூட பணத்தார் தொங்கியிருக்குமே?

ஜோசப் வழியாக வந்த தொடர்புகளை நம்பி மட்டும் ஆற்றில் போனால் பதினைந்து வருடங்கள் கழித்துத்தான் கரையேறுவேன். படகில் இன்னொரு முதலீட்டாளரை வைத்துக் கொண்டு அப்படி ஓட்டுவது சாத்தியமும் இல்லை. கையில் பணம் இல்லாதவர்கள்தான் தொடர்புகளைப் பெற அதிகமும் மெனக்கெடுவார்கள்? பணமிருந்தால் தொடர்பென்பது இயல்பாகவே விழைந்துவிடும். லாட்டரி சாம்ராஜ்ஜியத்தின் வெளிச்சுற்றிலிருந்தே ஆடிப் பார்த்து விட்டேன். சுழற்றிக் கொண்டு ஓடி வரும் புயலின் மையத்தில் தஞ்சமடைந்துவிட்டால், தன்னோடு சேர்த்து நம்மையும் சுற்ற வைத்து இன்னொரு தேசத்துக் கடலில் இறங்கிவிடும். மையத்தை அடையும் பாதையில் அப்படியொன்றும் நெருஞ்சி முற்கள் கொட்டிக் கிடக்கவில்லை. அதற்காக பஞ்சு மெத்தைகளையும் விரித்து வைத்து யாரும் காத்திருக்கவும் இல்லை.

எளிதாகவே நல்லதொரு நட்பு வட்டத்தை வெகு சீக்கிரமே கண்டடைந்துவிட்டேன். அதற்காக நிறைய ஒன்றும் மெனக்கெட வேண்டியதில்லை. அந்த உலகத்தைச் சேர்ந்தவர்கள் புழங்கும் உயர்தர மது விடுதிகளுக்குத் தினமும் சென்று வந்தாலேபோதுமானது. போதையின்போது மனிதர்கள் அருகில் இருப்பவர்களிடம் நெருங்கிப் பழக விரும்புகின்றனர். சாதாரண கண்களைவிட போதைக் கண்களைப் பணத்தின் ரம்மியம் எளிதாகப் பற்றிக்கொண்டுவிடுகிறது. அங்கே ஆளாளுக்குப் புதிய யோசனைகளுடன் அலைந்தார்கள்.

மாணிக்கவாசகம் என்கிற நண்பன் என்னை ஒரு சந்திப்புக்கு அழைத்துச் சென்றான். சிக்கிமிலிருந்து வந்திருந்தது அக்குழு. கூடவே அந்த மாநிலத்தில் இருந்து ஒருத்தனைப் பிடித்துக் கூட்டி வந்திருந்தார்கள். அங்கே வயக்காட்டில் வேலை பார்ப்பவன் என்பது பார்த்த வாக்கிலேயே புரிந்தது. அவன் போட்டிருந்த உடையில் கழுத்துப் பக்கம் விலைப்பட்டியல் கிழிக்கப்படாமல் இருந்தது. கால்களை அகட்டி வைத்து நடந்தான். பார்த்தவுடன் சிரித்துவிட்டு கழுத்தைச் சுட்டிக்காட்டினேன். அவனது பிடதியில் அந்தக் குழுவில் இருந்தவர் ஒரு அடிபோட்டு கிழிக்கச் சொன்னார்.

அவனைக் காட்டி சிக்கிம் மோட்டா என்கிற பெயரில் ஒரு ஆன்லைன் லாட்டரியை பிரபலப்படுத்த வந்திருக்கிறார்கள். அந்த லாட்டரியில் அவனுக்கு ஆறு கோடி ரூபாய் பரிசு விழுந்திருப்பதாக பத்திரிகையாளர்கள் முன்னால் நிறுத்தி சீட்டை பிரபலப் படுத்துவதாகத் திட்டம். உள்ளூரில் நிறையப் பத்திரிகைகளில்

அவனுடைய செய்தி வந்திருப்பதைப்போல போலியாக வடிவமைத்திருந்தார்கள். 'இவனை வைத்து கொலைகூட செய்ய முடியாது. மாட்டிக்கொண்டால் நாறடித்து விடுவார்கள். வேறு ஏதாவது யோசனை சொல்கிறேன். கொஞ்சம் பொறுத்திருங்கள்' என்றேன். 'நல்லவேளையா தலை தப்புச்சு' என வெளியில் வரும்போது சொன்னான் மாணிக்கவாசகம். இதுமாதிரி நிறையப் பேர், 'சேர்ந்து ஏதாவது செய்யலாமா' என அணுகவும் செய்தனர்.

இடையில் அந்தத் தொடர்புகளின் வழியாக எனக்குப் பரிசுகளும் அடித்துக்கொண்டிருந்தன. அதுவரை அறுபது லட்ச ரூபாய் வரைக்கும் என்னுடைய முதலீட்டாளரிடம் வாங்கியிருந்தேன். அத்தனை முதலீடும் வஞ்சகமில்லாமல் விரியன் குட்டிகளைப் போட்டுவைத்திருந்தது. கணக்கோடு சீக்கிரம் அவரைப் போய்ப் பார்க்க வேண்டுமெனவும் நினைத்தேன் சென்னையில் அடுக்குமாடி குடியிருப்பில் வீடொன்றை வாடகைக்குப் பிடித்தேன். இருக்கிற ஒரு காரை மாணிக்கவாசகமும் நானும் மாற்றி மாற்றிப் பயன்படுத்திக் கொள்ளலாம் என ஒப்பந்தம் போட்டோம். கார் வாங்குவதாகத்தான் இருந்தேன். மாணிக்கவாசகம்தான் 'கொஞ்சம் பொறுத்து வாங்கிக் கொள்ளலாம்' என்றான். அவன் அணுக்கமான சொற்களையே என்னிடம் பேசினான்.

அவனுடைய அப்பா அரசு அலுவலகம் ஒன்றில் உயர் பொறுப்பில் இருந்து ஓய்வு பெற்றவர். மாணிக்கவாசகத்துக்கு தங்கை ஒருத்தியும் இருக்கிறாள். அவனுடைய அம்மாவும்கூட ஏதோவொரு வங்கியில் வேலை பார்ப்பதாகச் சொன்னான். நகரத்தில் உள்ள பெரிய வீட்டுப் பிள்ளைகள் படித்த பள்ளியில் படிக்க வைத்திருக்கிறார்கள். அவன் படித்த இருபாலர்களுக்கான கல்லூரியும்கூட புகழ்பெற்றதுதான்.

அங்கு படித்த பெரிய வீட்டுப் பிள்ளைகளோடு தொடர்பு ஏற்பட்டதில், நிறைய கொடுக்கல் வாங்கல் வியாபாரங்களைச் செய்கிறான். மதுவிடுதியில் எழுந்திருக்க முடியாமல் ஒருமுறை தள்ளாடிக் கொண்டிருந்தான். ஏற்கனவே பார்வை உறவிருந்ததால், கவனித்துப் பார்த்து கைத்தாங்கலாக அழைத்துப் போய் காரிலேற்றி என்னுடைய வீட்டுக்கு அழைத்து வந்தேன். அவனது வீட்டு முகவரியைச் சொல்ல முடியாதளவுக்கு போதையில் சுருண்டிருந்தான். காலை ஒன்பது மணிக்குத்தான் அவனுக்குச் சுரணையே வந்தது. 'நீ யார்' என்றான். 'முதல்ல இந்த டீயைக் குடி. அப்புறம் என் ஜாதகத்தைச் சொல்றேன்' என்றேன். எல்லா கதையையும் கேட்ட பிறகு அவனுக்கு அவமானமாகிவிட்டது.

'இப்படி நிலைகொள்ளாம குடிச்சா உருப்பட்ட மாதிரிதான்' எனச் சொல்லிக்கொண்டே இருந்தான் கிளம்புகிறவரை. என்னுடைய

முதலீட்டாளர் குறித்து அவனிடம் சொன்னபோது, 'இப்படி தங்கத்தைக் கையில் வச்சுக்கிட்டு தகரத்தோட மல்லுக்கட்டிக்கிட்டு இருக்க. என்னோட நண்பர்கள் வட்டம் பெரிசு. என்னைக்காவது பார்ட்டி சமயத்தில உன்னை கூப்பிட்டுக்கிட்டு போறேன். எல்லார்ட்டயும் பழக்கமாயிடு. அங்க உனக்கு நல்ல தொடர்புகள் கிடைக்கலாம். அரசியல் செல்வாக்குள்ள குடும்பத்து பசங்களோட தொடர்பு வச்சுக்கிட்டீன்னா வேற உயரத்தில உக்கார வச்சிருவாங்க' என்றான்.

மாணிக்கவாசகத்துக்கும்கூட என்னோடு இணைந்து அந்தத் தொழில் செய்ய வேண்டுமென்கிற பாதி விருப்பம் இருந்தது. 'கொஞ்சம் சம்பாதிச்சுக்கோ. அப்புறம் உன்னோட முதலீட்டாளரை தூக்கிப் போட்டுட்டு நாம சேர்ந்து தனியா செய்யலாம்' என்றான். மாணிக்க வாசகம்தான் அந்த யோசனையைச் சொன்னான். 'எதற்காகப் பரிசடிக்கிறதுக்காக ஒருத்தனைத் தேடி ஓடணும். நாமளே பரிசுச் சீட்டை அச்சடிக்கிறவனா மாறினா என்ன. அந்த அரசாங்கத்திட்ட அனுமதி வாங்கணும். பணம் வேணும், அவ்வளவுதானே விஷயம்' என்றான்.

அந்தத் தொழிலிலேயே ஊறிய எனக்கே அது எப்போதும் தோன்றிய தில்லை. அவன் சொன்னது சரியான யோசனையாகவே பட்டது. அரசியல் வாரிசுகளைப் பங்குதாரர்களாக இணைத்துக்கொண்டால் அந்த இலக்கை எளிதாகவே அடைந்துவிடலாம் என்றான். அதற்கு என்னுடைய முதலீட்டாளர் ஒத்துக்கொள்ள வேண்டும். அவர் கொடுத்த பணத்தை பலமடங்கு பெருக்கி வைத்திருப்பதைக் காட்டினால் அதற்கும் ஒத்துக் கொள்வார் என்றும் தோன்றியது. ஆனால் மாணிக்கவாசகம் முதலீட்டாளரைத் தவிர்த்துவிட்டுத் தனியாகத் தொழில் செய்ய வேண்டிய கட்டாயத்தைச் சொன்னான். 'ஒரு உறையில ரெண்டு கத்தி வைக்கலாம். ஆனா பல கத்திகளைச் சொருகக் கூடாது. தவிர இந்தத் தொழிலைச் செய்யணும்னு ஆர்வம் இருக்கணும். சும்மா சுவாரஸியம், விளையாட்டுன்னு தத்துவம் பேசிக்கிட்டு இருக்கக்கூடாது. ஒருநாள் திடீர்னு அந்த சுவாரஸியம் போயிருச்சுன்னா என்ன பண்ணுவ' என்றான்.

எதையும் அவிழ்த்துப் பார்க்கிற வரைக்கும்தான் அத்தனை குறுகுறுப்பும். அவருக்கு முதல் தடவையாக பரிசடித்துக் கொடுத்ததுமே அவரது சுவாரஸியம் வடிந்துவிட்டதை அவருடைய பேச்சில் உணர்ந்தேன். அந்தத் தொழிலை எனக்காக அவர் செய்து பார்க்க விரும்புகிறார் என்பது எனக்கு நன்றாக உறைத்தது. அதையெல்லாம் மாணிக் கவாசகத்திடம் விளக்கிக் கொண்டிருக்க முடியாது. போகிறவரை தொடர்ந்து முன்னேறலாம் எனத் திட்டமிட்டேன்.

கடை வியாபாரம் ஓரளவுக்கு நன்றாகப் போவதாக கதிர்வேலுவை அழைத்துப் பேசியபோது சொன்னான். இன்னொரு வழியில்

கிடைத்த தொடர்பொன்று அவரது உயரதிகாரியை அறிமுகப்படுத்தி வைப்பதாகவும் எங்கேயாவது ஒரு வெளிநாட்டு சுற்றுலா ஏற்பாடு செய்யும் படியும் சொன்னது. இந்த விஷயத்தை முதலீட்டாளருக்கு அழைத்துச் சொன்னேன். 'தாராளமா பண்ணு. இதென்ன கேள்வி. ஆட்டை நல்லா குளிப்பாட்டின பெறகுதான் வெட்டணும்' என்ற போது வந்த சிரிப்பை அடக்கிக்கொண்டு அவரோடு பேசினேன். எல்லா விஷயங்களுக்கும் வேறொரு கோணத்தைக் கொடுத்து விடுகிறார். பணம் தயாராக இருப்பதாகவும் விரைவில் நேரில் வருகிறேன் என்றும் சொன்னேன். 'வாடா தம்பி. அறியாத தொழில்ல வர்ற முதல் வருமானத்தைக் கையில தொட்டு பாக்கணும். அதோட ஐம்பது நூறு சேத்து போட்டு பெரிசா எதாச்சும் செய்வோம்' என்று அவர் சொன்னபோது கொஞ்சம் நம்பிக்கை வந்தது.

நிறையப் பேர் வந்து பேசுகிறார்கள். ஆனால் துணிந்து முன்பணம் எனக் கையில் திணித்தவர் இவர் மட்டுமே. கவட்டையையும் சிறுகல்லையும் ஏந்திப் புலிவேட்டைக்குக் கிளம்பிய சிறுவனின் மீது நம்பிக்கை வைத்தவர். ஒருவகையில் அவருடைய பால்யத்தை என் வழியாக நிகழ்த்திப் பார்க்க விரும்புகிறார். பொம்மையும் ஒருநாள் வெறுத்துப் போகும் என்பது இயல்பே. அவர் மாதிரியான ஆட்களை வாழ்க்கையில் இழந்துவிடக்கூடாது என்றும் தோன்றியது. ஆயிரம் சம்பாதிக்கலாம். ஆனால் அதைத்தாண்டி நாலு பெரிய மனிதர் களுடனான உறவு என்பது என்னைப்போல வளர்கிறவர்களுக்கு முக்கியம். இன்றைக்கு இல்லாவிட்டாலும் என்றைக்காவது அவருடைய தயவு தேவைப்படும்.

அழைத்த அவர்களாகவே முன்வந்து சொல்கிற வரை கைவிட்டுப் போகக்கூடாது. ரகசியங்களை அறிந்தவர்களைவிட்டு வைக்கவும் மாட்டார்கள். கூரிய கத்தி என்பதாலும் அவரிடம் கணக்கு வழக்கு களில் மிகச் சரியாக நடந்துகொள்ள வேண்டும் எனவும் தீர்மானித் திருந்தேன். நிறைய நம்பிக்கையான கைகளிடம் பணத்தைப் பிரித்துக் கொடுத்து வைத்திருந்தேன். நிறையக் கைகளை முத்தமிட்ட பணத்தை மீண்டும் ஓரிடத்தில் குவிக்கவேண்டும். நம்பிக்கையான கைகளில் ஒரு கைகூட ஏமாற்றவில்லை. சிலர் கொடுத்தபோது எந்தப் பையில் வைத்துக் கொடுத்தேனோ அப்படியே திருப்பிக் கொடுத்தார்கள். சிலர் சுற்றுக்குவிட்டிருந்தார்கள்.

ஒட்டுமொத்தமாய்க் குவிந்திருந்த பணத்தைப் பார்க்கும்போது எனக்குள் எந்த ஆவலும் எழவில்லை. இவ்வளவு பணத்தை இதுவரை மொத்தமாகக் கையாண்டதில்லை. என்னுடைய வீட்டில். வைத்திருக்கமுடியாது என்பது உறுதியாகத் தெரிந்தது. யாரிடம் கொடுத்து வைப்பது? மாணிக்கவாசகம் மிகச் சரியானவனாக

இருப்பான் என்று தோன்றியது. பல வருடங்கள் பழகிய ஆட்களைக் கூட இந்த விஷயத்தில் நம்பக்கூடாது என்பது உண்மைதான். ஆனால் வைரங்களைச் சந்தேகப்படக்கூடாது என்கிற விதியும் உண்டு. கதிர்வேலு, மாணிக்கவாசகம் என விதிவிலக்கான வைரங்கள் வாழ்க்கை நெடுகிலும் தட்டுப்படுகின்றன

நீண்ட தயக்கத்துக்குப் பிறகு அவனுடைய அப்பா, வந்து வைத்துக் கொள்ளலாம் என்று ஒத்துக்கொண்டதாகவும் சொன்னான். ஒரு சொத்து முடிப்பதற்காக வைத்திருக்கிற பணம் என்று சொல்லி யிருப்பான்போல. அவனுடைய காரின் பின் இருக்கையில் பெட்டியைக் கட்டிப்பிடித்துக் கொண்டு அமர்ந்திருந்தேன். வீட்டுக்குள் போய்ப் பேசிவிட்டு, ‘அப்பா உன்னையும் வரச் சொல்றாரு. எல்லார் முன்னாடியும் எதுக்கும் ஒருதடவை எண்ணிடலாம்னு சொல்றாரு. யாருக்கும் சிக்கல் இருக்கக்கூடாதில்ல’ என்றான். பின்னால் இருந்த கறுப்புப் பெட்டியைத் தூக்கிக் கையில் வைத்து அவ்வீட்டுக்குள் காலடி எடுத்து வைத்தபோது, மத்தியக் கிழக்கு நாடுகளில் பாடப்படும் இசைப்பாடலொன்று சத்தமாக ஒலித்தது. தனித்துவ மான பெண்ணின் குரல் அது. கூடவே நரம்புகளை உடனடியாக மீட்டும் உள்நாட்டுத் தாளக் கருவிகளின் ஒலிக் கோர்வை கேட்டது. குரலோடு அவ்விசை தழுவி நெளிந்தது.

அறையொன்றினுள் அமர்ந்து அவனுடைய அப்பா, அம்மாவோடு நாங்கள் எண்ணிக் கொண்டிருந்தபோது, பூட்டப்படாத கதவு திடீரெனத் திறந்தது. முதலில் இடுப்புதான் தெரிந்தது எனக்கு. உடலின் வளைவுகளோடு ஒட்டிய ஜீன்ஸ் அணிந்த அந்த இடுப்பி லிருந்து முகத்துக்குப் பார்வையைத் தூக்கினேன். இளம்பச்சை நிறத்தில் பனியன் தடிமனில் சட்டை மாதிரி ஒடாக்கொன்றைப் போட்டிருந்த அந்தப் பெண்ணின் முகத்தை மிகச் சரியாக அடையாளம் கண்டுகொண்டேன். சாந்தமாகத்தான் எங்களுடைய செய்கைகளை அவள் உற்று நோக்குவதைப்போல இருந்தது. உதட்டில் ஒரு சுழிப்பைக் காட்டி கண்களால் அவள் முறைத்தபோது, உண்மையிலேயே மிரண்டு தலையைத் தாழ்த்தினேன். சாந்தத்தை மீறிய உக்கிரம் அக்கண்களில் தெரிந்தது. ஆனால் அது மிரட்ட வில்லை. மனம்புழுங்கச் செய்தது எல்லாம் தெரிந்த அந்தப் பார்வை. ஆனால் தலையைத் தூக்கி மீண்டும் அந்தக் கண்களைப் பார்க்கவேண்டும்போல இருந்ததால் நிமிர்ந்து பார்த்தேன். இவ்வளவு திருத்தமான, பரிபூரணமான அழகோடு எந்தப் பெண்ணையும் இதுவரை பார்த்ததில்லை. அடியாழத்தில் எனக்கான இரையென இதைத்தான் நினைத்து வைத்திருந்தேன். இந்தக் கணத்தில் அவள் கேட்டால் இந்த மொத்தப் பணத்தையும் கொடுத்து விடுவேன். அவள் விலை மதிப்பில்லாதவள் என்றும் தோன்றியது.

# அத்தியாயம் 21

அர்ச்சனா சண்முகசுந்தரம் என்றுதான் எல்லா இடங்களிலும் பெயரைச் சொல்லிக் கைகுலுக்குவாள் என்று பிற்பாடு கேள்விப் பட்டேன். அந்த அறையைவிட்டு அகன்றதும், 'என்னோட பொண்ணு. பயங்கர தலைக் கிறுக்கு. கட்டிக் குடுத்த எடத்திலயும் வெட்டிக்கிட்டு வந்து நின்னிருச்சு. எங்களால சமாளிக்க முடியலை. என்ன பண்றன்னு கேட்கறத கூடவிட்டுட்டோம். கோபம் வந்தா கைல கிடக்கறத தூக்கி உடைச்சிடுவா' என சீலையால் வாயைப் பொத்தி வைத்துச்சொன்னார் அவளுடைய அம்மா. இரண்டு பேருமே அவளைப் பார்த்து நடுக்கம் கொண்டனர்.

ஒரே பெண் என்பதால் நல்ல வசதியான இடத்தில் கொடுத்திருக் கிறார்கள். லண்டனில் மைக்ரேபயலாஜி படித்து முடித்தவளுக்கு அவசரத் திருமணத்தைச் செய்து வைத்திருக்கிறார்கள். 'தைரியமான பொண்ணுன்னு சொல்றீங்க. அப்ப வேண்டாம்னு சொல்லலீயா' என்றேன். 'கல்யாணத்துக்கு முன்னாடி அவ இப்படி இல்லை. இப்பல்லாம் ரெம்ப மூர்க்கமா ஆயிட்டா. அவளோட வாழ்க்கையை நாங்கதான் கெடுத்துட்டோம்னு ஆழமா நம்புறா' என்றார் அவளுடைய அப்பா. மாணிக்கவாசகம் எதுவும் பேசிக் கொள்ளவில்லை.

உள்ளே ஒலித்துக் கொண்டிருந்த பாடல் நிறுத்தப்பட்டிருந்தது. 'என்ன பேசறோம்னு கேட்டாலும் கேட்பாள்' என்றார் அவளுடைய அம்மா. அவளை ஒரு வில்லியைப்போல இருவரும் சித்தரித்தார்கள். முதல் பார்வையில் அப்படியான எந்த ஒன்றையும் கண்டுவிட வில்லை. இல்லையென்றால் மூக்கில் வியர்த்திருக்குமே? அவள்: மார்பில் கலைந்து விழுந்திருந்த சுருள் முடி குறித்து அப்போது யோசித்துக் கொண்டிருந்தேன். தலைமுடியைக் கொண்டையிட்டு கையில் ஒருபொம்மையை ஏந்தச் சொன்னால், அந்தச் சிலையைப் போலவே இருப்பாள். அந்தச் சிலையிடம் இல்லாத உயிர் அவளிடம் இருந்தது.

வந்தபிறகும் மனம் அவளை நினைத்தே அசைபோட்டது. மாணிக்க வாசகத்தின் நண்பர்களின் தங்கைகள், அவர்களுடைய அக்காக்கள் என பெரியகூட்டமே உண்டு. பாதிப் பேர் ஒரே பள்ளி, கல்லூரியில் படித்தவர்கள். அந்தப் பிராந்தியத்தில் அவள் குறித்து ரகசியமாக விசாரித்தபோது, எல்லோருமே நல்ல மாதிரியாகச் சொன்னார்கள். அவளைக் கட்டிக் கொடுத்த இடத்தில் சொல்ல முடியாத சித்திர வதைகள் எனத் தோழிகளிடம் மட்டும் சொல்லியிருப்பாள்போல. தோழிகளோடு எல்லா கொண்டாட்டங்களுக்கும் சென்று கொண்டிருந்த அவள், திடீரென எல்லாவற்றிலும் இருந்து ஒதுங்கத் துவங்கினாள். வலுக்கட்டாயமாக அழைத்தால் விருந்துகளுக்கு வந்தாலும் அங்கே பட்டும் படாமல் தள்ளி அமர்ந்து எல்லா வற்றையும் வேடிக்கை மட்டும் பார்ப்பாளாம். குடும்பத்தைத் தவிர அவளால் வேறு யாருக்கும் துளி தொந்தரவில்லை.

மாணிக்கவாசகம் அழைத்திருந்த விருந்தொன்றுக்குப் போயிருந்த போது, வெளிச்சம் பாய்ச்சப்பட்ட தென்னை மரமொன்றினடியில் கால் மீது காலைப்போட்டு, ஒருகையை கன்னத்தில் ஊன்றி தூரத்தில் விளக்கொளியைப் பார்த்து அமர்ந்திருந்தாள். விளக்கொளி முழுவதுமாய் அவளது முகத்தில் ஏறியிருந்தது. சரிகைகள் கொண்ட வடிவமைப்பு அவளது மார்புப் பக்கம் தெரிந்தது. அதில் ஒட்டியிருந்த சிறு கண்ணாடிகள் ஒளியில் பட்டு மினுமினுத்தன. மூன்று நான்கு நிறங்கள் பின்னிக்கொண்டு கிடந்தன அவளுடையில். பூரண முழு நிலா தென்னை மரங்களுக்கு மேலே ஏறி நின்று வேடிக்கை பார்த்தது.

அவளுடைய பார்வை படுகிற மாதிரிச் சுற்றி நடந்தேன். மேஜையில் அவள் நாற்காலிகளோடு தனித்திருந்தாள். பக்கத்தில் உடனடியாகக் கிளம்பிப் போவதற்குத் தயக்கமாக இருந்தது. முகத்தில் ஒரு புன்னகையைப் பார்த்துவிட்டால் அடுத்த கட்டத்துக்கு நகர்ந்து விடலாம். அவள் மேல் இவர்கள் ஏற்றி வைத்திருந்த பயம் போயிருந்தது. ஆனால் உள்ளூர இருக்கும் ஒன்றினை பயமென்றும் சொல்லலாமா? தயக்கத்தோடு நின்றிருந்தபோது எங்கள் கூட்டத்தில் இருக்கிற தோழியொருத்தி என்னுடைய கைகளைப் பிடித்து இழுத்துக் கொண்டுபோய் அவள் முன்னால் நிறுத்தி, 'இந்தா இவன் உன்னைப் பத்தி விசாரிச்சுக்கிட்டு இருந்தான். என்னன்னு நீ விசாரிச்சுக்கோ' எனக் குறும்பாகச் சொல்லிவிட்டு ஓடிவிட்டாள்.

பொத்தென அவள் முன்னால் இருக்கிற நாற்காலியில் அமர்ந்து விட்டேன். கால்களை மேலே தூக்கி வைத்துக் கொள்ளலாமா? எழுந்து வேறு இடத்துக்குப் போவதற்குத் தோன்றவே இல்லை. ஒயிலாக சுருள் முடியை நீவிவிட்டபடி, 'என்னிடம் கேட்டிருந்தால்

நானே சொல்லியிருப்பேனே. எதற்காக எல்லோரிடமும் விசாரிக்க வேண்டும்' என்றாள். கால்களை மேலே தூக்கி நாற்காலியின் காலில் வைத்துக் கொஞ்சம் தைரியம் வந்து நிமிர்ந்து அமர்ந்தேன். இரையிடம் உயிரே போனாலும் சரணடையக்கூடாதென அந்தக் கணத்தில் தீர்மானித்தேன். தவறொன்றும் செய்யவில்லையே?

'உங்களது வீட்டில் உங்கள் மீது பயத்தை ஏற்றி வைத்துவிட்டார்கள்' என்றேன். 'அவர்களைப் பயத்தில் வைத்திருப்பதுதான் எனக்குப் பாதுகாப்பு' என்றாள் உடனடியாக. 'எல்லா கதையையும் விசாரித்து முடித்திருப்பீர்கள். வேறு ஏதாவது புதிதாகத் தெரியவேண்டுமா' என்றாள். என் பக்கம் திரும்பி இரு கைகளையும் கன்னத்தில் வைத்து முழங்கையை உணவு மேஜையில் ஊன்றி அமர்ந்தாள். கன்னங்களில் கைகள் ஊன்றப்பட்டிருந்ததால் அவளது விழி மேல்நோக்கி விரிந்திருந்தது. புருவ ரோமங்கள் சற்றுமுன்னர்தான் கரிசனமாகச் செதுக்கப்பட்டதைப் போல இருந்தன. நெற்றியில் கோபுர வடிவ கல்வைத்த ஜிகினா பொட்டு ஒட்டப்பட்டிருந்தது.

அப்படி அவள் உட்கார்ந்திருந்த அழகுக்காகவே மேஜையில் கோடி ரூபாயைக் கொட்டவேண்டும்போல இருந்தது. அந்த நேரத்தில் அவளுக்காக விலையுயர்ந்த பரிசு ஏதாவது வாங்கித் தரவேண்டு மெனவும் தோன்றியது. அறிமுகம் ஆகாத பெண்ணிடம் இப்படி யெல்லாம் செய்ய முடியுமா? யோசனையில் இருந்தபோது, 'உங்களைப் பத்தியும் கேள்விப்பட்டிருக்கேன். எங்க அண்ணன் சரியில்லாத ஆள்களை வீட்டுக்கு இதுவரைக்கும் கூப்பிட்டு வந்ததே இல்லை' என்றாள். அவளிடம் மேலும் நெருங்க எனக்குப் பிடி கிடைத்துவிட்டது.

'என்னால் நாற்காலியில் நீண்ட நேரம் அமர்ந்திருக்க முடியாது. கட்டிப் போட்டதைப் போல உணர்வேன். நடந்து கொண்டே பேசலாமா' என்றதும் எழுந்து நின்றாள். அறிமுகப்படுத்திவைத்த தோழி பக்கத்தில் வந்து நின்று, 'என்னப்பா மிச்சக் கதையையும் கேட்டுட்டியா' என்றாள். கேள்வி எனக்கு வந்து விழுந்ததால் அவள் அமைதியாக நின்றிருந்தாள். மருந்துக்குக்கூட புன்னகைக்கவில்லை. ஆனால் கண்களில் எப்போது வேண்டுமானாலும் சிந்திவிடக்கூடிய நிலையிலேயே அப்புன்னகை இருந்தது. அவள் வலுக்கட்டாயமாக தன்னை மறைத்துக்கொள்கிறாள் என்பது எனக்குப் புரிந்தது. அதேவேளை என்மீது அவளுக்கு மையலெல்லாம் இல்லை. அப்படியான சிறு சமிக்ஞையைக்கூட அவளது கண்களில் காட்ட வில்லை. இருந்தால்தானே காட்டுவதற்கு?

அந்தத் தோழி எனக்கு வேலை வைக்காமல் சிரித்துவிட்டுக் கடந்து விட்டாள். என்ன சொன்னால் அவளை என் பக்கம் திருப்பலா

மென்கிற யோசனையில் நடைபோட்டேன். எனக்கு மூன்றடி தள்ளி அவள் நடந்து வந்துகொண்டிருந்தாள். சின்னப் பலகையொன்றைத் தாண்டும்போது அவளுடைய கால்களைப் பார்த்தேன். கால்களின் முதுகில் முத்துப் பதித்த செருப்பினை அணிந்திருந்தாள். அவளுடைய குதிகாலில் கோடுகளே இல்லை. அத்தனை சுத்தமாக வெளுத்துப் போயிருந்த பாதங்களைப் பார்த்தபோது முத்தமிடலா மெனத் தோன்றியது. 'எங்கண்ணன் உங்களோட சேர்ந்து தொழில் ஆரம்பிக்கப் போறதா சொன்னாரு' என்றாள். ஆமாம் என்று சுருக்கமாக முடித்தேன். என்ன தொழில் என்று அவள் கேட்பாள் என எதிர்பார்த்தேன்.

'யாரையும் ஏமாத்தாம எந்தத் தொழில் செஞ்சாலும் சரிதான்' என்றாள் என்னுடைய முகத்தை ஏறிட்டுப் பார்த்து. நெஞ்சில் இதயத் துடிப்பு தனியாகக் கேட்டது. அந்தப் பேச்சைத் தவிர்க்க எண்ணி, 'ஏன் இறுக்கமா இருக்கீங்க' என்றேன். 'அப்படீல்லாம் இல்லை. பேசுனா பேசக்கூடிய ஆள்தான். ஆனா என்ன பேசறோம்ணு ஒரு கணக்கும் இருக்கு' என்றாள். எல்லாவற்றிலும் இறுக்கிப் பிடி போட்டு மெதுவாக நடக்கிறாள். 'பார்ட்டி பண்றதுல விருப்பம் இல்லையா' என்று கேட்டு முடிப்பதற்குள், 'இல்லை. இதுவே நண்பர்களுக்காக வந்தேன்' என்றாள்.

'விருப்பமே இல்லாதவர்கள் இவ்வளவு அலங்காரத்துடன் வர முடியுமா' என கேட்டதும் திடுக்கிட்டு தலைமுடியைப் பிடித்துச் சுருட்டியபடி யோசித்துவிட்டு, 'இருக்கறதில சிக்கல் இல்லை எனக்கு. ஓடியாடி ஆடிப் பாடுகிற மனநிலையில் நானில்லை' என்றாள். அவள் வீட்டுக்கு வந்தபோது ஒலித்த அந்தப் பாடலை அவளுக்கு நினைவூட்டினேன். 'ஆமாம் அந்தக் குரலைக் கேட்டால் தொலைந்து போன துள்ளல் மீண்டும் வருவது மாதிரித் தோன்றும்' என்றாள்.

'அப்படியானால் துள்ளல் உள்ளே இருக்கிறது என்பது உண்மை தானே' எனக் கேட்டபோது, சாத்துக்குடி மரமொன்றின் அருகில் நின்று கைகளை மார்புக்குக் குறுக்கே கட்டியபடி, 'இதுமாதிரியான உரையாடல்களை சமீப காலமாக மேற்கொண்டதில்லை' என்றாள் லண்டன் உச்சரிப்புக்கு மாறி. எனக்குத்தான் புரிவதற்குச் சற்றுச் சிரமமாக இருந்தது. 'பள்ளிப் படிப்பென்று பெரியளவுக்குப் படிக்காதவன். உங்களது ஆங்கிலம் புரிந்துகொள்ள கொஞ்சம் சிரமமாக இருக்கிறது' என்றதும் 'பரவாயில்லை பின்தொடர்ந்து வந்தால் ஒருநாள் பிடிபட்டுவிடும். ஆங்கிலத்துக்கும் பள்ளிக்கும் சம்பந்த மில்லை. அந்தளவில் நீங்கள் பாராட்டுக்குரியவர்தான்' என்றாள்.

ஆங்கிலப் பாடம் படிக்கவா அவளோடு நடை பழகினேன்? அடுத்ததாய் என்ன பேசுவது எனத் தடுமாறி நின்றேன். 'பணத்தை

மட்டுமே விரட்டுகிறவர்களோடு பழக்கம் வைத்துக் கொள்வதில்லை. கொட்டிக் கிடந்த பணம் பல்வேறுவிதங்களில் என்னைப் பாடாய்ப் படுத்தியிருக்கிறது. மொத்தமாகத் திரட்டி எரித்து விடலாமா என்றுகூட யோசித்திருக்கிறேன். அதனால்தான் இந்தப் பகட்டுகள் பிடிக்கவில்லை. விரும்பிச் செய்வது வேறு. வீம்புக்குச் செய்வது வேறு' என்றாள். எதற்காக என்னை நோக்கி இதைச் சொல்கிறாள்?

'பொதுவாக கிராமத்தில் இருந்து வருகிறவர்கள் பணத்தின் முன்னால் சரணடைவதைத்தான் அதிகமும் பார்த்திருக்கிறேன். எங்களுடைய வீடே அதற்கு மிகச் சிறந்த உதாரணம்' என்றாள். அவளுடைய சொந்தக் கதையைச் சொல்கிறாள் என அதை எடுத்துக் கொண்டேன். 'உங்களுடைய எண் கிடைக்குமா' என்றேன். எதற்கு என்பதைப் போல நிமிர்ந்து பார்த்தாள். 'என்றாவது தோன்றினால் பேசுவதற் காகக் கேட்டேன்' என்றேன். 'ஆனால் பல நேரங்களில் எனக்குப் பேசத் தோன்றாது' என்றாள். ஆனால் மறுக்காமல் அவளுடைய எண்ணைக் கொடுத்தாள். என்னுடைய எண்ணைச் சேமித்து வைத்தாள். அவளாக அழைக்கும்வரை கூப்பிடவே கூடாது எனத் தோன்றியது. ஒருபோதும் அவள் அழைக்கமாட்டாள் என்பதும் உறைத்தது.

'சரி வாய்ப்புக் கிடைத்தால் பேசலாம்' எனச் சொல்லிவிட்டு அவளது தோழிகள் கூட்டத்தை நோக்கி நடந்தாள். 'உங்களை எந்த நேரத்தில் அழைத்தால் வசதியாய் இருக்கும்' என்றேன் அவளுக்குக் கேட்கும் விதத்தில். 'தோணுகிற நேரத்தில்தானே பேச முடியும்' என்றாள். போகும்போது வாய்க்காலொன்றை அவள் துள்ளித் தாண்டுவதைப் பார்த்தேன். நண்பர்கள் கூட்டத்துக்குத் திரும்பி வந்து கலந்தேன். நாங்கள் பேசிக் கொண்டிருந்ததை மாணிக்கவாசகம் பார்த்திருப்பான் போல. 'சின்ன வயசில அப்பா அம்மா வேலைக்குப் போயிடுவாங்க. சாயந்திரம் ஸ்கூல் முடிச்சு வந்து அவளுக்கு கதை சொல்லணும். ராத்திரி தூங்கற வரைக்கும் கதை சொல்லணும். இப்பவும் எப்பவாச்சும் மொட்டை மாடில உக்காந்துக்கிட்டு முகத்தையே உத்துப் பார்ப்பா. அப்படின்னா ஏதாவது கதை சொல்லுன்னு அர்த்தம். குறுக்க பேசவே மாட்டா. அப்படி ஒருநாள் மொட்டை மாடில உக்காந்து ராத்திரி ஒருமணி வரைக்கும் உன்னோட கதையைச் சொன்னேன்' என்றான். கதையைக் கேட்டுவிட்டு என்ன சொன்னாள் அவள் எனத் தெரிந்து கொள்கிற ஆர்வத்தை முகத்தில் காட்டி ஏறிட்டபோது, அவனே அதையும் சொன்னான். 'வேற ஒண்ணும் கேக்கலை. ஏன் லகுடுன்னு பட்டப் பெயர் வச்சிருக்காங்கன்னு கேட்டா' என்றான். தெரிந்த மாதிரி அவள் துளிகூட காட்டிக்கொள்ள வில்லை. அப்படியென்றால் அவள் சொன்ன கிராமத்தான் உதாரணம் என் குறித்துதானா?

# அத்தியாயம் 22

ஏது வாங்கிக்கொடுத்தும் அவளை அசத்த முடியாது என்கிற உண்மையை விரைவிலேயே அறிந்தேன். திருமணம் செய்து கொண்டு குடிபோன அவளது வீட்டில் இல்லாத பொருட்களே இல்லை என்றனர். அவள் குறித்து இன்னொரு கதையும் தெரிய வந்தது. நிலாப் பெண்ணாக இருந்தவள் என அவளுடைய தோழி சொன்னாள். அதென்ன நிலாப் பெண்? தெற்கத்திக் கிராமங்களில் ஒரு சடங்கிருக்கிறது. பிரியப்படுகிற குடும்பத்துச் சின்னப் பெண் பிள்ளைகளையெல்லாம் ஊரில் உள்ள அம்மன் கோவிலில் இரவு முழுக்க விழித்திருக்க வைப்பார்களாம். பௌர்ணமி இரவில் கடைசி வரை தூங்காமல் விழித்திருக்கும் பெண்ணை நிலாப் பெண்ணாகத் தேர்தெடுப்பார்கள்.

நிலாப் பெண்... நிலாப் பெண் என சொல்லிப் பார்த்தேன். அவளை முதல் முறையாக நிலவொளியில் பார்த்த அந்த இரவை ஞாபகத்தில் பிடித்தேன். அப்படித் தேர்ந்தெடுக்கிற பெண்ணின் தலையில் பிரம்புக் கூடை நிறைய ஆவாரம்பூக்களை நிறைத்து ஊரைச் சுற்றி தூக்கி வரச் செய்து பூஜை நடத்துவார்களாம். அந்த வருடம் முழுக்க ஊருக்கே நிலாப் பெண் அவள். அவளைப் பக்திப் பரவசத்துடன் பார்ப்பார்கள் விவரம் அறியாதவர்கள். அவளுக்கும்கூட சிறப்பு தினங்களில் மாலை மரியாதை உண்டு.

தயக்கங்களைக் களைந்து ஆவாரம்பூ பூங்கொத்தை என் பெயரில் அவளுடைய அலுவலகத்துக்கு அனுப்பி வைத்தேன். கையில் ஏந்துகையில் அவ்வளவு அழகாக இருந்தது அந்தக் கொத்து. 'இதை வெறுக்கிறேன். என்னை இயல்பாக நடமாட விரும்பும் கரங்களைத்தான் தேடுகிறேன்' எனச் செய்தி அனுப்பியிருந்தாள். அவள் அனுப்பியது குறித்து ஆழமாகச் சிந்தித்தேன். என்னை ஒருமாதிரியாக வரைந்து கொண்டிருக்கிறேன். அவள் தன்னை

வேறுமாதிரியாக வரைந்துவைத்துப் பொத்திக் காக்கிறாள். இயல்பாகவே வண்ணமயமான கொண்டாட்டங்களுக்கு எதிரான அடியாழத்தை வரித்திருப்பவளென கிரகித்தேன்.

அவள் யார் பார்வையிலும் படாத கூண்டில்தான் வாழ விரும்புகிறாள் என்கிற உண்மை முகத்தில் அறைந்தது. எதைக் கொண்டு அவளை வெற்றி கொண்டிட முடியும்? எதை விரித்து வைப்பேன் அவளுடைய மன மேசையில்? எதற்காகப் பறப்பதை அவளுக்காக விட்டுக்கொடுக்க வேண்டும்? உடன் பறக்கச் சொல்லித் தந்தால்தான் என்ன? சிந்தனைகள் உள்ளுக்குள் சுழன்றடித்தன. அவளை மனதளவில் கைவிட்டு வேறொன்றுக்கு நகர்வது குறித்து யோசிக்கவே அச்சமாக இருந்தது. எதனால் போய் இப்படி ஒட்டுவாரொட்டியாய் ஒட்டியது மனது? பறக்கிற காலத்தில் கூடுகள் குறித்த கனவுகள் ஏன் கூடிவருகின்றன? ஏதாவதொரு சகுனமா இது எனச் சிந்தித்துக் கொண்டிருந்தபோது அவளிடமிருந்து செய்தி வந்தது.

'வெளிச்சம் எதுவும் அதிகம் படாத எதன் மீதும் எனக்கு விருப்பம்' கணித்தது சரிதானோ? என்ன பதில் அனுப்புவது எனத் தெரியாமல் அரைமணி நேரம் அமர்ந்திருந்தேன். இப்படியொரு முட்டுச் சந்தில் எப்போதுமே அமர்ந்ததில்லை. இவள் என்னுடைய அப்பனுக்கு ஆத்தா. எல்லாவற்றையும் தூக்கி எறிந்துவிட்டு பொழைப்பைப் பார்க்கப் போய்விடலாம் என்றும் தோன்றியது. ஆனால் அவளோடு இருக்கையில் கதகதப்பாக இருந்தது. ஏதோவொரு தொடர்பில் அவளோடு இருக்கவேண்டுமெனத் தோன்றியது.

'கூண்டிலிருந்து புறப்படும் பறவை உயரப் பறந்த பிறகே மீண்டும் கூடடையும். பறக்காத பறவைகள் இயற்கையின் விரோதி' எனப் பதில் அனுப்பினேன். வாழ்த்துகள் என பதில் அனுப்பியிருந்தாள். அதற்கடுத்த செய்திக்காகக் காத்திருந்தேன். மும்முரமான வேலைகளின் போதுகூட தொலைபேசியை அடிக்கடி எடுத்துப் பார்த்துக் கொள்வேன். அவளுக்கு கொடுக்கலாம் என ஸ்ட்ராபெர்ரி மணத்தில் உடலில் பூசும் திரவியத்தை வாங்கி வைத்தேன். மிதமான விலையில் இருக்கிற மாதிரிக் கவனத்தோடு தேர்ந்தெடுத்தேன். எதற்கு வம்பு?

பொறுக்கமாட்டாமல், ஸ்ட்ராபெரி மணத்தை அவளுக்காக வைத்திருப்பது குறித்துச்சொல்லி, 'நறுமணங்களோடு இருப்பவன் நான்' எனச் செய்தி அனுப்பினேன். அவளை அழைத்துப் பேசுவதில் ஒரு தயக்கம் இருந்தது. அவளிடம் இருந்து பதில் வருவதற்காகக் காத்திருந்தேன். வேறு வேலைகளும் இருந்தன என்பதால் அதில் மூழ்கினேன். ஒரு நம்பருக்கு ஒரு லட்ச ரூபாய் பரிசடித்துவிட்டதாகச் செய்தி வந்ததற்கு அடுத்து அவளிடமிருந்து பதிலும் வந்தது.

‘வண்டுக்கு இப்போது நறுமணத்தின் மீது நாட்டமில்லை’. முகத்தில் அடிக்கிற மாதிரி பதில் சொல்ல அவளிடம் பாடம் படிக்க வேண்டும்.

அவளாக வரட்டும் என ஒத்திப்போட்டு என்னுடைய வேலைகளைக் கவனிக்க ஆரம்பித்தேன். முதலீட்டாளருக்கு அழைத்து பணம் எடுத்துவருவது குறித்துக் கேட்டேன். அவர் சொன்ன பிறகு கிளம்பி வந்தால்போதும் என்றார். மற்ற விவகாரங்களை நேரில் பேசிக் கொள்ளலாம் என்று துண்டித்தார். மாணிக்க வாசகத்திடம் கொடுத்து வைத்த தொகை போக, முன்பணம் கொடுத்தவகையில் அடித்த பரிசுகளுக்கும் எனச் சேர்த்து கையில் கணிசமாகத் தொகை இருந்தது. எங்கேயாவது கிளம்பிப் போய்விட்டு வரலாமெனவும் தோன்றியது.

அர்ச்சனா ஞாபகத்திலிருந்து தப்பித்து ஓடுவதற்கு உபாயமாகவும் இருக்குமது. சிக்கிம் தொடர்பில் இருந்தவர், அவரது உயரதிகாரிக்கு இங்கேயே ஏதாவது சிறப்பு ஏற்பாடு செய்து தர முடியுமா என்று கேட்டார். அதென்ன சிறப்பு ஏற்பாடு என்று கேட்டபோது, நேரடியாகவே விஷயத்துக்கு வந்துவிட்டார். தமிழ்நாட்டில் உள்ள புகழ்பெற்ற பெண்ணொருத்தியின் புகைப்படத்தை எதேச்சையாகப் பார்த்திருக்கிறார். அந்தப் பெண்தான் வேண்டும் என்று அடம் பிடிக்கிறாராம். முடியாது என்றெல்லாம் சொல்ல முடியாது? அந்தப் பெண்ணை புகைப்படங்களில் நானும் பார்த்திருக்கிறேன்.

அது சம்பந்தமான தொடர்பில் இருக்கும் நண்பனொருத்தனை அழைத்துக்கேட்டேன். இரண்டு நாளைக்கு போக்குவரத்து செலவுகளெல்லாம் தவிர்த்து பத்து லட்சம் என்றான். வெளி மாநிலத்துக்குக் கிளம்பி வர மாட்டாள் என்றார்கள். ரகசியமான இடமா என முதல் கட்டமாக ஆட்கள் வந்து பார்த்துவிட்டே முடிவு செய்வார்கள் என்றும் சொன்னார்கள். அதுவும் வங்கிக் கணக்கில் போட்ட பிறகுதான் வாசல் தாண்டுவாளாம். அதிலெல்லாம் எனக்குச் சிக்கலில்லை என்பதுபோல கேட்டவுடனே வங்கிக் கணக்குக்குப் பணத்தை மாற்றினேன். அந்தப் பெண்ணே தொடர்பில் வந்தாள். ‘சில பேரு சும்மா விளையாட்டு காட்டுவாங்க. அதனாலதான் பணத்தை மொதல்லயே போடச் சொல்றது’ என்று அவள் சொன்னதை ரசிக்கத் தோன்றவில்லை. ராணி மாதிரி நடந்து போக வேண்டிய பெண் எதற்காகக் குழைகிறாள்? ‘ஆமாம்டா அதுதான் என் விதிமுறை’ எனச் சொல்வதில் அவளுக்கு என்ன தயக்கம்? நானெல்லாம் இந்த வியாபாரத்தில் இருந்திருந்தால், சிக்கிம், அஸ்ஸாம், பூட்டான் எனக் கூவிப் பல படிகள் மேலேதான் சிந்திப்பேன்.

சட்டப்பூர்வமாக இருக்கிற வெளியூர்களில் தக்காளியை விலை கொடுத்து வாங்குவதைப் போலத்தானே பேசி முடிவுக்கு

வருகிறார்கள்? அவளிருந்தால்போதும், எந்த நிபந்தனைகளுக்கும் தயார் என்றார் அந்த உயரதிகாரி. அந்தப் பெண்ணைப் பற்றிச் சொன்னதில் இருந்து அவரே நேரடியாக இணைப்புக்கு வரத் துவங்கினார். அவருடைய விருப்பங்கள் குறித்துக் கேட்டதும் மகிழ்ந்து பட்டியலிட்டார். விமானத்தில் வருகிற அவரை அழைத்துக் கொண்டு போக நான்தான் வரவேண்டுமென அடம் பிடித்தார்.

அந்தப் பெண் பரபரப்பாக இருப்பதால் அவள் சொன்ன நேரத்தில் தான் பயன்படுத்திக் கொள்ளமுடியும் என்றதும் சரியென்றார். எந்த நேரத்தில் சொன்னாலும் கிளம்பி வரத் தயாராக இருப்பதாகவும் சொன்னார். எப்படியும் கூடுதலாக ஒரு லட்ச ரூபாய் வரை செலவாகலாம். நண்பனொருத்தனுக்குச் சொந்தமான மலையுச்சியில் இருக்கிற பண்ணை வீட்டைத் தேர்ந்தெடுத்து அவளுடைய ஆளுக்கு முகவரியை அனுப்பினேன். இரண்டு நாள் கழித்து வந்து சரியென்றார்கள்.

அன்றிரவு அந்தப் பெண் என்னை அழைத்து ‘உடனே கிளம்பி வரணும்னு தோணுது’ என்று கிறக்கமாகச் சொன்னாள். அவளது புகைப்படத்தை எடுத்துப் பார்தபோது, மார்புப் பிளவுக்குப் பக்கத்தில் ஒரு மச்சம் இருந்தது. செயற்கையாக ஒட்டி வைத்ததா எனத் தெரியவில்லை. இயற்கையானதா எனப் பார்க்க வேண்டும் போலத் தோன்றியது. உயரதிகாரியை அழைத்து வருவதற்கு ஆளொன்றை நியமித்தேன். என்னுடைய காரின் இருக்கையில் அமரும்போது இடது கையை அழுத்திப் பிடித்து அமர்ந்தாள். மூன்று விரல்களில் மோதிரம் போட்டிருந்தாள்.

அந்தப் பயணத்தில் அவள் நிறுத்தாமல் பேசியபடியே வந்தாள். என்னைக் கவர்வதற்காக நிறையக் கதைகள் சொன்னாள். ‘லாட்டரி தொழிலில் இருப்பதால், நாளைக்கு என்னுடைய தொழிலுக்கு முதலீடு செய்கிற மாதிரி உதவியாக இருக்கும் என்பதற்காக வந்தேன்’ என்றாள். வண்டியைச் செலுத்தியபடி சற்றுத் திரும்பி அவளுடைய மார்பைப் பார்த்தேன். மச்சத்தை ஒட்டித்தான் வைத்திருந்திருக் கிறார்கள். அதைக் காணவில்லை அப்போது. இன்னொரு கோணத்தில் அதிகப் பிரசங்கம் பிடித்த குழந்தையைப்போல உளறிக் கொட்டு வதைப் பார்க்கப் பாவமாகவும் இருந்தது. என்னைப் போலவே கற்றுக்கொண்ட வித்தையை இறக்கி வைக்கிறாள். உள்ளே இருப்பதை தங்கு தடையில்லாமல் கொட்டுகிறாள்.

எனக்குத்தான் வேறொன்று தேவையாக இருந்தது. கையை அழுத்தமாகப் பிடிக்காமல் மெல்லமாய் உரசினால்தான் என்ன? என்ன குடி முழுகிப் போய்விடப் போகிறது? ஒவ்வொரு நாளும் அதே உற்சாகத்தோடுதானே அந்த லாட்டரிச் சீட்டை தடவுகிறேன்?

'கடிச்சு வச்சிர மாட்டீங்கள்ள' என்றாள் திடீரென. எல்லாவற்றையும் இப்படி வெளிப்படையாகப் பேசி எதைச் சாதிக்கப் போகிறோம்? பல் இல்லாதவன் வந்தால் என்ன நடக்கும்?

அவளைப் பேசவிட்டு அமைதியாகக் கேட்டபடி வந்தேன். எந்தப் புள்ளியிலாவது என்னை உள்ளிழுத்துக் கொள்வாள் எனக் காத்திருந்தேன். பண்ணை வீடு எதிர்பார்த்தைவிட பாதுகாப்பாக விரிந்துகிடந்தது. சுற்றிலும் நீண்ட நெடிய மரங்கள் அரணாய் நின்றன. மரமொன்றின் மேல் இருபதடி உயரத்தில் கட்டப்பட்ட மர வீட்டைத் தங்குவதற்குத் தேர்ந்தெடுத்தேன். பண்ணை வீட்டில் இருந்து அந்த அதிகாரிக்குத் தொலைபேசி செய்தேன். 'முதலமைச்ச ரோடு கலந்துரையாடல் இருப்பதால், இன்னும் ஒரு வாரத்துக்கு எங்கேயும் நகர முடியாது' என்று சொல்லிவிட்டு உடனடியாக தொலைபேசியைத் துண்டித்தபோது எரிச்சல் மண்டியது.

அரைகுறை மனதோடு அந்த மர வீட்டுக்குள் நுழைந்தேன். வைத்திருந்த மதுக்குப்பியில் இருந்து ஏற்கனவே ஒருசுற்று எடுத்துக் குடிந்திருந்தாள். 'தரமான சரக்கு' எனப் பொதுவாகச் சொன்னேன். 'என்னை மாதிரியா' என்றாள். கொஞ்சம் வெட்கப்பட்டுத்தான் இதைச் சொல்லித் தொலையேன் எனக் கத்தவேண்டும்போல் இருந்தது. மனம் அவளோடு ஒன்றவே இல்லை. வீம்புக்குப் போனால் அசிங்கப்பட்டுத்தான் திரும்ப வேண்டும். அந்த நேரத்தில் மிகச் சரியாக அர்ச்சனாவிடம் இருந்து குறுஞ்செய்தி வந்திருந்தது. 'பறவை இப்போது எங்கே பறந்து கொண்டிருக்கிறது?'.

அருகில் இருக்கிற பெண்ணைக்கூட கண்டுகொள்ளாமல், மனம் எங்கோ இருந்த ஒருத்தியை நாடியது. நினைவெல்லாம் அவளைச் சுற்றி ஓடும்போது எதிரே இருக்கும் பெண்ணைத் துயரப்படுத்தக் கூடாது என்பதால், 'மன்னித்துக்கொள் எனக்காக உன்னை இங்கே அழைத்து வரவில்லை. இன்னொருத்தருக்காக அழைத்து வந்தேன். புதியவன் என்பதால் அதைச் சொல்ல மறந்துவிட்டேன். அவரால் இங்கே கிளம்பி வர முடியவில்லை. எனக்கு உன் மீது ஆர்வம் வரவில்லை. இன்னொருத்தருக்காக கொண்டு வரப்பட்ட இரை நீ' என்றதும் அவளது முகம் சுண்டிப் போனது. எழுந்து அவளுக்கென ஒதுக்கப்பட்ட அறைக்கு விரைந்தாள். அவள் போனவுடன் 'திசையை அறியும் முனைப்பில் இருக்கிறது' எனப் பதில் அனுப்பிவிட்டு இரவு முழுவதும் பதிலுக்காகக் காத்திருந்தேன்.

அந்தப் பெண் விவகாரத்தில் என்னுடைய தவறென்ன என யோசித்துப் பார்த்தேன். ஈர்ப்பே இல்லாமல் சக்கையாகப் புரள்வது எப்படி? அப்படியான மனநிலையில் எப்போதுமே நானிருந்தது

இல்லையே? அவளுக்குக் கொடுத்ததில் எந்தக் குறையும் இல்லையே? சொல்லப் போனால் அவளுக்குப் பணியில்லாத நிம்மதியான ஓய்வைத்தானே அளித்தேன்? மனம் சமாதான மடைந்ததும் மறுபடியும் நினைவுகள் அர்ச்சனாவைச் சுற்றி ஓடின. அன்றைக்கு வானம் மேகமூட்டமாக இருந்தது. அதிகாலையில் தூறல் விழுந்தபோதும் விழித்திருந்தேன்.

அவள் எழுந்திருக்கும் முன்பாகவே அவள் கிளம்பிப் போவதற்கு வாகன ஏற்பாடுகளைச் செய்து வைத்திருந்தேன். அவளை இருக்கச் செய்து புண்படுத்துவதில் எனக்கு உடன்பாடும் இல்லை. பணம் போன வெறுப்பில் எதையாவது அத்துமீறிப் பேசி விடுவேன் என்ற அச்சமும் இருந்தது. ஊருக்குக் கிளம்புவது குறித்து அவளிடம் சொன்னபோது உதட்டை எனக்கென்ன என்பது போல நாடகத் தனமாகச் சுழித்தாள்.

வண்டியில் ஏறி அமர்வதற்கு முன்னால் கதவைச் சாத்தாமல், 'என்னை வரவழைச்சு அசிங்கப்படுத்தி அனுப்பறீங்க. என்னைக்காவது ஒருநாள் ஒரு பொண்ணோட கால்ல விழுந்து கதர்ற நிலைமை வருதா இல்லையான்னு பாருங்க' எனக் கோபத்தோடு சாபம்விட்டபோது அவளது முகம் சிவந்தது. அந்த நேரத்தில் ஓடிப் போய் அவளைக் கட்டிக் கொண்டு யாருமே இல்லாத புல்வெளியில் உருளலாம் என்று தோன்றியது. கதவை அறைந்து சாத்தினாள் அவள். பத்து லட்ச ரூபாய் பணம் அனாமத்தாக புகையைக் கக்கிக் கொண்டு புறப்பட்டது.

# அத்தியாயம் 23

எதேச்சையான சந்திப்புகள் ஏதாவது அமைந்துவிடாதா என ஏங்கிக் கிடந்தேன். அர்ச்சனாவைப் பற்றி நினைக்கையில் சிந்தனைகள் வழுக்கியோடின. வேறு ஏதாவது விஷயத்தைச் சிந்தித்தால் இன்னொன்று வெகு சீக்கிரமாகவே குறுக்கே வரும். அவளுக்குத் தெத்துப் பல் என்பதை அருகிலிருந்து பேசும்போது கவனித்தேன். சிரித்தால் சிந்தும் அழகு. பணத்தை எடுக்கும் வாய்ப்பு வந்தால், அதைச் சாக்காக வைத்து அவளுடைய வீட்டுக்குப் போகலாம். அவள் படிக்கிற புத்தகங்கள், கேட்கிற இசை இவையெல்லாம் தனித்துவமானவை என மாணிக்கவாசகம் சொன்னான். இருவரையும் இணைத்து வைப்பதில் அவனுக்கு அதீத ஆர்வம் இருந்ததாகவும் பட்டது.

'போன இடத்தில ரொம்ப பட்டுட்டா. செம்பருத்தி மாதிரி விரிஞ்சு கிடந்தவ. திடீர்னு தொட்டாசிணுங்கிச் செடி மாதிரி சுருங்கிப் போயிட்டா' என்றான். செம்பருத்திக் காட்டினுள் அவளைக் கொண்டு போய் நடுவில் நிற்க வைத்து அழகு பார்த்தால் அம்சமா யிருக்கும். பூக்களுக்கு நடுவிலேயே பெண்கள் மேலும் பூத்துக் குலுங்குகிறார்கள். ஆவாரம்பூ கூடையைத் தலையில் வைத்துக் கொண்டு பௌர்ணமி இரவில் அவள் நடந்து போன காட்சி முன்னே வந்தது. ஏதோ ஒரு வெறுப்பால் நத்தை மாதிரி ஓட்டுக்குள் இழுத்துக் கொள்கிறாள்.

எங்களுடைய தொடர்பில் அவள் நத்தை மாதிரி ஊர்வதைத் தவிர்க்கவும் இல்லை. அவ்வப்போது குறுஞ்செய்திகள் அனுப்பினாள். என்னால் முடிந்தளவுக்கு நேர்மையாகப் பதில் அனுப்பினேன். பிறரிடம் தூண்டில்போடுவதுபோல அவளிடம் முயற்சிகள் எதுவும் மேற்கொள்ளவில்லை. சந்திக்க வாய்ப்புக் கிடைத்த சமயங்களில் கூட ஒதுங்கியிருந்தே நோக்கினேன் மீன் விரும்பினால் மட்டுமே

தூண்டிலில் வந்து சிக்கும். எதற்கும் மசியாத அபூர்வமான பச்சைக் கிளி மீன். முத்து முத்தாய்த்தான் சொற்களை உதிர்த்தாள் என்றாலும் பார்வையில் பலதும் செய்தாள். என்னைத் தூரத்தில் நிறுத்தி மேலும் கீழும் பார்த்து அவள் எடை போட்டதை உணர்ந்தேன். என் குறித்து என்ன நினைக்கிறாள்?

'சந்திக்க வேண்டும் போல இருக்கிறது' எனப் பதில் அனுப்பினேன். நீண்ட நேரம் கழித்து 'கண்டிப்பாக' எனப் பதில் அனுப்பினாள். எப்போது? எங்கே? எனக் கேட்க கை பரபரத்தது. 'காத்திருக்கிறேன்' எனப் பதில் அனுப்பினேன். அவளிடமிருந்து உடனடியாகப் பதில் வராது என்பதை உணர்ந்திருந்தேன். இதுவே நல்ல சகுனம்தான். காத்திருப்பதில் தப்பில்லை என்றும் தோன்றியது. எந்தவிதத்திலும் அவளை எரிச்சல் படுத்திவிடக்கூடாது என்பதில் கவனமாக இருந்தேன். அங்குலம் அங்குலமாக முயலை நோக்கி முன்னேறினேன்.

அவளுடைய நெருங்கிய நட்பு வட்டத்தில் அனுமதித்தாலே போதுமானது. தூரத்தில் அவள் நடைபயில்வதைப் பார்த்துக் கொண்டே காலத்தைக் கழித்து விடுவேன். அந்த வாய்ப்பு கைகூடி விடும் என்றே தோன்றியது. அவள் மெல்ல மெல்ல என்னை நோக்கி முன்னேறியதை அறியாமலில்லை. 'ஆண்களின் கம்பீரம் தங்கத்தில் இல்லை' என குறுஞ்செய்தி அனுப்பியிருந்தாள். யோசித்துப் பார்த்தால் அதுதான் சரியென்றும்பட்டது. எதற்காக அரைக் கிலோ தங்கத்தை உடலில் சுமந்துகொண்டு பகட்டாக அலைகிறோம்? கூர்ந்து யோசித்துப் பார்த்தபோது மாணிக்கவாசகம் ஒரு பொட்டுத் தங்கம்கூட அணியாதது உறைத்தது. என்னையும் கழற்றித் தூக்கி எறியச் சொல்கிறாளா?

'அப்படி எங்களுக்குச் சொல்லிக் கொடுக்கப்பட்டுவிட்டது' என அவளுக்குப் பதில் அனுப்பினேன். சரி கழற்றிவிடுகிறேன் என வெளிப்படையாக என்னால் ஏன் பதில் அனுப்ப முடியவில்லை? அந்த இடத்தை இன்னும் வழங்கவில்லை அவள். அவளிடமிருந்து எளிதாக அதை எடுத்துக் கொள்ளவும் முடியாதளவுக்கு, கறாரான கத்தி அது. இதை அதிர்ஷ்டத்தோடு போட்டு குழப்பிக் கொள்ளக் கூடாதென்பதில் குறியாக இருந்தேன். காதல் சகுனங்களில் கோள்களுக்கு என்ன வேலை? நாளையும் கோளையும் மீறி உள்ளுக்குள் திரண்டுவிட்டால் வந்து விழுந்துவிடும் அது.

காதல் என்பதைத் தாண்டி ஏதோவொருவிதத்தில் மாணிக்கவாசகம் குடும்பத்தோடு ஐக்கியமாகவேண்டும் என்பது நோக்கமாகவும் இருந்தது. அந்த வீட்டுக்குள் இலகுவாக உணர்ந்தேன். அவளோடு இருந்தபோது எதையோ சாதித்துவிட்டதைப்போல பெருமித

உணர்வும் தோளுக்குப் பக்கத்திலேயே நின்றது. தேர்த் திருவிழாவின் போதே எல்லோரும் அவர்களுடைய செல்வாக்கைக் காட்டுவார்கள். மோர்க் கடை போடுவார்கள். வீட்டில் இருக்கிற நகை நட்டுக்களைப் போட்டுக் கொண்டு ஜனங்கள் படியிறங்குவார்கள். அத்தனை நாள் அவ்வளவும் எப்படிப் பதுங்கிக் கிடந்தன? ஊரே விழாக் கோலமாக இருக்கும். இருபுறமும் சாலைகளில் இருக்கிற ஆக்கிரமிப்புகளை அகற்றி தேர் போக வழி ஏற்படுத்திவைப்பார்கள்.

தேர்த் திருவிழாவின்போது மிகச் சரியாக மழை வந்து சாலையை நனைத்துவிடும். ஊரே உருண்டு வரும் அந்தத் தேரை எதிர்பார்த்து வழி ஒதுக்கிக் காத்திருக்கும். இருபுறமும் பிள்ளை குட்டிகளோடு திரண்டு நிற்பார்கள். நனைந்த அந்தச் சாலையினூடாக அவளை சாரட் வண்டியில் அமர வைத்து ஓட்டிப் போய் ஊருக்கே காட்டவேண்டும். 'பரவாயில்லையே. கைல லாட்டரி வித்தவரு பிள்ளை. ஒரு மஹாராணியோட ஊருக்கு வந்திருக்காரு' என்பார்கள். தேர்த் திருவிழாவில் என்னுடைய பெருமிதத்தைக் காட்டவேண்டும். அங்கேயில்லாமல் வேறு எங்கே கடைபரப்புவது அதை?

சாரட்டில் பவனி வருகிற சிலையை அப்பா மிகச் சரியாக அடையாளம் கண்டுகொள்வார். கூட்டத்திலிருந்து முண்டிக் கொண்டு முன்வரிசையில் வந்து நின்று, என்னை அடக்கியாள்கிற எதையும் இருகரம் கூப்பி வரவேற்பார். அசைந்தாடி வருகிற தேரைப் பார்த்துக் கன்னத்தில்கூட போட்டுக் கொள்வார். நீர் தெளித்த சாலையில் அவளைப் பற்றிய கதைகளை மக்கள் சிந்தியபடியே கலைந்து செல்வார்கள். 'பவனி வர தேரொன்றை வடிவமைப்பேன் சீக்கிரம்' என குறுஞ்செய்தி அனுப்பினேன். ஒரு பதிலும் இல்லை அவளிடமிருந்து.

தொலைபேசியைக் கையில் வைத்து யோசனையுடன் நோண்டிக் கொண்டிருந்தபோது முதலீட்டாளரிடமிருந்து அழைப்பு வந்தது. அடுத்த வாரத்தில் எப்போது வேண்டுமானாலும் வரலாம் என்றார். குவிந்திருக்கிற பணம் இன்னொரு இடத்துக்குப் போகப் போகிறது. வழக்கமாக வேறு நேரமாக இருந்தால் வருந்தியிருப்பேன். ஆனால் அந்த அழைப்பு மகிழ்ச்சியைக் கொண்டுவந்தது. இரண்டு நாள் பணம் என் வீட்டில் இருந்தால்கூட பரவாயில்லை என நினைத்து உடனடியாக அவளுடைய வீட்டுக்குப் போகத் தீர்மானித்தேன்.

குளியலறைக் கண்ணாடி முன்நின்று கழுத்தில் கிடந்த தங்கச் சங்கிலிகளைக் கழற்றினேன். மோதிரங்களைக் கழற்றிய இடத்தில். விரல்களைச் சுற்றி வெண்மையான வட்டக்கோடு இருந்தது. என்னிடம் இருப்பதிலேயே நேர்த்தியான உடையை எடுத்து அணிந்தேன். மீசையை பேன்சி ஸ்டோர் அண்ணனைப் போலவே

கத்தரித்திருந்தேன். மீசையில் நுனிவிட்டிருக்கிற ஒற்றை வெள்ளை முடியை என்ன செய்வது? இயல்பாய் இருக்கட்டும் அதுவெனவிட்டு விட்டேன்.

மாலை ஆறுமணிக்கு மேல்தான் வீட்டைவிட்டுக் கிளம்புவான் மாணிக்கவாசகம். இரவெல்லாம் ஒவ்வொரு மது விடுதியாக நண்பர்களோடு சுற்றுவதுதான் அவனுடைய வழக்கம். பகலில் வேலை இருந்தால் மட்டுமே வெளியேறுவான். நாலைந்து நாட்களாக மதுக்கூடங்களிலும் அவனைப் பார்க்க இயலவில்லை. தொலைபேசியில் இரண்டு தடவை வேறொரு காரியத்துக்காகப் பேசினேன். உடல் சோர்வெல்லாம் இல்லாமல் சாதாரணமாகத்தான் பேசினான்.

நண்பனொருத்தனின் காரை இரவலாக வாங்கிக்கொண்டு அவனுடைய வீட்டுக்குப் போனபோது வாசல் திறந்தே இருந்தது. வாடகைக் காரொன்று வீட்டு முற்றத்தில் பின் கதவைத் திறந்தபடி நின்றிருந்தது. காருக்குப் பக்கத்தில் பயணப் பைகள் கீழே பரப்பி வைக்கப்பட்டிருந்தன. யார் பயணம் போகப் போவது? காரை வாசலின் ஓரத்தில் யாருக்கும் சிரமமில்லாமல் நிறுத்திவிட்டு, கையிலிருந்த சாவியால் மீசையை நிரவிவிட்டபடி உள்ளே நடந்தேன். வீட்டுப் படிக்கட்டில் பையொன்றைத் தூக்கிக்கொண்டு வேகமாக இறங்கி ஓடிவந்தாள். இன்னொரு பையை கையில் வைத்திருந்த மாணிக்கவாசகம் என்னைப் பார்த்துவிட்டான்.

அவளது தோளைத் தட்டி என்னைக் காட்டினான். நிமிர்ந்து பார்த்த கணம் அவள் லேசாக புன்முறுவல் பூப்பது போலத் தெரிந்தது. பிறகு தாடைகள் கெட்டியாக ஒட்டிக்கொண்டன. கண்களில் வழக்கம் போல புன்னகை மிச்சமிருந்தது. ‘ஆபிஸ் விஷயமா மலேசியாவுக்கு ஒரு மாச பயிற்சிக்கு போறாங்க’ என்றான் மாணிக்கவாசகம். என்ன சொல்வது என்று தெரியாமல் இருவரையும் பார்த்துக் கொண்டிருந்தேன். ‘அப்புறம் வேண்டுமானால் வரட்டுமா’ என மாணிக்கவாசகத்தைப் பார்த்துச் சொன்னபோது, ‘பரவாயில்லை. உள்ளே வாங்க’ என்றாள்.

மாணிக்கவாசகத்தைத் தொடர்ந்து அவளும் பின்னால் வருவாளென எதிர்பார்த்தேன். சீக்கிரம் என்னுடைய பண மூட்டையை எடுத்துக் கொண்டு அவள் பின்னாலேயே ஓடி விடலாமெனத் தோன்றியது. அப்படியெல்லாம் முந்திரிக்கொட்டை மாதிரி அவசரப்பட்டுவிட முடியாது. வாசலில் அவள் கிளம்புவதற்கான முஸ்தீபுகள் தெரிந்தன. எழுந்து போகலாமா?

காபி அருந்திக் கொண்டிருந்த என்னிடம் விமான டிக்கெட்டுகள் அடங்கிய சிவப்பு கவரை கொடுத்த மாணிக்க வாசகம், ‘அவள்ட்ட

போய் இதைக் குடு. பின்னால இன்னொரு பைய எடுத்திட்டு வந்திடறேன்' என்றான். தெரிந்துதான் அதைச் செய்தானா? போன போது அவளுடைய அப்பாவும் அம்மாவும் பவ்யமாக பொருட்களை ஏற்றுவதற்கு உதவி செய்து கொண்டிருந்தனர். ஒரு வார்த்தைகூட அவர்களுடன் பேசாமல் எல்லாவற்றையும் காருக்குள் திணித்தாள். நிமிர்ந்தபோது தூரத்தில் நின்றபடியே அந்த கவரை நீட்டினேன். உடனே வாங்காமல் கொஞ்ச நேரம் என் முழு உருவத்தை உற்றுப் பார்த்தபோது, சட்டைக் காலரை விலக்கிவிட்டேன்.

மாணிக்கவாசகம் வெளியே வந்து இன்னொரு கவரை கையில் கொடுத்தபோது வாங்கிக் கொள்ள மறுத்துவிட்டு காரில் ஏறினாள். வாசல்வரை வேடிக்கை பார்ப்பது முறையாகாது என்பதால் எல்லோரையும் முந்தி வீட்டுக்குள் வந்தேன். வாசலில் நின்றபடியே மூவரிடமும் பொதுவாகப் பேசிக்கொண்டிருந்தபோது, 'எனக்கும் கூட கொஞ்ச நேரம் அசந்தா தேவலைன்னு இருக்கு. நீ கிளம்பு நாளைக்கு வந்து எடுத்துக்கோ. இன்னைக்கு நாளும் சரியில்லை' என்றான் மாணிக்கவாசகம். அவனுடைய அம்மாவும் 'வீட்டுக்குள்ள அவ அள்ளி எறிஞ்சதெல்லாம் போட்டது போட்டபடி கிடக்குது. எல்லாத்தையும் ஒழுங்கு பண்ணனும்' என்றாள்.

வாசல்வரை மெதுவாக நடந்து போய் காரில் விரைந்து தாவினேன். மிகச் சரியாக பத்து நிமிடம் கழித்து அந்தக் காரைப் பின்தொடர அனுமதி அளித்திருக்கிறான் மாணிக்கவாசகம். நான் காரோட்டுகிற வேகம் குறித்து அவனும் நன்றாக அறிவான். எனக்கு பத்துக் கார்களுக்கு முன்னே அவளுடைய வண்டி ஊர்ந்து போவதைப் பார்த்துவிட்டேன். காரின் பின்னிருக்கையில் அமர்ந்திருந்த அவள் தலைமுடியைத் தூக்கிக் கொண்டை போட்டிருந்தாள். அந்த காருக்கு இணையாகப்போகலாமா என யோசித்தபோது அபத்தமாக இருந்தது.

அவளுக்கு முன்னதாகவே விமானநிலையத்தின் வாசலில் காத்திருந்தேன். பொருட்களை இறக்கும்போது கூடப்போய் நின்று இறக்கி வைத்தபோது, எந்த மறுப்பும் சொல்லவில்லை அவள். 'கார்ல பின்னாடி விரட்டிக்கிட்டு வர்றத பார்த்தேன்' என்று சொல்லிவிட்டு முடியைக் கோதியபடி வேறொரு பக்கம் பார்த்தாள். 'எப்பவாவது தோணிச்சுன்னா கூப்டலாமா?' என்றபோது, 'உலகம் ரெம்பச் சின்னது' என்றாள். அவள் அவசரத்தில் இருக்கிறாள் என்பது புரிந்ததால் வெறொன்றும் பேச்சுக் கொடுக்கவில்லை. பழம், பிஸ்கெட் வாங்கிக் கொடுக்கலாமா என யோசித்தபோது சிரிப்பு வந்துவிட்டது. அவளென்ன சபரிமலை பாதயாத்திரைக்கா போகிறாள்?

பேச்சுக்களே இல்லாமல் வெறும் பார்வைகளின் வழியாகவே சந்திப்புகளை நிகழ்த்தமுடியும் என்பதை அன்றைக்கு உணர்ந்தேன். உயிரே போனாலும் ஒரு சொல்கூட அவள் பேசாமல் பேசிவிடக் கூடாது என முடிவு செய்தேன். அவளை அவள் போக்கில்விட்டு விடுவதுதான் அவளுக்குப் பிடித்திருந்தது என்பதைக் குறுகிய காலத்திலேயே கண்டடைந்தேன். அதனாலேயே அவள் என்னை விமானநிலைய வாசல்வரை அனுமதிக்கவும் செய்கிறாள். வாயில் காவலாளிகளைக் கடந்துபோன அவள், உருட்டிக் கொண்டு போன பெட்டியையும் கையில் தொங்கிய பையையும் விமான நிலையத்திற்குள் வைத்துவிட்டு, கைப்பையுடன் வெளியே ஓட்டமும் நடையுமாய் வந்தாள். காவலாளி என்ன என்று சைகையில் காட்டியபோது தூரத்தில் நின்ற என்னைக் காட்டினாள். சிரித்துக் கொண்டே போகச் சொன்னார் அந்த வட இந்திய காவலாளி. அவள் போனபிறகு வாய்ப்புக் கிடைத்தால் அவருக்கு ஒரு ஆயிரம் ரூபாய் கொடுக்கவேண்டும்.

நடந்து வருகையிலேயே கைப்பையினுள் கையைவிட்டு துழாவியபடி வந்த அவள், என் கையில் சின்னப் பொட்டலமொன்றைத் திணித்து விட்டு மறுபடியும் உள்நோக்கி ஓடினாள். விமான நிலையத்தின் உள்பக்கத்துக்குச் சென்றுவிட்ட அவள் திரும்பி நின்று தெத்துப் பல் தெரியச் சிரித்தாள். ஒட்டுமொத்த விளக்குகளும் நட்சத்திரங்களாய் மாறி அவள் மீது ஒளியைப் பாய்ச்சின. சரம் சரமாய் வண்ண விளக்குகள் தொங்கும் அரண்மனையில் அவளைக் குடிவைக்க வேண்டுமென சபதம் எடுத்தேன். உள்ளேபோன வேகத்தில் ‘அழைக்கிறவரை காத்திருக்கலாம் தப்பில்லை’ எனக் குறுஞ்செய்தி வந்து விழுந்தது. கிளைபிடித்திருக்கிற காய் கனிகிற வரை காத்திருக்க வேண்டும். அது எனக்குப் புதிதும் அல்ல. காரில் ஏறி அமர்ந்ததும் பொட்டலத்தைப் பிரித்துப் பார்த்தேன். மாதா படம் பொறிக்கப்பட்ட பிளாஸ்டிக் மோதிரம் இருந்தது. எதை உணர்த்த நினைக்கிறாள்?

# அத்தியாயம் 24

சிக்கிம் அதிகாரி அவராகவே அழைத்து, தனியாக லாட்டரிச் சீட்டு நிறுவனம் நடத்துவதற்கு அவருக்கு மேல் உள்ள அதிகாரி அரசாங்கத்திடம் அனுமதி வாங்கித் தருவதற்கு ஒத்துக்கொண்டார். என்னுடைய முதலீட்டாளரையும் அழைத்து வந்தால், பங்கு விபரங்களை அமர்ந்து பேசிவிடலாம் என்றார். அந்த நேரத்தில் என்னைச் சுற்றி கருமேகங்கள் அடைத்துக்கொண்டு லாட்டரிச் சீட்டுகளை மழையாய்ப் பொழிவதுபோல விளையாட்டாகக் கற்பனை செய்தேன். பொழிந்தால் எப்படியிருக்கும்? பரிசு மதிப்பே இல்லாத சீட்டுகள் வெற்றுக் காகிதங்களே என்பதை நினைத்தபோது, உற்சாகம் மட்டுப்பட்டது.

இதுவரை வியாபாரம் என் கைகளில் இருந்தது. நல்லது கெட்டது களை தீர்மானிக்கிற இடமும் கிடைத்தது. லாட்டரி தயாரிப்பு நிறுவனம் என்று வரும்போது என்னையே தொழிற்கூட்டாக வைத்திருப்பார்களா என்றுகூடத் தெரியவில்லை. பெரிய பணத்தைச் சுற்றலில்விட்டு மீண்டும் அதை ஓரிடத்தில் பல மடங்காக்கி குவிப்பதற்கு பெரிய கரங்களே தேவைப்படுகின்றன. என்னால் பொறுமையாக ஓரிடத்தில் இருந்து திருப்பதி உண்டியலில் எண்ணுகிற மாதிரி பணத்தை எண்ணுகிற வேலையைச் செய்ய முடியுமா? ஒருகட்டத்தில் அதுவும் எனக்குச் சலித்துப் போகுமென்றே தோன்றியது. கடைசியாய் எனக்கென்று தனிப்பட்ட முறையில் என்ன செலவழித்தேன்? இன்னொருத்தருக்குச் செய்து கொடுத்த வசதிகளில் நானும் கொஞ்சம் நக்கிக் குடித்தேன். கையில் திரண்ட பணத்தை எடுத்து மறுபடியும் வியாபாரத் தாழிக்குள் போட்டேன். எனக்கென்று எடுத்து ஒதுக்கிவைத்ததே இல்லை.

சின்ன வயதிலிருந்து பணம் கிடைக்கவில்லை என்பது ஒருபுறமிருக்கட்டும். கிடைத்த பணத்தைக் கொஞ்சமாவது சேர்த்து வைத்திருக்கிறேனா என்று சிந்தித்துப் பார்த்தேன். ரெண்டு ரூபாய்

கிடைத்தால்கூட சுப்ரீம் மிலிட்டரி ஹோட்டலில் புரோட்டா திங்க ஓடிப்போய்விடுவேன். ஒரு லட்ச ரூபாய் கிடைத்த அன்றும்கூட அதைத்தான் செய்தேன். புரோட்டாவுக்கு பதில் இன்னொரு பண்டம் வந்து ஒட்டிக் கொண்டுவிட்டதே தவிர குணம் மாறவில்லை. பணத்தின் இயல்பென்பது நதி மாதிரி ஓடிக்கொண்டிருப்பதுதான். அது பல நேரங்களில் எதிர்ப்படும் பள்ளம் மாதிரியான இடத்தில் விழுந்து ஆர்ப்பரிக்கவும் செய்யும். ஆனால் மறுபடியும் துள்ளியோடி இன்னொரு பக்கம் பாயத் துவங்கிவிடும். தேங்குகிற தண்ணீரில் அள்ளிக் குடித்துக் கொள்ளலாம். அணை போட்டும் தடுக்கலாம். ஆனால் ஒரு அறைக்குள் கட்டுகளாக வந்துவிட்டால், மதிப்பு உண்டென்றாலும் அதை மறுபடியும் சுற்றலில் விடத் தெரியாதவர் களுக்கு வெறும் காகிதமே.

கைகளில் தொட்டுத் தடவி மறுபடியும் அதன் இயல்பில் நீந்த விடுவதையே பணமும் விரும்புகிறது. ஒரு இடத்தில் தேங்கி செல்லரித்துப் போவதை அது விரும்பவும் செய்யாது. என்னுடைய முதலீட்டாளர் என்னிடம் கொடுத்த பணத்தைக்கொண்டு ஒரு கோடியே நாற்பது லட்ச ரூபாய் திரட்டியிருந்தேன். அவர் செய்யும் எந்த வியாபாரத்திலும் இதுபோலவான லாபவிகிதத்தைப் பார்த்திருக்கவே மாட்டார். வட்டிக்கு விடுகிற தொழிலில் மட்டுமே இப்படி நடப்பதற்குச் சாத்தியம். ஆனால் ஏனோ வட்டிக்கு விடுகிற தொழில் எனக்குப் பிடித்ததே இல்லை. மனிதர்களின் கழுத்தைப் பிடித்து நெறிக்கத் துணிந்ததேயில்லை. எங்கோ பறக்கிற பணத்தைப் பறந்தபடி கவ்விப் பிடிக்க முயல்கிறேனே தவிர தட்டிப் பறிக்க, நினைத்ததே இல்லை. அதிகப்படியான குற்றவுணர்வை எல்லோரும் சேர்ந்து உருமாலைப்போல என்னுடைய தலையில் கட்டுவது ஏனென்றும் விளங்கவில்லை.

ஜோசப் இல்லாவிட்டால், இதோ நான் வந்திருக்கிறேன். இன்னொருத்தன் ஒருநாள் புதிதாகக் கிளம்பிவருவான். தேனடையில் கையை நுழைக்கிற வாய்ப்பிருப்பதால்தானே எல்லோரும் கூட்டமாய்க் கிளம்பிப் போகிறோம்? வாய்ப்பு இல்லாவிட்டால் வாலைச் சுருட்டிக்கொண்டு இருப்பதுதானே இயல்பு? எல்லோருக்குமே அதிர்ஷ்டத்தைத் தட்டிப் பறிக்கிற வாய்ப்புக் கிடைக்கவேண்டும் என்பதையே உறுதிப்படுத்த விரும்புகிறேன். ஒரு பரிசு விழுந்து விடாதா என எத்தனை காலம் மழை பெய்தால் சாக்கடை ஆறாய் ஓடும் அந்தச் சாலையில் காலைத் தேய்த்து நடந்திருப்போம்? எங்களுக்கு விழ வேண்டிய பரிசை இன்னொருத்தன் தட்டிப் பறிக்கிறான் என்பதை உணர்ந்தோமா?

முழுக்கவும் தட்டிப் பறிக்கவில்லைதான். அதிர்ஷ்டத்தில் கொஞ்சம் அதிகாரக் கையைத் துழாவிச் சுரண்டி எடுத்தார்கள். ஆனால் சுரண்டி

எடுத்ததில் எங்களுடைய அதிர்ஷ்டம் ஒளிந்திருந்ததா இல்லையா? அதை நானும் தட்டிப் பறிக்க நினைத்தேன். பறக்கவேண்டும் என நினைத்துவிட்டால் மலையின் உச்சி முகட்டைப் பார்க்காமல் திரும்பக்கூடாது. ஒவ்வொரு தொழிலுக்கும் ஒரு ஒழுங்கு இருக்கிறது. ஒவ்வொரு செயலுக்கும் இறுதிவினையொன்று இருக்கிறது. ராணுவ வீரனாக இருந்தால் சுடவேண்டும். குதிரை என்றால் தலை தெறிக்க ஓடவேண்டாமா? கரையானென்றால் புற்றும் உண்டல்லவா? ஓட்டக்காரன் என்றால் அதிவேகமாக எல்லைக் கோட்டைத் தாண்டுவதைத் தவிர வேறென்ன வேலை?

தான் சார்ந்த துறைகளில் உச்சியை முத்தமிடுவதுதான் நல்ல ஓட்டக்காரனுக்கு அழகு. அவனைப் பயிற்றுவிக்கிறவனுக்கும் மரியாதை. உச்சிக்கு அருகில்போய் நின்று நொண்டக் கூடாது. உச்சியைப் பார்த்துவிட்டால் போதும் என்று நினைத்துத்தான் எல்லோரும் ஏறுகிறார்கள். அதற்கப்புறம் இறங்குகிற வழி தெரியாமல் விழிக்கிறார்கள். இன்னொரு மலை இருப்பதே தெரியாமல் இவர்களும் ஒரு நாள் செத்துப் போகிறார்கள். அந்த நேரத்தில் சோலைச்சாமியின் ஞாபகம் மறுபடியும் வந்தது. இப்படி யெல்லாம் ஒருபோதும் சிந்தித்ததே இல்லை.

புயல் உருவாகித் திரளும்போது அதைப் பின்னுக்கு இழுப்பதுதான் எதிர் புயலின் இருப்பு. வலமிருந்து இடமாக முன்னது சுற்றினால் பின்னது இடமிருந்து வலமாகச் சுற்றும். நடுவில் ஊடாடும் காற்றை இரண்டும் சேர்ந்து துவம்சம் செய்து உறிஞ்சப் போராடும். எது வலுக்கிறதோ அதுவே வெல்லும். புயலா... மழையா... வெறும்காற்றா? சிந்தனைகளை ஊடறுத்து முதலீட்டாளரிடம் உடனடியாகப் பேசுவதெனத் தீர்மானித்தேன். நல்ல நேரமோ என்னவோ, உடனடியாகவே இணைப்பில் வந்தார். ஞாயிற்றுக் கிழமை மதியம் ஆகையால் குடித்திருப்பார்போல.

‘சொல்றா தம்பி’ என்றார் உற்சாகமாக. சிக்கிம் தொடர்பு குறித்துச் சொல்லிவிட்டு, ‘நீங்க ஒருதடவை பேசிட்டீங்கன்னா சந்தேகம் தீர்ந்திடும்’ என்றேன். 'அதெல்லாம் தேவையில்லை. என்ன சொல்றாங்க' என்றார். நிறுவனத்தில் அவர்கள் தரப்பில் பணம் போடாத பங்குதாரர்களாகச் சிலரைச் சேர்க்கவேண்டுமெனச் சொல்லி யிருப்பதாகச் சொல்லிவிட்டு அவர்கள் சொன்ன முன்நிபந்தனை களையும் சொன்னேன். ‘நானும்கூட அந்தத் தொழில் பத்தி தெரிஞ்சவங்ககிட்ட பேசினேன். போட்ட பணத்துக்கு குறைவில்லாததுதான். ஆனால் தரையில இருக்கிற மக்கள்ட்ட போயி நம்ம லாட்டரிய சேர்க்கணும். அது உனக்கு அத்துப்படிங்கறது தெரியும். தைரியமா செய்யலாம்’ என்றார்.

கையில் வைத்திருக்கும் இருப்புத் தொகையைப் பற்றிச் சொன்னேன். 'ஒரு முதலையே இவ்வளவு குட்டி போடுதுன்னா. நாலைஞ்ச வாங்கிப்போட்டு பண்ணை ஆரம்பிச்சிடலாம்' என்று சொல்லிவிட்டு 'பொண்ணு கிடைச்சாலும் புதன் கிழமை கிடைக்காது. அன்னைக்கே கிளம்பி வந்திடு. பணத்தைப் பிடிக்கிறது சாதாரணமான வேலை. அதைக் கடத்துறதுதான் கஷ்டமானது. பாத்து பத்திரமா கொண்டு வா' என்றார்.

யாரையும் நம்பாமல் நானே காரை ஓட்டிக்கொண்டுபோவது எனத் தீர்மானித்தேன். எந்த இடத்திலும் நிறுத்தக்கூடாது. கிளம்புகிற துப்பு மாணிக்கவாசகத்துக்குக்கூடத் தெரியக்கூடாது. அதைவிட நகைச்சுவை என்னவெனில், யாருக்காக பணத்தைக் கொண்டு போகிறோமோ, அவருக்குக்கூடத் தெரியக்கூடாது. அவரே ஆளனுப்பி தட்டிப் பறித்துவிட்டு நிரந்தரக் கொத்தடிமையாய் நம்மைப் பிடித்து இழுத்து வைத்தால் என்ன செய்யமுடியும்? ஹவாலா தொழிலில் நண்பனொருத்தனுக்கு இப்படி நேர்ந்தது. எழுபது லட்ச ரூபாயை அவர்களே கொள்ளையடித்துவிட்டு, பணத்திற்கு நீதான் பொறுப்பு என கழுத்தில் கைவைத்தார்கள். மாணிக்கவாசகம் தலையிட்டு அமைச்சரின் பையன் ஒருத்தனிடம் பேசி, விசாரித்த பிறகே இந்த உண்மையும்கூட தெரியவந்தது. விடிவதற்கு முந்தைய இருளில் கிளம்பினால் காலை பத்து மணி வாக்கில் போய்ச்சேர்ந்துவிடலாம். விரட்டிப் பிடிக்க முடியாத வேகம் இருளுக்கே உண்டு.

என்னுடைய வீட்டில் வைத்து மறுபடியும் அந்தப் பணக்கட்டுகளை எண்ணிப் பார்த்தேன். கணக்கில் வராத இன்னொரு ஐம்பதாயிரம் ரூபாயை கொசுறாகக் கட்டி அதன் மீது எழுதி வைத்திருந்தார்கள். அந்த ஐம்பதாயிரம் ரூபாயை அந்தக் குடும்பம் எடுத்திருந்தால் எனக்குத் தெரிந்திருக்கவே போவதில்லை. அன்றைக்கு அவளைத் தவிர எல்லோரும் என்னுடன் இருந்து எண்ணினார்கள்? மீண்டும் யார் எண்ணியிருப்பார்கள்? மாணிக்கவாசகத்தின் தரம் அவனது வீட்டின் எல்லா சுவர்களிலும் ஒட்டியிருந்தது. இவன் மட்டுமே ஏதேதோ செய்ய கரணம் ஊன்றுகிறான். மற்றபடி அவனது குடும்பத்தில் இருப்பவர்களெல்லாம் சத்தியத்துக்குக் கட்டுப்பட்டு வாழ்வதைப் போலத் தெரிந்தது. மாணிக்கவாசகமும்கூட 'அடித்துப் பிடுங்கப் போகிறேன், வாவென்றால்' ஏழு விநாடியில் நூறு மீட்டரைக் கடந்து ஓடிவிடுவான். சுரண்டலை அவன் மதிக்கவேயில்லை. காசு கொடுத்து பரிசுகள் அடிப்பதையும் விரும்பவில்லை. லாட்டரி உற்பத்தித் தொழிலில் அவனுக்கு ஆர்வம் இருந்தது. லாட்டரித் தொழில் சரியானதுதானா என்பதில் அவனுக்குக் குழப்பமும் இருந்தது.

ஒரு நாள் அப்படிச் சொல்வான். இன்னொரு நாள் நேரெதிராகச் சொல்வான். கடைசியாக என்னதான் முடிவுக்கு வருகிறான் என்பதை அறிய காத்திருக்கவும் செய்கிறேன். அவனுடைய தங்கையின் மீது

மையல் என்பதற்காக இல்லாமல் உண்மையிலேயே அவனை நேசித்தேன். முகத்தின் குறிப்பறிந்து தோளில் கைபோட்டு ஆறுதல் தருகிறவன். நடுவீட்டில் நின்று கொண்டு அவனுடைய தங்கையை வேடிக்கை பார்ப்பதைக்கூட அறிந்தும் அமைதியாய்த்தான் இருக்கிறான். ஊர்ப்பக்கமென்றால் இதையே காரணமாக வைத்து அரிவாளைத் தூக்கித் துரத்தியிருப்பார்கள்.

முதல் தடவை போனபோது அவனுடைய அம்மாவும் என்னைப் பற்றித் துருவித் துருவி விசாரிக்கவும் செய்திருந்தார். அந்த வீட்டைப் பொறுத்தவரை அவனது கண்ணியமான நண்பன்நான். வம்பு வழக்குகளுக்குப் போகிற குடும்பமும் இல்லை அது. நிறைய யோசித்த பிறகே பணத்தைக்கூட அவர்கள் வீட்டில் வைப்பதற்கு அவனுடைய அப்பா சம்மதித்ததாகச் சொல்லியிருந்தான். பணத்தை வைத்திருந்ததற்கு கமிஷனாக ஒருதொகை கொடுக்கலாம் என்கிற சிந்தனை வந்தபோது அசிங்கமாக உணர்ந்தேன். முச்சந்தியில் நிறுத்தி முகத்தில் எறிந்துவிடுவார்கள்.

அவர்கள் முச்சந்தியில் எறிகிற பணக்கட்டுகளை எடுத்துப் பையில் அடுக்கினேன். எடுத்துக்கொண்டு எங்கேயும் ஓடிவிட முடியாது. விரட்டிப் பிடித்துச் சுட்டுவிடுவார்கள். இதோடு என்னைவிட்டு விடுங்கள் என்று கையெடுத்தும் கும்பிடவும் முடியாது. அவர்களுக்கு ஆசையைக் காட்டிவிட்டு ஒதுங்கினால் வயிறெரிந்து சாபம் விடுவார்கள். ஆசையைக் கிளப்பினால் மோசமடையவிடாமல் காப்பதும் நம் பொறுப்பே. அந்தப் பெண்ணிடம் செய்யத் தவறியதும் அதுவே. இதுவரை பெண்களிடம் நான் சாபம் வாங்கியதே இல்லை. அவளுடைய சாபம் பலிப்பதற்கான வாய்ப்புகள் இம்மியளவுகூட இல்லை எனவும் என்னை நானே சமாதானம் செய்தேன்.

மற்ற நேரமாக இருந்தால், இப்படியெல்லாம் அமர்ந்து குழம்பியிருக்கமாட்டேன். ஏதோவொரு கையொன்று இதயத்தைப் பிடித்துப் பிசைவதைப்போல இருந்தது. மனம் வழக்கத்துக்கு மாறாகப் பதற்றமாக இருந்தது. இவ்வளவு பணத்தை என் வாழ்நாளில் ஒரே இடத்தில் பார்த்ததில்லை. என்னிடம் இருப்பதாலேயே அது என் பணமும் இல்லை என்கிற விநோதம் உறைத்தது. ஆனால், என் கையில் இருக்கிறவரை நானே அதன் உடமையாளன். பையில் அடுக்கியிருந்த பணக்கட்டுகளை மீண்டும் வெளியே எடுத்து என் படுக்கையில் வரிசையாக அடுக்கி அதன் மேல் ஒரு போர்வையைப் போர்த்தினேன். அன்றிரவு பணத்தைக் கட்டிப் பிடித்துத் தூங்கினேன். படுக்கையில் ஏதாவது கசங்கியிருந்தால் அதற்கு நானே பொறுப்பு.

# அத்தியாயம் 25

விடியற்காலை கண் விழிப்பதற்கு முன்பே கதிர்வேலுவின் ஞாபகம் வந்தது. அவனும்கூட இவ்வளவு பணத்தை வாழ்நாளில் பார்த்ததே யில்லை. அவனிடம் போய்க் காட்டினால்தான் என்ன? முதலீட்டாளர் புதன் கிழமைதான் வரச் சொல்லியிருந்தார் என்பதால் ஊருக்குப் போய்விட்டு வரலாமெனத் தோன்றியது. நாளிதழில் குற்றாலத்தில் தண்ணீர் விழுவதாகப் படம் போட்டிருந்தார்கள். உடனே கிளம்ப வேண்டுமெனப் பரபரப்படைந்தேன்.

படுக்கையிலிருந்த நோட்டுக்களை பல் துலக்குவதற்கு முன்பே எடுத்துப் பையில் அடுக்கினேன். காரை கிளப்பிக்கொண்டு போன போது பாடல் கேட்கவேண்டும்போல இருந்தது. கடைசியாய் எப்போது ஆற அமர அமர்ந்து பாடலை லயித்துக் கேட்டேன் என்பதே நினைவில் இல்லை. பாடல் சத்தத்தை அணைத்தெல்லாம் வைப்பதில்லை. ஆனால் கவனத்தில் அது விழவே விழாது. தூரத்தில் எங்கோ ஒலிப்பதுபோல, சிந்தனைகள் வேறு பக்கம் தறிகெட்டுப் பாயும். மனம் ஒருநிலையில் நிற்காமல் சுழன்றடிக்கும்.

இசைக்கு சும்மா இருப்பவனின் மனதை மயக்கத்தான் சக்தி இருக்கிறது. பறந்துகொண்டிருக்கிற மனதுக்கு அது வெறும் இனிமையான சத்தம் மட்டுமே. ஒலித்த பாடலை ஊன்றிக் கவனித்தேன். அர்ச்சனாவின் வீட்டில் அன்றைக்கு ஒலித்த பாடல் நண்பனின் சேமிப்பிலும் இருந்தது. அதே காந்தக் குரலை மறுபடியும் கேட்டபோது உற்சாக மாக இருந்தது. அந்தப் பாடலின் வரிகள் மனதில் தங்கவில்லை. ஒப்பாரி போலவான தொனிதான் என்ற போதிலும் பாடலை அந்தப் பெண் மகிழ்ச்சியோடு பாடினாள். நீண்ட பகலுக்குப் பின்னே வரும் இரவொன்றில் காதலனோடு தனித்திருக்கும் பெண் விரகதாபத்தில் பாடுகிறாளோ? அதிகாலை வெளிச்சத்தினூடாக ஒலித்த அப்பாடல் இதயத்தை இளக்கி உருக்கியது. ஒருநாளில் அரைமணி நேரமாவது

ஒதுக்கி எல்லாவற்றையும் மறந்து பாடல் கேட்க வேண்டுமெனத் தீர்மானித்தேன்

நிறையப் பாடல்கள் இருந்தன என்றாலும், அவள் குரலிருந்த பத்து பாடல்களை மட்டும் திரும்பத் திரும்ப உயிர்ப்பித்துக் கேட்டபடி வண்டியோட்டினேன். வேக முள்ளைப் பார்த்தபோது 140 கிலோ மீட்டர் எனக் காட்டியது. என்னையறியாமல் அவ்வளவு வேகத்தில் முடுக்கியிருக்கிறேன். 100 கிலோமீட்டருக்கு வேகத்தைக் குறைக்கலாமா? சாலையில் அடிபட்டுச் சிதைந்து கிடந்தால் வந்து பார்த்து கதறியழுவதற்கு நாலைந்து உறவுகளைச் சேர்த்துவிட்டேன் என்பது உறைத்ததும் வேகம் தானாகக் குறைந்தது.

என் உயிர் ஒருபக்கம் இருக்கட்டும். எதிரே வருகிறவனின் உயிரும் என் கையில் இருக்கிறதுதானே? கடைக்குப் போனபோது கதிர்வேலு அவனுடைய ஊருக்குப் போயிருப்பதாகச் சொன்னார்கள். ஏதாவது பிரச்னையா எனக் கடைப் பையனைக் கேட்டேன். ‘என்னன்னு தெரியலை; நேத்தில இருந்து ஒரு மாதிரியா இருந்தாரு. நீ பாத்துக்கன்னு மூணு மணி வாக்கில கிளம்பிப் போனாரு’ என்றான். கடை போர்டை பார்த்தேன். நான்கு ஐநூறு ரூபாய் பரிசுகள் விழுந்திருந்தன. சமீபத்தில் எதுவும் பெரிய பரிசடிக்கவில்லை என்பது எனக்கும் தெரிந்திருந்தது.

‘போன இடத்தில வியாபாரம் கொடி கட்டிப் பறக்குதா? இந்தப் பக்கம் ரெம்ப நாளா ஆளையே காணோம்’ என்றார் பக்கத்துக் கடை மாஸ்டர். போகும்போது அவருக்குக் கொஞ்சம் பணம் தர வேண்டும். காரை வந்து தடவிக் கொடுத்தபடி, ‘இந்த மாதிரி காரெல்லாம் எவ்வளவு விலையிருக்கும்’ என்றார். ‘இருபத்தைந்து லட்சம்’ என்றேன். ஏயெப்பா என வியந்து பல்லைக் காட்டினார். கிளம்பும் போது, ‘அப்படியே உங்கப்பார உள்ளே வச்சு ஒரு ரவுண்ட் அடிங்க. சந்தோஷப்படுவாரு’ என்றபோது மையமாகச் சிரித்தேன்.

கதிர்வேலுவின் ஓடு வேய்ந்திருந்த வீட்டு வாசலுக்குள் தலையை நுழைத்தபோது, இருளுக்குள் அவன் சாப்பிட உட்கார்ந்திருந்தான். எதிரே இருந்த ஈயச்சட்டியில் உளுந்தச் சோறு இருந்தது. என்னைப் பார்த்ததும் துள்ளியெழுந்து சட்டையைப் போட்டான். இடுப்பில் இன்னும் சதைகூடி பிதுங்கி வெளியே தொங்கியது. உள்ளேயிருந்து வந்த அவனுடைய ஆச்சி என்னையும் சேர்த்துப் பார்த்து, ‘இருங்கலே. ரெண்டு பேரும் சாப்பிட்டுட்டு போங்க. தட்டை வச்சுட்டு எந்திரிக்கிறது என்ன பழக்கம்’ என்றாள். ‘நீயும் சாப்பிட்டுறாத இரு. உனக்கும் சேத்து மட்டன் பிரியாணி வாங்கிட்டு வர்றேன்’ என்றான் வயிற்றைத் தடவிச் சிரித்துக்கொண்டே.

'வந்து பதினைஞ்சு நாளுக்கு மேல இருக்கும். ஒரு எட்டு பாத்திட்டு போகணும்னு தோணுச்சு. கடை அடைச்ச பெறகு சோம்பல் வந்திடும். அதான் ஓடியாந்தேன்' என மன்னிப்புக் கேட்கும் தொனியில் சொன்னான். அதை விடு எனச் சொல்லிவிட்டு, 'குற்றாலம் போகலாமா' எனக் கேட்டேன். கொஞ்சம் தயங்கிப் பின் 'சரி வா போகலாம்' என்றான். சொல்லிக்கொண்டு போவதற்கு அவனுடைய தாத்தாவைச் சுற்றித் தேடியபோது காணவில்லை. 'எங்கேயாவது சத்திரத்தில சரக்கடிச்சிக்கிட்டு உக்காந்திருப்பாரு' என்றான் தேடுவதை உணர்ந்து.

அந்த நேரத்தில் போனால் குற்றாலத்தில் கூட்டமே இருக்காது என்பது தெரியும். மஞ்சள் விளக்கொளியில் தனியாக அருவியில் குளியல் போடலாம். உடலை உரசி இடித்தபடி யாரும் பக்கத்தில் வர மாட்டார்கள். பெரும்பாலும் வியாபாரிகள் அந்த மாதத்தில்தான் குளிக்கப் போவார்கள். வேன் பிடித்து பத்திருபது பேர் சேர்ந்து போவார்கள். வாரம் முழுக்க வேலை செய்துவிட்டு சனிக்கிழமை இரவு கிளம்பினால் ஞாயிற்றுக்கிழமை மதியம் போல் சுல்தானியா பிரியாணி கடையில் தின்றுவிட்டு ஊர்வந்து சேர்வார்கள். மறுபடி திங்கள் கிழமை காலையில் திருநூறைப் பூசி கல்லாவில் அமர்ந்து விடுவார்கள். ஒருநாள் கூத்து மட்டுமே அவர்களுக்குச் சாத்தியப்படும். தினக்குடியெல்லாம் வியாபார உலகில் விலக்கப் பட்ட கனி. தினக்குடியில் விழுந்தவனிடம் வியாபாரம் பார்க்கவே தயங்குவார்கள். அப்படி இருப்பவர்களுக்கு ஊரே சேர்ந்து அறிவுரை சொல்வார்கள். அதைக் கேட்பதற்குப் பதில் பொத்திக்கொண்டுபோய் சுருண்டு படுத்துவிடலம். குடியில் விழுந்து அழிந்தவன் என உதாரணமாக நூறு கதைகளைச் சொல்வார்கள்.

குற்றாலத்துக்கு வந்துவிட்டால், வயிறு தாங்குகிற அளவுக்கு மதுவை அள்ளிக் குடித்துக் கொள்வார்கள் அருவித் தண்ணீரைப்போல. கதிர்வேலுவும்கூட அப்போது குடிக்கப் பழகியிருந்தான் என்பதை அறிந்திருந்தேன். போய்க் கொண்டிருந்தபோது அதுவரை தொழிலில் நடந்தவை குறித்து கதிர்வேலுவிடம் விளக்கிச் சொன்னேன். குறுக்கே எதுவும் பேசாமல் பெருவிரலால் தாடையைச் சொறிந்தபடி கேட்டுக்கொண்டு வந்தான். நினைத்த மாதிரிக் கூட்டமே இல்லை.

காரை நிறுத்துமிடத்தில் நின்ற போலீஸ்காரரை சிநேகமாக அழைத்தேன். பெரிய காரில் வந்திறங்கியதால் சிரித்துவிட்டு அருகில் வந்து, 'தைரியமா போயி குளிங்க. நான் எதுக்கு இங்க இருக்கேன். வண்டிய யாரு தூக்கிட்டு போகப் போறா' என்றார். ஆயிரம் ரூபாயை எடுத்து அவருடைய கையில் கொடுத்தபோது மகிழ்ந்துவிட்டார். கையில் வைத்திருந்த பிரியாணி பொட்டலத்திலிருந்து ஒன்றை

எடுத்து அவரிடம் கொடுத்துவிட்டு, 'வண்டில பாத்துக்கறதுக்கு என்ன இருக்கு. நீங்க வேற வேலையிருந்தா பாருங்க. நிம்மதியா ஒருநேரம்னாலும் உக்காந்து சாப்பிடுங்க' என்றேன்.

வாங்கிய பின்னரும் கொஞ்ச நேரம் அங்கேயே நின்றிருந்தார். அவரை நான் கண்டுகொள்ளவில்லை என்பதை உறுதி செய்துவிட்டு தூரத்தில் அமர்ந்திருந்த வாட்ச்மேன் ஒருத்தரை நோக்கி நடந்து போனார். காருக்குள் இருந்து இடுப்பு பெருத்த பாட்டிலை எடுத்த போது, 'எவ்வளவு காசிருக்கும்' என்றான் கதிர்வேலு. 'எட்டாயிரம் ரூபாய்' என்றதும் பாட்டிலை வாங்கிக் கையில் வைத்து உருட்டிப் பார்த்தான்.

'விலைக்கு தகுந்த மாதிரிதானே பொருளோட தரமும் இருக்கும்' என்றான். அவனிடம் இயல்பாக இருக்கப் பிரியப்பட்டேன். 'அதெல்லாம் இல்லை கதிரு. நூறு ரூபாய்க்காரனுக்கு இருநூறு ரூபாய் தரம். நெஞ்சுக்குள்ள போனா எல்லா கழுதையும் ஒரே மாதிரிதான் அறுக்கும்' என்றேன். 'என்ன இப்படி சொல்லிட்ட? தரம் தரம்தான். நம்மள நாமளே ஏமாத்திக்கறோம்' என்று சொல்லிவிட்டு அதைத் திறக்கத் தெரியாமல் தடுமாறியபோது, வாங்கி உடைத்து உள்ளேயிருந்த கண்ணாடித் தம்ளரில் ஊற்றிக் கொடுத்தேன். ஒரே மூச்சில் குடித்து முடித்துவிட்டு கையை நீட்டினான். பிரியாணியில் இருந்த மட்டன் துண்டொன்றை எடுத்துக் கையில் கொடுத்தேன்.

'இந்த மாதிரி சரக்கையெல்லாம் மெதுவா குடிக்கணும். போதை ஏறாத மாதிரி தெரியும். கண்ணை மறைச்சு குப்புன்னு ஏத்திவிட்டுரும்' என்றேன். 'நாயைக் குளிப்பாட்டி நடு வீட்ல வச்சாலும் அது போற இடத்துக்குத்தான் போகும். இப்டியே குடிச்சுப் பழகிட்டோம்' என்று சொல்லிவிட்டு அமைதியாக அருவியை வேடிக்கை பார்த்தான். கண்ணாடித் தம்ளரை கையில் வைத்து சுற்றிக் கொண்டிருந்தபோது, 'நீ மாறிட்டதா நீயே நினைச்சுக்கிட்டு இருக்க. நீயும்கூட நடுவீட்டில இருந்து திரும்ப தெருவுக்கு ஓடற நாயாதான் இன்னமும் இருக்க' என்றான். ஏதோ சொல்லவருகிறான் என்பது புரிந்தது.

அமைதியாக அவனையே உற்றுப் பார்த்தேன். 'அந்தாளோட பணத்தை பல மடங்கா பெருக்கிக் குடுத்திட்ட. அப்படியே மொத்தமா கொண்டுபோயி நீங்க கொடுக்கறதைக் கொடுங்கன்னு நிக்கறது அவமானமில்லையா? என்னோட பங்கு இவ்வளவுன்னு சொல்ற தைரியம் இன்னும் உனக்கு வரலைல. இன்னமும் நீ ஆத்தில ஒரு கால் சேத்தில ஒரு கால்தான்' என்றான்.

'இல்லை அது அவருக்கு நான் போடும் தூண்டில்' என்றேன்.

‘சும்மா எல்லார்ட்டயும் சொல்ற மாதிரி சொல்லாதே. ஆழத்தில இன்னமும் கைகட்டி நிக்கற அடிமை புத்தி உன்ட்ட இருந்து போகலை’ என்றான்.

தீவிரமாக அது குறித்துச் சிந்திக்கத் துவங்கியபோது, ‘யானைன்னா காட்டு யானைதான். கோவில்ல கும்பிட்டுக்கிட்டு இருக்கற யானையில்ல. ஆனா கூழைக் கும்பிடு போடற யானையைத்தான் ஊருக்குப் பிடிக்கும்’ என்றான். ‘கும்பிடு போடற யானைதான்னு ஒரு நாள் பக்கத்தில வரப்ப தூக்கி மிதிச்சிடலாம் விடு’ என்றதும் வயிறு குலுங்கச் சிரித்துவிட்டு, ‘கீழ இறங்கச் சொல்லி குச்சிய வச்சு அடிச்சான் ஒரு கண்டக்டர். அவனை அப்படியே மல்லாக்க போட்டு மிதிக்கணும்’ என்றான். 'அவனைத் தேடிப் போகலாமா’ என்றேன்.

‘சும்மா சொல்றேன். அவனும் பாவம் என்ன செய்வான். பஸ்ஸுக்குள்ள இல்லாம கீழ வியாபாரம் பண்ணா அடிக்கவா போறான். அவனுக்கும் எரிச்சலா இருக்குமில்ல’ என்றான். பேசிக் கொண்டிருக்கும்போதே நாலைந்து முறை அவனாகவே ஊற்றிக் குடித்தான். காரின் பின்பகுதியைத் திறந்து பணப்பையை அவனிடம் திறந்துகாட்டினேன். அதை அவன் தொடக்கூட இல்லை. அவனுடைய கண்களில் மகிழ்ச்சியே தட்டுப்படவில்லை.

‘ச்ச் ச்ச் ச்ச்சுசுல்தானியால ஒரு பிரியாணி கிடைக்காதான்னு அலைஞ்சிருக்கோம். சட்டி பிரியாணிய முன்னாடி வச்சா அள்ளியெடுத்து சாப்பிடத் தோண மாட்டேங்குது. மூஞ்சில அடிச்சிடுது’ என்றான். உடன் இருப்பவனின் உள்ளுணர்வை மிகச் சரியாகக் கவ்விப் பிடிப்பதாலேயே அவன் என்னுடைய இன்னொரு பாதியாகவும் இருக்கிறான். ‘இதில உன்னோட பங்குப் பணமும் இருக்கு’ என்றேன். ‘நீயே உன் பங்கைத் தீர்மானிக்கலை. அதுக்குள்ள எனக்கா’ என்றான்.

குளிக்கத் தயாராகிய அவனால் கால்சட்டையைக் கழற்றி துண்டைக் கட்டவே முடியவில்லை. வேண்டாம் என்று சொன்னாலும் கேட்கிற நிலையிலும் இல்லை. ‘நீகூட இருக்கறப்ப அருவிக்கு மேலகூட ஏறுவேன்’ என்றான். கால்சட்டையை அவிழ்க்க உதவி, துண்டை இடுப்பில் அண்ணாக்கயிற்றோடு சுற்றிக்கட்டி அவனைக் குளிக்க அனுப்பினேன். தடுமாறிப் புறப்பட்டு பின்னர் திண்டொன்றின் மீது போய் சாவகாசமாய் அமர்ந்தான். என்னுடைய அண்ணாக்கயிற்றை இடுப்பிலிருந்து எப்போதோ கழற்றித் தூக்கி இருந்தேன். ஒரு பைசாவுக்கும் பெறாத அது வயிற்றைச் சுற்றி கறுப்பு வட்டத்தைப் போட்டுத் தொலைத்திருக்கிறது. உள்ளூர் பெண்களிடம் சொல்லி

விடலாம். வெளி ஆட்கள், பிறக்கும்போதே வந்த கறுப்பு வளையம் என நினைத்துக்கொள்வார்கள்.

துண்டோடு திண்டில் அமர்ந்து இரண்டு பிரியாணிப் பொட்டலங் களைப் பிரித்து நிதானமாக உண்டான். இன்னும் கொஞ்சம் சரக்கு வேண்டும் என தம்ளரைத் தூக்கிக் காட்டினான். 'ஒரு குளியலை போட்டுட்டு வா. கபகபன்னு பசிக்கும். அடிச்ச போதையும் இறங்கியிருக்கும். அடுத்த ரவுண்டில நானும் குளிக்க வர்றேன்' என்றதை அந்தப் போதையிலும் சரியாகப் புரிந்துகொண்டு, எழுந்து அருவியை நோக்கிப் போனான். என் மனம் கவர்ந்த அந்தப் பாடலை மிதமான சத்தத்தில் ஒலிக்கவிட்டு, கையில் தம்ளரை வைத்து உருட்டியபடி, அங்கேயிருந்த உயரமான திண்டொன்றில் ஏறி அமர்ந்தேன். அருவி நிலத்தில் விழுகையில்தான் சத்தம் வருகிறது.

# அத்தியாயம் 26

மழை சாயந்திரம்தான் அடித்து ஓய்ந்திருக்கவேண்டும். கருமேகங் களைக் காற்று அடித்துத் துவைத்தது. பெருந்துளிகள் தூறலாய் விழுந்தன. தம்ளரில் மதுவை நிறைக்கலாமென இறங்குவதற்கு முன்பு நின்ற மேட்டிலிருந்து அருவியைப் பார்த்தேன். வெண்விளக்கு வெளிச்சத்தில் வெள்ளைப்புகை தரையில் விழுந்து பரவியது. கதிர்வேலுபோய் எவ்வளவு நேரமிருக்கும்? கைக்கடிகாரம் காருக்குள் கிடந்தது. தம்ளரை அந்தத் திண்டின் மேலேயே வைத்துவிட்டு அருவியை நோக்கி நடந்தேன்.

அருவியில் ஐயப்ப சாமிகள் கூட்டம் வரும்போது, விபூதி, சந்தனத்தோடு கண்ணாடியில் பார்த்துப் பூசுவதற்குச் சொற்பக் காசு வசூலிப்பார்கள். முதலீடென்பது ஒரு கண்ணாடி, மூன்று குவளைகளில் விபூதி, சந்தனம், குங்குமம். பிழைப்பதற்குத்தான் எத்தனை வழிகள்? இதையும் போலீஸ்காரர்கள் வந்து உடைப்பார்கள். குங்குமத்தைத் தூக்கி அருவித் தண்ணீரில் வீசுவார்கள். அது அவனின் ரத்தமாய் அடித்து ஓடுகிற தண்ணீரில் கரைந்து வழியும். அந்தக் கடை போட்டிருந்த பையன் கடைக்கும் படுதாவுக்கும் இடையில் உள்ள பொந்தொன்றில் சுருண்டு படுத்திருந்தான். சத்தமில்லாமல் தாண்டி அருவியை நோக்கிப் போனேன்.

கதிர்வேலுவைக் காணவில்லை. அருவி விழுந்த வேகத்தில் உள்ளே நிற்பவரைத் தெரியாமலும் இருக்கும். உள்ளே பாறையில் வயிற்றை ஒட்டித் தவழ்ந்து முதுகில் அருவியின் அடியை வாங்குவார்கள். எவனுக்கு அருவியின் முகத்தைப் பார்ப்பதற்குத் தெம்பிருக்கிறது? தலைகுனிந்து அது கொடுக்கிற அடிகளையெல்லாம் வாங்கிக் கொள்ளவேண்டும். அருவிக்குள் அசைவுகள் எதுவும் தெரிய வில்லை. அருவித் தண்ணீர் விழுந்த இடத்தில் இரண்டு கால்கள் மட்டும் வெளியே நீட்டித் தெரிந்தன. நொடி நேரம்கூட தாமதிக்காமல் அக்கால்களை நோக்கி ஓடினேன்.

விழுகிற அருவிக்குள் தலையைக் கொடுத்து மல்லாக்க விழுந்து கிடந்தான் கதிர்வேலு. அருவிக்குள்ளே நீர்விழாத பொந்தொன்று இருந்தது. அருவியின் இடைவெளியில் ஒருவேளை காற்று நுழையலாம்? எவ்வளவு நுழைந்து விடப் போகிறது? ஓடிப் போன வேகத்தில் அவனது கால்களைப் பிடித்துத் தூக்கி பலத்தைத் திரட்டி இழுத்தேன். அவன் வெளியே உருவிக் கொண்டு வருகையில் அவன் முகத்திலும் மார்பிலும் அருவித் தண்ணீர் விழுந்தது. பத்தடி தூரம் அவனை இழுத்து தண்ணீர் விழாத தரையில் கிடத்தினேன். மூச்சு ஏறி இறங்குவதைப் போலத்தான் தண்ணீர் சிதறிய வெளிச்சத்தில் தெரிந்தது. 'அண்ணே இங்க வாங்களேன்' எனக் கத்திக் குரல் கொடுத்தபோது அது அவர்களுக்குக் கேட்காது என்பது உறைத்தது.

அவர்கள் இருக்கும் திசையை நோக்கி வந்த வழியிலேயே தேங்கிக் கிடந்த தண்ணீரில் ஹோ ஹோவென கத்திக் கொண்டு ஓடினேன். சத்தம் கேட்டு குங்குமக் கடைப் பையன் துள்ளி எழுந்தான். அதற்குள் போலீஸ்காரரும் ஓடி வந்தார். நிலைமையைப் புரிந்துணர்ந்து இருவரும் என்னோடு ஓடி வந்தார்கள். மல்லாந்து கிடந்த கதிர்வேலுவை மூன்று பேரும் சேர்ந்து தூக்கினோம். கனம் தாங்காமல் இடையிடையே அவனைக் கீழே வைத்து இருவரும் தூக்கினார்கள்.

'அசைவெல்லாம் இருக்குது' என்றார் போலீஸ்காரர். தூக்கிப்போய் காரின் பின்னிருக்கையில் அவனைக் கிடத்தியதும், இருவரும் ஏறிக் கொண்டார்கள். 'கவர்மெண்ட் ஆஸ்பத்திரிக்குதான் கொண்டு போகணும். எதுக்கும் பயப்படாதீங்க. காவல்காரன்கூட இருக்கேன்ல' என்றார். சாலையை அவர்கள் அடையாளம் காட்ட, ஐந்து நிமிடத்தில் போய்ச் சேர்ந்துவிட்டேன். உள்ளே தூக்கிப் போவதற்குத்தான் மேலும் இருபது நிமிடங்களை எடுத்தார்கள்.

உள்ளே எல்லோரும் தூங்குவதாகத் தெரிந்தது. போலீஸ்காரர் ஒரு நர்ஸை பெயர் சொல்லி அழைத்துத் தட்டி எழுப்பினார். சோம்பல் முறித்து எழுந்தமர்ந்த அந்தம்மாவிடம் விஷயத்தைச் சொன்னார். 'இந்த நேரத்திலயா குளிக்கப் போயி எங்க தாலிய அறுக்கறது? குடிச்சிருக்கானா? எங்க படுக்க வச்சுருக்கீங்க' என்று சொல்லிவிட்டு, என்னைக் கடந்து போகும்போது, 'நீயும் சேந்து குடிச்சியா' என்றார்.

'எவ்வளவு காசுன்னாலும் தர்றேன். ஆளை மீட்டுக் குடுத்திடுங்க' என்றபோது, 'ஆமா காசை எடுத்திட்டு வா. மூக்கில சொருகுறேன். அது காத்த கொடுக்கும்' என்றாள். போன வேகத்தில் அவனுடைய நெஞ்சில் கையை வைத்து அழுத்தியபோது. உடல் குலுங்கி ஆடியது. நாடியைப்பிடித்துச் சத்தம் காட்டாதீர்கள் எனச் சைகை காட்டிவிட்டுப் பார்த்தாள். அப்படியே கையைப் பொத்தெனக் கீழேவிட்டுக் கழுத்தில் கிடந்த ஸ்டெதஸ்கோப்பை வைத்துப் பரிசோதித்துப்

பார்த்த பிறகு, 'உசிரு போயிடுச்சு' என்று முணுமுணுத்தாள். அந்த நொடியில் நெஞ்சில் ஈட்டியைச் சொருகிய மாதிரி இருந்தது. 'தனியாருக்குத் தூக்கிட்டுப் போகட்டுமா' என்றேன் என்னை யறியாமல். 'தம்பி நிலவரத்த புரிஞ்சுக்கோங்க. எத்தனை பொணத்தை தொட்டுத் தூக்குனவன். தூக்கும் போதே தெரிஞ்சிருச்சு. உங்க போராட்டத்த கெடுக்க வேணாம்னுதான்கூட ஓடிவந்தேன். இருந்தாலும் ஒரு நப்பாசையும் இருந்துச்சு' என்றார் போலீஸ்காரர். அதற்குள் சத்தம் கேட்டுப் பணியாளர்கள் ஓடிவந்தார்கள்.

'பெரிய எடத்து ஆளுங்க. எல்லாம் பாத்து செஞ்சுடுவாங்க. டாக்டருக்கு சொல்லிவிட்டுருங்க' என்றார் போலீஸ்காரர். நிலவரத்தைப் புரிந்துகொண்டு எல்லோரும் வினையாற்றினார்கள். இதுவரை என் வாழ்நாளில் சாவு வீடுகளுக்குப் போனதே இல்லை. அம்மாவின் கிடந்த உடலை அறிகிற வயதும் அப்போது இல்லை. என் உறவென்று அதற்கடுத்து இவனைத்தான் சாகக் கொடுத்திருக் கிறேன். மார்புவரை சட்டையைத் தூக்கிவிட்டிருந்தார்கள். 'போஸ்ட்மார்டம் பண்ணிருங்க. நாளைக்கு உங்களுக்குச் சிக்கல் வரக் கூடாது' என்றார் போலீஸ்காரர். அதற்கான ஏற்பாடுகளைச் செய்வதற்காக அவனைக் கொண்டு போவதற்கு முன்பு அவனது சட்டையை இறக்கி வயிறு தெரியாத மாதிரி மூடினேன்.

ஏன் அழுகை வரவில்லை எனக்கு? நெஞ்சைக் கவ்வியொரு வலி பிடித்திருந்தாலும் அழுகை முட்டவில்லை. மனம் வெறுமையாய் இருந்தது. யாரிடமும் பேசத் தோன்றவில்லை. வந்து கேட்டவர் களிடம் ஒரு சில சொற்களை மட்டும் பேசினேன். காரின் உள்ளே அமர்ந்து மதுவை தம்ளரில் ஊற்றி யாருக்கும் தெரியாமல் அவ்வப் போது குடித்தேன். காருக்கு வெளியே அதன் மீது சாய்ந்து நின்றபடி அவனைப் பற்றிச் சிந்தித்தேன். ஒன்றுமே இல்லாமல் வந்தவன் ஒன்றுமே இல்லாமல் போகிறான். என்னோடு இருந்து எதனைக் கண்டான் அவன்?

இடைப்பட்ட நேரத்தில் ஆட்களுக்குச் சொல்லியிருந்ததால் கடைப் பையன்கள் மருத்துவமனைக்கு வந்திருந்தார்கள். அவனுடைய வீட்டுக்குத் தகவல் சொல்லிவிட்டதாகவும் சொன்னார்கள். கையெழுத்துப் போட்டு உடலை வாங்க அவனுடைய தாத்தா வந்திருந்தார். கொஞ்ச நேரத்தில் அவனுடைய ஆச்சி இரண்டு பொம்பளைகளுடன் ஆட்டோவில் வந்து இறங்கினாள். என்னருகில் அவர்கள் வரக்கூட இல்லை. அவர்களுடைய சொந்தக்காரர்களுடன் தனித்த குழுவில் இருந்தார்கள். 'இல்லைண்ணே கொஞ்சம் கோபமா இருக்காங்க. நல்லா இருந்தவரு திடீர்னு எப்படிச் செத்தாருன்னு சந்தேகப்படறாங்க' என்றான் கடைப் பையன்.

மருத்துவர்களிடம் போலீஸ்காரர் எல்லாவற்றையும் பேசி முடித்திருந்ததால், அந்தத் தரப்பில் சிக்கல் எதையும் தராமல் உடலைக் கொடுக்கத் தயாரானார்கள். சான்றிதழில் மாரடைப்பு எனப் போட்டிருப்பதாக வந்து சொன்னார்கள். சிறு நகக்கீறல்கூட உடலில் இல்லையெனவும் தெளிவாகக் குறிப்பிட்டிருந்தார்கள். உடலைப் போய்ப் பார்க்கவேண்டும்போல இருந்தது. மெத்தையில் போட்டுச் சுருட்டி வைத்திருக்கிற மாதிரிப் படுத்து கிடப்பான். ஒரு சிகரெட்டைப் பற்ற வைத்து பிணவறையின் பின்பக்கமாகப் போய் சன்னல் இடைவெளியில் பார்த்தேன். நிர்வாணமாக இருந்த கதிர்வேலுவின் காலைப் பிடித்து அந்தரத்தில் தூக்கி உள்ளே பவுடர் தெளித்தார் ஒருத்தர். பார்க்கச் சகிக்காமல் பின்னோக்கி வந்தேன்.

ஆம்புலன்ஸில் ஏற்றுவதற்கான ஏற்பாடுகள் நடந்து கொண்டிருந்தன. விஷயத்தைக் கேள்விப்பட்டு அப்பாவும் எப்படியோ கிளம்பி வந்திருந்தார். என் முகத்தைக்கூட அவர் ஏறிட்டுப் பார்க்கவில்லை. எனக்குத் தெரிந்த அண்ணன் ஒருத்தரை துணைக்கு அழைத்து வந்திருந்தார். அவரும்கூட என்னோடு வந்து பேசவில்லை.

ஒட்டுமொத்த கூட்டமும் ஏதோ குற்றவாளியைப் பார்த்த மாதிரி என்னைப் பார்த்தது. இதென்ன பைத்தியக்காரத்தனம்? அவன் என்னோடு வாழ்ந்தவன். என்னோடு காலம் முழுக்க இருக்க வேண்டும் என என்னைவிட வேறு யார் நினைத்திடமுடியும்? அவர்களின் கோபமும் எனக்குப் புரிந்தது. தூரத்தில் அவனுடைய ஆச்சி வேப்ப மரத்தடியில் பெண்களுடன் அமர்ந்திருந்தாள். காருக்குள் புகுந்து கையில் மேலாக தட்டுப்பட்ட கட்டுகளை எடுத்து அதை ஒரு பாலிதீன் கவரில் சுற்றி கையில் வைத்துக்கொண்டு இறங்கி அவளை நோக்கி நடந்தேன். நிச்சயமாக அவனுடைய ஊருக்குப் போக முடியாது.

ஏதாவது வம்புகள் வரலாம் என எனக்கே தோன்றியது. போலீஸ்காரர் என்னோடு உடன் நடந்தார். அவனுடைய ஆச்சியை நோக்கி அந்தப் பையை நீட்டினேன். வாங்கிப் பிரித்துப் பார்த்த அவள், அந்தப் பணப் பொதியை என்னை நோக்கி வீசியெறிந்தாள். 'காலம் போன போக்கில எங்களுக்கெதுக்கு பணம். சாப்பிட உக்காந்தவன இப்படி கூப்டு வந்து சாய்ச்சுட்டியே' என்றபோது மனம் அதிர்ந்து வலித்தது. போலீஸ்காரர் பிடித்துப் பின்னால் இழுத்தார். அவரே குனிந்து அந்தப் பையைப் பொறுக்கிக்கொண்டார். போகும்போது அவள் என் முதுகுக்குப் பின்னால் மண்ணை வாரி இறைத்தாள். 'நீங்களே பாத்தீங்கள்ள ...நான் எங்க உக்காந்து குடிச்சிக்கிட்டு இருந்தேன்' என்றேன் போலீஸ்காரரிடம்.

'அது அப்படித்தான் தம்பி. அகால மரணங்கள்ள கூட இருக்கறவங் களுக்கு சந்தேகப்படறதுக்கு ஒரு ஆள் வேணும். இயற்கையான

சாவை மக்கள் விரும்பறதே இல்லை. இவனாலதான் செத்திட்டான்னு சொல்றப்ப ஒரு நிம்மதி. எடுத்துக்கிட்டு போகலை. தொலைச்சிட்டு நிக்கறோம்னு ஒரு நெனைப்பு' என்றார். பேரம் எதையும் பேசாமல் கொடுத்ததை வாங்கிக்கொண்டார்கள் இருவரும். அந்தப் பையிலிருந்து மொத்தமாக எண்ணாமல் ஒரு கற்றையை எடுத்துக் கொடுத்து அவர்களைப் பிரித்துக் கொள்ளச் சொன்னேன். இந்த இடைவெளியில் அப்பா எப்போதோ கிளம்பிப் போயிருந்தார்.

உடலைப் பெற்றுக்கொண்டு ஆம்புலன்ஸில் என்னைக் கடந்து போனார்கள். 'அங்க போயி நிக்கறேன்னு முட்டாள்தனம் ஏதும் பண்ணிடாதீங்க. உங்க ஊரு சப் இன்ஸ்பெக்டர் என் மச்சாந்தான். அவர்ட்ட பாத்துக்கோங்கண்ணு சொல்லிட்டேன்' என்றார் போலீஸ்காரர். கடைப் பையன்கள் என்னோடு காரில் ஏறினார்கள். எங்கே போவது? நானும் அவனும் இருந்த வீட்டுக்குப் போக சங்கடமாக இருந்தது. உள்ளேயே சுற்றுவான். சொல்கிறவரை கடையைப் பூட்டி வையுங்கள் எனச் சொல்லிவிட்டு பையன்களிடம் பணத்தைக் கொடுத்தேன்.

'ஆமாண்ணே நீங்களும் எங்குட்டாச்சு போயிட்டு வாங்கண்ணே. உங்களைப் பத்தி எங்களுக்குத் தெரியும். பொண்டாட்டிய பாத்துக்கிற மாதிரி கதிர் அண்ணனை பாத்துக்கிட்டீங்க' என்றான் ஒரு பையன் பெரிய மனுஷனைப்போல. இந்த ஒற்றைக் குரல் என் அப்பாவின் காதில் விழுந்தால்கூடபோதும். அவரிடம் நேரில் போய் நின்று இதைச் சொல்வதற்கு எது தடுக்கிறது? அவரது அடியாழத்துக்கு நான் தவறிழைத்தவன் இல்லை என்பது தெரியாதா; விளக்கிச் சொல்லித்தான் இதையெல்லாம் விளங்க வைக்கவேண்டுமா?

எல்லோரையும் இறக்கிவிட்டுவிட்டு அந்த சப் இன்ஸ்பெக்டரைப் போய்ப் பார்த்து கொஞ்சம் காசு கொடுத்துவிட்டு, கணேஷ் பேக்கரிக்கு போனேன். கதிர்வேலுவுக்கு குஷ்பு கேக் என்றால் அத்தனை பிரியம். சுற்றிலும் சிவப்பு நிறத்தில் தேன் சுவையில் சாற்றோடு குண்டாக இருக்கும். அதை ஒரு டஜன் வாங்கிக் கொண்டு எங்கள் ஊரைவிட்டு விலகி பெரிய சாலையைப் பிடிப்பதற்கு முன்னாலிருந்த எல்லை முனியசாமி கோவிலுக்குப் போனேன். ஆளில்லாத தனித்துக் கிடந்த அந்தக் கோவிலில் காற்று சுதந்திரமாக நுழைந்து அங்கிருந்த அரச மரத்தைப் பிடித்தாட்டியது. முழங்கால் உயரம் இருந்த உருவமில்லாத அந்தப் பீடத்தினடியில் அந்தப் பொட்டலத்தை வைத்துவிட்டு, 'இருக்கிற இன்னொரு உசுரவாவது பத்திரமா நான் வர்ற வரைக்கும் பாத்துக்கிடு' என வேண்டினேன்.

# அத்தியாயம் 27

அந்தச் சாலையோரத்துக் கோவிலின் வாசலிலேயே அமர்ந்து பணத்தை எண்ணினேன். தொண்ணூறாயிரம் செலவாயிருந்தது. பெரிய வீட்டுச் சாவுதான். உடலை என் கையில் கொடுத்திருந்தால் இன்னும் பெரிய வீட்டுச் சாவாகத் தூக்கிப் போட்டிருந்திருப்பேன். ஊருக்குக் குறுக்கே ஓடுகிற அந்தச் சாலையில் பூப்பந்தல் போட்டு வெடி வெடித்து அவனது சாவை இந்த ஊருக்கு அறிவித்திருப்பேன். தூக்கிப் போடக்கூட ஆளில்லாதவனா அவன்? பாதுகாப்பாகவும் சந்தோஷமாகவும்தானே இருந்தான் என்னோடு? என்ன குறைவைத்தேன் அவனுக்கு? கடைக் கணக்கு வழக்குகள் கேட்பதை என்றோ நிறுத்திவிட்டேன்.

என் கையிலிருந்து மொத்தமாக ஒரு தொகையை இதுவரைக்கும் கொடுத்ததில்லை என்பதை உணர்ந்தேன். பையிலிருந்து ஒன்பது இலட்சத்து பத்தாயிரம் ரூபாயை எடுத்துத் தனியே வைத்தேன். அதை எங்களது பங்குப் பணமெனத் தீர்மானித்தேன். இன்னும்கூட எடுக்கலாம். ஆனால் அது நியாயமாகாது. அவரோடு வெட்டிக் கொண்டா ஓடப் போகிறேன்? கோவிலுக்கு சைக்கிளில் ஒரு புதுமணத் தம்பதிகள் வந்தார்கள். புது மஞ்சள் சரடு போட்ட ஒல்லியான அந்தப் பெண் தலைமுடியைக் கோதிய படி அண்ணாந்து வானத்தைப் பார்த்தாள். காற்று தலைமுடியைப் பறக்கவிட்டது. சூடத்தை வாயிலில் வைத்து ஏற்றி காற்றில் அணையாமல் அடை காத்தாள். பையன் படபடப்போடு பக்கத்தில் நின்றிருந்தான்.

தனியாய் எடுத்து வைத்திருந்த பத்தாயிரம் ரூபாயை எடுத்துக் கொண்டுபோய் அவர்களிருவரிடமும் கொடுத்தேன். ஏன்? எதற்கென்பது போல விழித்துப் பார்த்தபோது, ‘சும்மா வச்சுக்கோங்க. கொள்ளைப் பணம்லாம் இல்லை. நான் போராடி சம்பாதிச்ச பணம். உங்க கல்யாணத்துக்கு சீதனம் மாதிரி’ என்றேன். கையில் வாங்கி

கோவில் திண்டில் வைத்துக் கும்பிட்டு எடுத்துக் கொண்டாள் அந்தப் பெண். 'நிறைஞ்ச மனசோட சொல்றேண்ணே. நிம்மதியான வாழ்க்கை உங்களுக்கு கிடைக்கும்' என்றாள்.

எனக்கு முன்னே நீண்டிருந்தது கருஞ்சாலை. ஐந்து கிலோமீட்டருக்கு முன்னால் போகிற வாகனங்கள்கூட தெரிந்தன. எல்லா வாகனங் களையும் விரட்டிக்கொண்டு முந்தி என்ன செய்யப் போகிறேன்? என்னைக் கடந்து கொண்டு எல்லா வாகனங்களும் ஓடின. பணத்தை நெற்றியில் வைத்து ஒற்றி வானத்தை நோக்கி அந்தப் பெண் கும்பிட்டபோது அந்தப் பெண் கண்களை மூடினாள். எவ்வளவு சாந்தமாய் இருந்திருக்கும் அவளுக்கு?

வண்டியை சாலையோரமாக நிறுத்தி, அவனுக்குரிய பங்கான நான்கு லட்சத்தை நாற்பது பத்தாயிரங்களாகத் தனித்தனியாக எடுத்து ரப்பர் வைத்துச் சுற்றினேன். எதிரே ஒரு வெள்ளரி வியாபாரி தட்டைத் தூக்கிக் கொண்டு வந்தார். கண்ணாடியை மட்டும் இறக்கி அவரோடு வியாபாரம் செய்யத் தயாரானேன். வெள்ளரிப் பிஞ்சுகளை எடுத்து நீட்டினார். வாங்கிக்கொண்டு அந்தப் பத்தாயிரம் ரூபாய்க் கட்டை அவர் கையில் திணித்தேன். அவர் சுதாரிப்பதற்குள் விருட்டென காரைக் கிளப்பினேன்.

காரை நோக்கிக் கையாட்டி அவர் ஏதோ சொல்வதைக் கண்ணாடியில் பார்த்தேன். தெருவில் நடந்து வியாபாரம் செய்கிறவர்களுக்கு வழியில் அவனுடைய பங்குப் பணத்தைத் தருவதெனத் தீர்மானித்தேன். நாவல் பழம் விற்ற சிறுவனொருத்தனின் காக்கி டிராயருக்குள் பத்திரமாக வைத்துக்கொள்ளச் சொல்லித் திணித்தேன். அதன் மதிப்பை அவன் அறியவில்லை. ஏதோ பெரிய சந்தோஷம் அது என்பதைப்போல எடுத்துக்கொண்டு பூரித்தான். குண்டாய் இருக்கிற கன்னத்தில் குழி விழச் சிரித்தான். எங்களிருவரைப் போலவே அவனுக்கும் வட்ட முகம்.

வயிற்றைத் தள்ளிக்கொண்டு எலந்தைப் பழம் விற்ற பெண்ணுக்குக் கொடுத்தேன். உச்சி வெயில் உச்சந்தலையில் விழுகிறபோது சாலையை நடந்து தேய்ப்பவர்களுக்கு அன்று அதிர்ஷ்டம் அடித்தது. உடனே ஓடிப்போய் ஒரு கிலோ மட்டன் எடுத்து பொங்கிச் சாப்பிடுவார்கள். வேறு என்ன செய்து விடுவார்கள்? கதிர்வேலுவுக்கு மூன்றாம்நாள் சாமி கும்பிடும்போது கறிச் சோறு சாப்பிட்டதாக இருக்கட்டும். இறைஞ்சிக் கேட்கும் கரங்களைச் சேரும்போதே பணம் அதன் உண்மையான மதிப்பை அடைகிறது. எந்தக் கணத்திலும் குற்றவுணர்வடையாமல், இது கதிர்வேலுவின் பங்குப் பணமென நெஞ்சுயர்த்தி அதை பட்டுவாடா செய்தேன். அருகில்

இருந்திருந்தால் அந்தப் பணத்தை வைத்துக்கொள்வதைக் காட்டிலும் மகிழ்ந்திருப்பான்.

பிறரை மகிழ்ச்சியடைய வைப்பதைவிட வேறு என்ன பெரிய சம்பாத்தியம் இருந்துவிடப்போகிறது? இப்படி ஊருக்கே ஒருநாள் நெஞ்சுயர்த்தி பட்டுவாடா செய்ய வேண்டுமெனத் தோன்றியது. முதல் ஐந்தாறு பேருக்குக் கொடுக்கும்போது மட்டுமே முகத்தில் எதைக் காட்டுகிறார்கள் என்று பார்க்கிற குறுகுறுப்பு இருந்தது. மிச்சமிருந்தவர்களின் முகத்தைக்கூட ஏறிட்டுப் பார்க்கவில்லை. கொடுத்த அடுத்த நொடி திரும்பிப் பார்க்காமல் காரைக் கிளப்பியோடி வந்துவிட்டேன். முகம் தெரியாத மனிதர்களின் மகிழ்ச்சியில் அவன் ஆன்மா சாந்தியடையட்டும். அவர்களது மகிழ்ச்சியை நான் பார்த்துப் பெற்றுக்கொண்டால் அதன் சக்தி போய்விடும். நேரடியாக அந்த மகிழ்ச்சி அவனைப் போய்ச் சேரட்டும். அவனுடைய பங்கைத் தருகிற நானா தியாகி?

வருவது குறித்து என்னுடைய முதலீட்டாளரிடம் சொல்லியிருந்தேன். எனக்காக அவர் முதல் சந்திப்பின்போது இருந்த அறையில் காத்திருந்தார். நடந்து வரும் என்னுடைய முகக்குறியை தூரத்தில் இருந்தே கவனித்துவிட்டார். விழிப்பந்துகளை அசைக்காமல் என்னையே உற்றுப் பார்த்தார். அமர்ந்தவுடன் அவர் கேட்காமலேயே கதிர்வேலுவின் சாவு குறித்துச் சுருக்கமாகச் சொன்னேன். 'பாக்கும் போதே தெரிஞ்சுது. நீ பழைய ஆளில்லை. வேற ஒண்ண தோள்ள ஏத்திக்கிட்டு வந்திருக்கன்னு' என்றார். 'உன் வயசு இருக்குமா அவனுக்கு' எனக் கேட்டவரிடம், என்னைவிட மூத்தவன் என்று சொன்னேன்.

'எப்படின்னாலும் வாழ்ற வயசுதானே' என்று அது சம்பந்தமாக சம்பிரதாயமாகச் சில சொற்களை உதிர்த்தார். உடல்தான் எதைக் காட்டிலும் முக்கியம் என்ற அவரிடம் அனுமதி பெற்றுவிட்டு காரில் இருந்த பணத்தை எடுத்துக் கொண்டுவந்து அவருக்கு எதிரே இருந்த மேஜையில் தூக்கி வைத்தேன். அருகில் இருந்த நபரிடம், அதை எடுத்துப்போகச் சொல்லிக் கண்ணைக் காட்டினார். கன்னத்தில் கைவைத்து ஏதோ யோசனையில் ஆழ்ந்தார். அவராகப் பேசட்டும் என நானும் அமைதியாக வாசல் பக்கத்தை நோக்கிப் பார்வையைச் செலுத்தினேன்.

பணப்பையை உள்ளே எடுத்துக் கொண்டு போன நபர் திரும்பி வந்து, 'ஒண்ணு முப்பது இருக்கு' என்று அவரிடம் சொன்னார். தள்ளி நின்று குனிகிற மாதிரி ஜாடை செய்து மெதுவாகச் சொன்னார் அதை. 'ஒண்ணு நாப்பது இருக்குதுண்ணு சொன்ன' என அவர் சத்தமாக என்னிடம் கேட்டவுடன், 'பத்து லட்சத்தை வரப் போற சந்திப்புக்காக

எடுத்து வச்சிருக்கேன். ஒருவகைல என் பங்கு மாதிரி' என்றேன். 'ஓ' என்று என்னை நிமிர்ந்து பார்த்தார். 'தப்பில்லை. ஆனா சொல்லும் போது எஜமான் நீங்க கொடுத்தா எதுன்னாலும் எனக்கு சம்மதம்ணு எல்லாம் பேசக் கூடாது. சரி அதை விடு. ஒட்டுமொத்தமா சுருட்டிக் கிட்டு ஓடற மனசு இல்லைல. எவ்வளவு கிள்ளி எடுக்கணும்னு தெரிஞ்சும் இருக்குல்ல. இப்ப என்ன பண்ணலாம்' என்றார்.

சுவாரசியமே இல்லாமல் திட்டத்தை விவரித்தேன். வெளிநாடொன்றுக்கு அவரது உயரதிகாரியை அழைத்துப் போகச் சொல்லி அந்தத் தொடர்பு நச்சரிப்பதாகச் சொன்னேன். 'சரி அதையெல்லாம் விடு. உன் முகத்தில அருளே இல்லை. இந்தக் கோலத்தோட எந்தத் தொழிலயும் தொடங்கக்கூடாது. உள்மனசுல சுகமா அலையடிக்கணும். அப்ப தொடங்குனாதான் எதுவும் துலங்கும். நான் பார்த்தவகையில நீ இன்னொரு ஆளையும் உன்னோட சேர்த்து சுமந்துக்கிட்டு இருக்க. அதை உதறிட்டு எப்ப நீயா மாறி நிக்கயோ அப்ப கூப்பிடு; நானே கிளம்பி வர்றேன். ஒரு பெரிய சங்கடத்துக்குப் பிறகு ஓய்வும் அவசியம்' என்றார்.

என்னைத் திட்டப்படி முன்கூட்டியே கிளம்பிப் போகச் சொன்னார். 'ஆனா பாத்துக்கோ. நெறஞ்ச மனசோட களங்கமில்லாம உண்மையா நீ கூப்டறப்பதான் நான் கௌம்பிவருவேன்' என்றார். எந்த நாட்டுக்கு அவரை அழைத்துப் போகலாம் என அதுவரை திட்டமிடவே இல்லை. 'கைல பணம் வச்சுருக்கல்ல. ஒரு ரெண்டு மூணு நாள் எல்லாத்தையும் மறந்துட்டு குடிச்சு கும்மாளம் போடு. சந்தோஷமா அந்த ஜீவனை வழியனுப்பி வைக்கிறதா நெனச்சுக்கோ. முன்னபின்ன செத்தாதான சுடுகாடு தெரியும்ணு ஒரு பழமொழி இருக்கு. வாழ்க்கைல தொடர்ச்சியா சாவுகள பாத்தா தெளிஞ்சிரும். சின்ன வயசுல இப்படித்தான் இருக்கும்' என்றார்.

எழுந்து நின்றபோது நானும் எழுந்து நின்றேன். அருகில் வந்து என் கைகளைப் பிடித்து, 'மனசில்லாம ஒருத்தனை ஒரு தொழிலுக்குள்ள உள்ள தள்றதும் கற்பழிக்கிற மாதிரிதான். தள்ளாடுற சிறு மனச கைக்குள்ள அடக்க நினைக்கக்கூடாது' என்றார். பிற நேரமாக இருந்திருந்தால் முந்திக்கொண்டு அப்படியெல்லாம் இல்லை என்றிருப்பேன். எதுவும் பேசாமல் அமைதியாக எல்லாவற்றையும் உள்வாங்கும் மனநிலையில் இருந்தேன். 'கூட டிரைவர் யாராச்சும் அனுப்பட்டா' என்றார்.

வேண்டாமென்று மறுத்துவிட்டு வெளியே நடந்து வருகையில் பின்னால் இருந்து 'அந்த அதிகாரி எந்த நாடுன்னு சொல்லிட்டாரா'

என்றார். எந்த நாடு? யோசனையே இல்லாமல் மலேசியா என்றேன். 'வியாபாரத்து ஆட்களை சந்திக்கிறதுக்கு நல்ல இடம்தான். கிடைக்காத பொருளில்ல' என்றார். வெளியே வந்து பெங்களூரில் அறை எடுத்தேன். ஹோட்டலில் இருந்த பயண மேசையை அணுகி மலேசியா செல்வதற்கான ஏற்பாடுகளைச் செய்யச் சொன்னேன். கையிலிருந்த பணத்தைப் பிய்த்து வங்கிக் கணக்கில் செலுத்தினேன். இவற்றையெல்லாம் செய்வதற்கு எனக்கு இரண்டு நாட்கள் பிடித்தன.

மாணிக்கவாசகத்தை அழைத்து மலேசியா போகிற திட்டத்தைச் சொன்னேன். பெங்களூருவில் இருந்து அப்படியே கிளம்பி விடுவேன் என்றபோது, 'நல்லபடியா முடிச்சிட்டு வா. அர்ச்சனாட்டயும் சொல்லிடறேன். ஏதாவது குழப்பம்னா அவ நம்பருக்கு அடி. அவளோட புது நம்பர உனக்கு அனுப்பி வைக்கிறேன்' என்றான். அர்ச்சனாவையெல்லாம் அப்போது போய்ப் பார்க்கும் மனநிலையில் இல்லை. ஆனாலும் மறுக்காமல் அவனை அனுப்பச் சொன்னேன். 'என்னாச்சு. குரல் ஒரு மாதிரியா இருக்கு' என்றவனிடம் கதிர்வேலுவின் சாவு குறித்து நான்கு வரியில் சொல்லிவிட்டு அமைதியானேன்.

மேற்கொண்டு பேச விரும்பவில்லை என்பதை உணர்ந்த அவன், 'என்ன பண்றது. கொஞ்சம் கஷ்டம் இருக்கத்தான் செய்யும். தொழிலுன்னு வர்றப்ப நம்மளோட மனநிலைகளை போட்டுக் குழப்பிக்கக்கூடாது. மத்த ரெண்டு பேருக்கு கதிர்வேலு யார்னுகூட தெரியாம இருக்கலாமில்லையா' என்றான். அவன் சொல்வதுதான் சரியென்றும் பட்டது. இப்படி எத்தனை சாவுகள் என்னைப் பாதித்திருக்கின்றன? என் மீது கவிழ்ந்திருக்கிற துயரத்தை வியாபார மேஜையில் விரித்து வைக்கக்கூடாது. விரைவில் இந்த மனநிலையில் இருந்து விடுபடவேண்டும். கதிர்வேலுவின் பெயரில் ஒரு அறக்கட்டளை நடத்தி உதவிகள் செய்யலாம் என்று நினைத்துக்கொண்டேன். கொஞ்சம் சமாதானம் ஏற்படுவதுபோல இருந்தது.

விமானம் பறக்கத் துவங்கியபோது, எனக்குப் பக்கத்தில் காலியாக இருந்த இருக்கையில் கதிர்வேலுவும் இணைந்தமர்ந்து வருகிற மாதிரி ஒரு உணர்வு கிடைத்தது. எவ்வளவு துரத்தியும் அந்த இருக்கையிலிருந்து அவன் எழுந்து போகவேயில்லை. பசை போட்டு ஒட்டிய மாதிரி குண்டான உடம்போடு பக்கத்து இருக்கையில் அமர்ந்திருந்தான். பாதுகாப்பு கவசத்தை அவனுக்கு அணிவித்து விட வேண்டுமா? பூப்பல்லக்கைவிட உசத்தியான புஷ்பக விமானத்தில் அவனை ஏற்றி வானத்தில் விடப் போகிறேனா?

# அத்தியாயம் 28

வியாபாரம் செய்வதற்கு உகந்த ஹோட்டல் எதுவென நண்பர்கள் மூலம் அறிந்திருந்தேன். 37 மாடிகள் கொண்ட கோபுரத்தை முன்பொரு முறை பரிந்துரைத்தது நினைவில் தங்கியிருந்தது. அதில் இருபத்தெட்டாவது மாடியில்தான் எனக்கு அறை கிடைத்தது. எனக்கு மேல் இருக்கிற மாடிகளை வேறு பலமிக்க கைகள் முன்பதிவு செய்துவிட்டதாய்ச் சொன்னார்கள். மேலே ஏற ஏற அறைகளுக்கும் மதிப்பு அதிகரித்தது. அந்த அறையை எடுக்குமளவுக்குத்தான் என் கையில் பணமும் இருந்தது. தோராயமாக ஐந்து லட்சத்துக்குப் பக்கத்தில் இருக்கிறது தொகை.

மூன்று முழு நாட்களுக்கான அறையை முன்பதிவு செய்தேன். அதற்கே இரண்டு லட்ச ரூபாய் வந்தது. முதலீட்டாளர் தனியாக அறையெடுத்துக் கொள்வார் என்று உறுதியாகத் தோன்றியது. என் பங்கை எடுத்தவிதத்தை அவர் என்றேனும் ஒருநாள் புரிந்து கொள்வார். சின்னச் சினம்தானே தவிர, என்மீது விலக்கமெல்லாம் இருக்காது என நம்பினேன். என்னுடைய கையிலிருக்கும் இந்தத் தொகை இந்தச் சந்திப்புச் செலவுகளுக்குப் போதுமானதே. வியாபாரம் கனிந்துவிட்டால், அதற்கடுத்து மேலே போய்விடலாம். மேலே போய் என்ன செய்யப் போகிறேன் என்ற சிந்தனையும் ஒன்று சேர வந்தது.

தேவையில்லாத சிந்தனை அது என என்னை நானே கண்டித்தேன். வலுக்கட்டாயமாக மனதை வேறு பக்கம் செலுத்த முயற்சி செய்தேன். இந்நேரம் கதிர்வேலு எதிரில் இருந்து, தயவு செய்து அந்தப் பக்கம் போவெனக் கேட்டால் அதற்கு வேலையே வைத்திருக்கமாட்டான். பெரும்பாலும் மனிதர்கள் முரண்டு பிடிப்பதில்லை. மனிதர்களைப் பற்றிய நினைவுகளே முரண்டு பிடிக்கின்றன. குச்சி மிட்டாய் திங்கும் பிள்ளைகளைப் போலவே

அவர்களுடைய நினைவுகள் தோளில் ஏறுகின்றன. துள்ளத் துடிக்க இறக்கிவிடவும் பிரியம் இருப்பதில்லை.

என் உளநிலையைக் கண்டுபிடித்த வகையில் அவர் தெளிவான கை என்பதை உறுதிப்படுத்திவிட்டார். வேறு ஒரு ஆளாக நிற்க வேண்டிய கட்டாயத்தில் இருந்தேன். அதுதான் ஒரு ராணுவ வீரனின் கடமையும்கூட. உத்தரவு வந்தால் எல்லாவற்றையும் தூக்கி எறிந்துவிட்டு எல்லையில் போய் நிற்க வேண்டும். ஹோட்டலுக்குள் என்னுடைய கார் நுழைந்தது. ஹோட்டலின் சமதளத்தின் நடுவில் நின்றிருந்தது அந்தக் கண்ணாடிக் கோபுரம். என்னிடம் இருந்த டார்ச் லைட்டைப்போல உருளையாக செங்குத்தாக இருந்தது. அண்ணாந்து அதன் உச்சியைப் பார்த்தேன். அதன் மேலேயும் விளக்குகள் பொருத்தப்பட்டிருந்தன. அந்த மாளிகையின் ஒட்டுமொத்த உயரத்தை கணக்கிட்டுப் பார்க்கையில் பிரமிப்பாக இருந்தது. தரமான பெண்கள் எல்லோருக்கும் பணிவிடை செய்தார்கள்.

என்னுடைய அறைக்குப் போக மின்தூக்கியில் ஏறினேன். இரண்டு கைகளையும் இடுப்பில் ஊன்றி கால்களைப் பரப்பிவைத்து நின்றதை உடன் வந்த பணிப் பெண் பார்த்தாள். 'உயரமாக செல்லப் போகிறோம். தயவு செய்து அந்தப் பிடிமானத்தைப் பிடித்துக் கொள்ளுங்கள், தலை சுற்றுவதற்கு வாய்ப்பிருக்கிறது' என்றாள் பவ்யமாக. தேவையில்லை என்பதுபோல் தலையை மேலும் கீழும் ஆட்டியபோது அவள் கலவரமானாள். ஓரக்கண்ணால் என்னைப் பார்த்தபடி வந்தாள். அவளுக்கு முதுகைக் காட்டி கண்ணாடி வழியாக என் காலுக்குக் கீழே செல்வதை உற்றுப் பார்த்தபடி வந்தேன். மரங்களின் மேலேறி விதானங்களின் மேலேறி உச்சிக்கு அருகில் பறந்தேன். எனக்குக் கீழே மனிதர்கள் குள்ளமானவர்களைப் போல ஓடியாடிக் கொண்டிருந்தனர்.

அந்த அறையும் எனக்குப் பிடித்திருந்தது. 'சிலந்தி வலை ஏதாவது வைத்திருக்கிறீர்களா' என என்னுடைய அறையைவிட்டு வெளியேறும் போது அப்பணிப்பெண் கேட்டாள். மாற்றி வைத்திருந்த அந்த நாட்டுப் பணத்தில் உயரிய தொகையொன்றை எடுத்து அவளுக்குக் கொடுத்தேன். தாய்லாந்தின் பாரம்பரிய உடலசைவில் கடவுளுக்கும் எனக்கும் நன்றி தெரிவித்தாள். அறையில் கோள வடிவமான கண்ணாடி பொருத்தப்பட்டு அதை இறுக்கமாக மூடி திரைச் சீலை போர்த்தியிருந்தது. அதன் முடிச்சை அவிழ்த்து கண்ணாடிச் சாளரத்தைத் திறந்தேன்.

யாராலும் உடைக்க முடியாத கனத்தில் வெள்ளை வெளேரென இருந்த அக்கண்ணாடிக்கு அப்பால் வானம் தெரிந்தது. பக்கத்து

கட்டிடங்களின் உச்சிகளெல்லாம் எல்லாம் பாதாளத்தில் தெரிந்தன. அங்கே ஒரு நாற்காலியைப் போட்டு அமர்ந்து மாணிக்கவாசகத்துக்கு தொலைபேசி செய்து, 'உலகத்தின் உயரத்தில் அமர்ந்திருக்கிறேன்' என்றேன் அவன் எடுத்தவுடன். 'நீ உற்சாகத்துக்குத் திரும்பியதில் மகிழ்ச்சி' என்றான்.

ஹோட்டலின் விபரங்களை அவனிடம் கூறினேன். ஏனோ அவனிடம் கூறியதில் ஒரு பாதுகாப்பு உணர்வு கிடைத்தது. எங்கே இருக்கிறோம் என்பதை யாரோ ஒருத்தராவது தெரிந்திருக்க வேண்டும். அந்த யாரோ ஒருத்தரே வாழ்க்கையில் இல்லாதவர்கள் குறித்துச் சிந்தித்தேன். அந்த யாரோ ஒருத்தருக்கான ஓட்டம்தான் இந்த வாழ்க்கையோ? அர்ச்சனா இருக்கும் ஊரில் இருக்கிறேன் என்று நினைத்தபோது பதற்றமில்லாமல் இருந்தது. அவளைப் பார்க்கும் மனநிலையும் அந்த நேரத்தில் இல்லை. மேலும் என்னை வேறு ஒரு மாதிரியான மனநிலைக்குத்தான் அவர்கள் தள்ளுவார்கள்.

எனக்கு எல்லாவற்றையும்விட்டு உடனே பறக்கவேண்டும். இயல்பான பறத்தலைவிட்டு, பந்தயத்துக்காகப் பறந்தாக வேண்டிய நிலைக்குத் தள்ளப்பட்டிருந்தேன். சாளரத்துக்கு வெளியே வெளிச்சம் விழுந்து கொண்டிருந்தது. விளக்குகள் எரிய ஆரம்பித்தன. நகரைச் சுற்றிப் பார்க்கலாம் எனத் தீர்மானித்தேன், அங்கேயிருக்கும் நண்பனொருத்தனின் தொடர்பு எண்ணும் இருந்தது. அங்கே போனால் கிரிஸ்டல் கிடைக்கும் என்று ஏற்கனவே சொல்லியிருந்தார்கள்.

அந்த நேரத்தில் மதுவின் மீது நாட்டம் செல்லவில்லை. மது தேவையற்ற குற்றவுணர்வுகளில் தள்ளும். நான் போய் நின்றிருந்தால் அவனுக்கு மாரடைப்பு வராமல் இருந்திருக்குமா? தண்ணீரில் மூழ்கி மூச்சடைத்திருந்தால், உடலின் உள்ளே தண்ணீர் இருக்காதா? கிறிஸ்டல் அடித்தால் வேறு மாதிரியாக இருக்கும் எனச் சொல்லி இருக்கிறார்கள். விட்டு விடுதலையாகும் சிட்டுக் குருவியைப் போல, மகிழ்ச்சியில் திளைக்கலாம் என வர்ணித்தார்கள்.

நண்பனுக்குத் தொலைபேசி செய்தபோது, நானிருக்குமிடத்துக்கு அவனே வருவதாகச் சொன்னான். என் அறைக்குள் அமர்ந்திருந்த அவன், 'புதுசா எடுத்துக்கறேன்னா கொஞ்சம் பாத்து செய். சில நேரங்கள்ள எதிர்மறையாவும் போட்டுத் தாக்கிடும். முதல்ல மேல் அடுக்கில சந்தோஷம் இருக்கற மாதிரி தெரியும். மனசோட அடி அடுக்கில இருக்கறத தூக்கிட்டு வந்து மேலே போட்டுரும்' என்றான்.

'அதன் போக்கிலேயே போய்க்கொள்கிறேன். பரவாயில்லை' என்றதும். எனக்காக அதைத் தயார் செய்ய ஆரம்பித்தான்.

உறிஞ்சியதும் உச்சியில் யாரோ மட்டெனத் தட்டியதுபோல இருந்தது. துள்ளியெழுந்து சாளரத்தை ஒட்டியிருந்த சிறு மேடையில் நின்று வயிற்றை கண்ணாடியில் வைத்து ஒட்டி வெளியே தெரிகிற வானத்தைப் பார்த்தேன். அப்படியே மேலே இருந்து பறந்து அடிவாரத்தில் தெரிகிற இரையைக் கொத்த விரும்பினேன். என்னைப் பின்னால் பிடித்து இழுத்து சிரித்த அவன், 'வேலை ஆரம்பமாகிவிட்டது. இனி நீயும் அதுவும் மட்டும்தான். வேறு யாருக்கும் இங்கே வேலையில்லை' என்று சொல்லிவிட்டுக் கிளம்பிப் போனான்.

குளியலறைக்குள் நுழைந்து படுத்துக்கொண்டே நறுமணங்களைப் பூசிக் குளித்தேன். உடலில் ஒரு பொட்டு நீர்த்தாரையைக்கூட விடாமல் துடைத்து எடுத்து, குளியலுக்குப் பின்பான குழையல் களைப் பூசினேன். மணமாய் அறையைவிட்டு வெளியே வந்து, நகரத்தில் நடக்கையில் இறுக்கம் கொஞ்சம் தளர்வதாகப் பட்டது. இங்கேயும் மனிதர்கள் பிறக்கிறார்கள், சாகிறார்கள். பட்டுப் போர்த்திய கட்டடங்களைக் கொண்ட சாலைகளிலும் கையேந்து கிறவர்கள் இருக்கிறார்கள். வந்து கேட்டவர்களுக்குத் தாராளமாய் பணம் கொடுத்தேன்.

ஓர் ஒளிவெள்ளத்தைக் கடக்கையில் நின்று கொண்டிருந்த அந்தப் பெண்ணைப் பார்த்தேன். அது ஒரு மசாஜ் பார்லர். வெளியே வந்து எட்டிப் பார்த்துவிட்டு மீண்டும் உள்ளே சென்றாள். அந்த முகத்தில் வடிந்த அந்த ஒன்றை எந்த வார்த்தைகளாலும் விவரித்துவிட முடியாது. அவளை படுக்கையில் தள்ள மனமில்லை. ஆனால் அவளோடு அருகில் இருந்தாலே போதுமானது என்று அந்த நேரத்தில் தோன்றியது. ஒருவேளை வீட்டுப் பெண்ணாக இருந்தால்? விலை கொடுத்து வாங்கிக்கொள்ளலாம் என முணுமுணுத்தேன்.

அலங்கரிக்கப்பட்ட அந்தக் குடிலுக்குள் நுழைந்தபோது அவளோடு இன்னொரு பெண்ணும் நின்றிருந்தாள். முகச்சாடையை வைத்து அவளுடைய தாய் எனக் கணிக்க முடிந்தது. என்னை ஒட்டிச் சிவந்த தோலும் நீண்ட தோளும் உடைய வெள்ளைக்காரன் ஒருத்தனும் உள்ளே நுழைந்தான். எந்த நாட்டைச் சேர்ந்தவன் எனப் பேசினால் கண்டுபிடித்துவிடலாம். அவளது தாயினுடைய மேசைக்கு முன்னால் நானும் அவனும் நின்றோம். அவள் பேசுவதிலிருந்து பிலிப்பைன்ஸ் தேசத்தைச் சேர்ந்தவள் என்பது தெரிந்தது.

அவனிடம் முதலில் பேசிய அவள் அந்தப் பெண்ணைக் காட்டி அங்கே போகச் சொன்னாள். 'இல்லை நான் போகிறேன்' என முந்திச் சொன்னேன். 'அவர் வழக்கமான விருந்தினர். தவிர அவர் வருவதாக

ஏற்கனவே சொல்லியிருந்தார்' என்றாள் பவ்யமாக. 'இது போன்ற இடங்களில் முன்பதிவெல்லாம் இல்லை. முன்னே வருகிறவர் களுக்கே முன்னுரிமை' என்றேன். 'அவர் நூறு டாலர் தருவார்' எனத் தப்பிக்கும் தோரணையில் சொன்னாள்.

'இருநூறு டாலர் தருகிறேன்' என்றதும், அவள் வியப்பை முகத்தில் காட்டிவிட்டு, என்ன சொல்வதென்று தெரியாமல் அமைதியாக நின்றாள். கோபமாக என் முதுகைப் பிடித்துப் பின்னால் இழுத்து 'இருநூற்றைம்பது டாலர்' என்றான் ஆஸ்திரேலியன். அந்தப் பெண்ணின் அம்மா சுவாரசியமாக அதை வேடிக்கை பார்த்தாள். அதை அவள் விளையாட்டு என எடுத்துக் கொண்டாள்போல. 'முன்னூறு டாலர்' என்றேன் அந்தப் பெண்ணைப் பார்த்துச் சொன்னபோது அந்த இடத்தில் வெப்பம் ஏறியது.

ஆஸ்திரேலியன் இரண்டாயிரம் டாலர் வரை ஏறி வந்தான். ஒரே அடியில் மூவாயிரம் டாலர் என்றதும் சுவற்றில் சாய்ந்து ஏறிட்டுப் பார்த்தான். அந்தத் தாய் வேண்டாம் என்று அவள் மொழியில் சொல்வது புரிந்தது. அடுத்து என்ன செய்யப் போகிறாய் என்பது போல உற்றுப் பார்த்தேன். 'உனக்கு இது தேவையாக இருக்கிறது என்பது புரிகிறது. முதலிலேயே அதை உணர்ந்திருந்தால்விட்டு விலகியிருப்பேன்' என்றான். தான் சகஜமாகவே இருப்பதாக அந்தப் பெண்ணிடம் அவன் சொன்னபோது, அவளும் கலவரம் நீங்கி மென்மையாகிச் சிரித்தாள். கிளம்புகையில் அவன் கை குலுக்கக் கையை நீட்டி, 'உன்னுடைய பெயர் என்ன' என்றான். 'லகுடு' என்றேன். புரியாமல் பார்த்தபோது, அந்தப் பறவையின் ஆங்கிலப் பெயரைச் சொன்னேன். 'சிறந்தவன்தான் நீ' எனத் தோளில் தட்டினான்.

அவன் போன பிறகு என்னுடைய வங்கி அட்டையை எடுத்து அந்தப் பெண்ணிடம் கொடுத்தேன். அவள் அதிலிருந்து ஐம்பது டாலர் பணத்தை எடுத்ததைப் பக்கத்தில் இருந்த அந்தப் பெண்ணும் பார்த்தாள். 'மூவாயிரம் டாலர் அல்லாவா நீங்கள் எடுக்க வேண்டும்' என்றேன். அவள் நிதானமாக என்னை வெறித்துப் பார்த்து, 'பெண்களை சூதில் வைத்து ஆடுவது தவறு. ஒருவேளை நான் வாங்கியிருந்தாலும் என் மகள் நீங்கள் போன பிறகு அந்தப் பணத்தைக் குப்பையில் கிழித்துப் போட்டிருப்பாள்' என்றாள்.

அந்தச் சிறு பெண்ணின் முகத்தைப் பார்க்க வெட்கப்பட்டுக் கண்களை மூடி வெற்றுடம்போடு படுத்திருந்தேன். என் மேல் இரண்டு புறமும் கால் போட்டு அமர்ந்து இரு கைகளால் என் வயிற்றில் இருந்து மேலேறி நெஞ்சுப் பக்கமாக அழுத்திக் கொண்டு வந்தபோது நிறுத்தி, 'எதற்காக அவ்வளவு பணம் கொடுக்கத்

துணிந்தீர்கள்' என்றாள். 'ஏனெனில் உனக்கு மேரி மாதாவின் முகம்' என்றதும் கண்களில் பூரிப்போடு சிரித்தாள்.

அவளைப் படுக்கையில் தள்ள விரும்பாமல் கண்களை மூடினேன். என்னுடலில் அவள் மிருதுவாக மசாஜ் செய்தபோது சமாதானமாக இருப்பதுபோல மனம் அதிர்வில்லாமல் கிடந்தது. அவள் விரல்களில் அன்பும் வழிந்தோடுவதையும் உணர்ந்தேன். அந்த ஒருமணி நேரம் துயரங்கள் ஏதும் இல்லாதவனாகப் படுத்திருந்தேன். குளித்துவிட்டு வெளியே வந்தபோது, பல மணி நேரமாக எதுவும் குடிக்கவே இல்லை என்பது உறைத்தது. தண்ணீர் குடிக்கக்கூடத் தோன்றவில்லை. இன்னும் கொஞ்சம் கிறிஸ்டலை அறையில் மிச்சம் வைத்துவிட்டுப் போயிருந்தான். அந்த நகரத்தில் தனித்து நடக்கையில், அந்தப் பெண்ணின் தாய் அவளது மகள் குறித்துச் சொன்னபோது நெஞ்சை உயர்த்திய காட்சி நினைவிற்கு வந்தது. என் மகள் நேர்மையானவள் என்கிற பெருமிதம் இருந்தது அச்செய்கையில். அப்பாவைப் பற்றி எண்ணினேன்.

என் உற்சாகம் வடிந்து கதறியழ வேண்டும் போலிருந்தது. அழ விடாமல் இழுத்துப் பிடித்திருந்தது ஒருகை. அந்தக் கைதான் நானா? டாக்ஸி அமர்த்தி அறைக்கு ஓடினேன். மிச்சம் வைத்திருந்த கிறிஸ்டலை வரைமுறையில்லாமல் உறிஞ்சத் துவங்கினேன். இரவு எங்கே போனேன்? என்ன செய்தேன் என எதுவும் தெரியவில்லை. சூதுகளில்தான் ஈடுபட்டிருக்கவேண்டும். கையில் மாற்றி வைத்திருந்த பணத்தைக் காணவில்லை. திரும்பி வந்து அறையில் படுத்திருக்கிறேன்.

விடிந்தபோது விலகியிருந்த திரைச்சீலை வழியாக வெளிச்சம் உள் விழுந்தது. கடைசியாய் முதலீட்டாளரின் தொலைபேசிக்கு அழைத்த போது அது அணைத்து வைக்கப்பட்டிருந்த ஞாபகம் வந்தது. தேவை யானவற்றை மட்டுமே கசடாக நினைவில் தக்க வைத்திருந்தது கிறிஸ்டல். வேறு எந்த ஞாபகங்களும் இல்லை. படுக்கையிலிருந்த தலையணையை எடுத்து தலைக்குக் கொடுத்து சாளரம் வழியாக வெளியே வானத்தை உற்றுப் பார்த்தபோது என்னை நோக்கி அது வேகமாக கீழிறங்கி சரிந்து பறந்துவந்தது.

# அத்தியாயம் 29

சாளரத்தின் மீது வானத்திலிருந்து விடுபட்ட ஒரு விண்கல்லைப் போல வேகமாக வந்து மோதிய அது, உடலை விரித்து ஒட்டி நின்றது. விழுந்து மோதி ஒட்டுகையில் மண்டைக்குள் பொத்தென்று ஒரு சத்தம் கேட்டது. கண்ணாடியில் ரத்தத் துளிகள் ஒட்டியிருப்பது படுத்த இடத்திலிருந்தே தெரிந்தது. இரண்டடி உயர லகுடான அதன் உடல் அந்தரத்தில் தொங்கியது. அதன் கூரிய நகங்கள் அக்கண்ணாடி சாளரத்தை பிராண்டிப் பிடித்திருந்தது தலையை ஒருக்களித்து ஒட்டியிருந்த அது மெதுவாக பாதாளம் நோக்கிச் சரிய ஆரம்பித்தது. எழுந்து நின்று அதை நோக்கி ஓட எத்தனித்தேன்.

தலைசுற்றி படுக்கையில் விழுந்தேன். என் கண்முன்னே அது மெல்லச் சரிந்தது. முழுக்கவும் விழுந்த பிறகு வெறித்துக்கிடந்த வானத்தைப் பார்த்தபோது தலைசுற்றியது. படுக்கையிலிருந்து நகர்ந்து தரையைப் பார்க்கையில். உடலில் நடுக்கம் தெரிந்தது. காலைக் கீழே தொங்கப்போட முடியவில்லை. கைகளைப் படுக்கையில் ஊன்றி மீண்டும் காலை மேலே தூக்கிக்கொண்டேன். படுக்கையிலிருந்து காலைக் கீழே வைக்கமுடியவில்லை.

வெளியே வானத்தைப் பார்க்க அச்சமாக இருந்தது. யாராவது வந்து அந்த சாளரத்தின் திரைச்சீலையை மூடிவிடமாட்டார்களா எனக் கதறியது நெஞ்சு. தலையை வேறு பக்கமாகத் திருப்பினேன். உயரத்தில் இருக்கிறேன் என்பதை நினைத்தவுடன் கழுத்தைப் பின்னோக்கித் தள்ளி தலைசுற்றியது. படுக்கையிலிருந்து எழுந்து சாளரத்தை மறைக்கும்படியாக அந்தப் பக்கம்வந்து தரையில் படுத்தேன். தரையில் படுத்திருக்கும்போது ஆசுவாசமாக இருந்தது.

தவழ்ந்து போய் அறைத் தொலைபேசியை எடுத்து முனகும் குரலில், ‘தயவு செய்து தரைத்தள அறை ஏதாவது ஒதுக்கித் தர முடியுமா?

உடல்நிலை சரியில்லை. தலைசுற்றுகிறது. தயவு செய்து சீக்கிரம்' என்றேன். ஒரு குழுவாக ஓடிவந்து இன்னொரு சாவியிட்டு அறையைத் திறந்தார்கள். என்னோடு மின்தூக்கியில் வந்த பெண்ணும் அக்குழுவில் இருந்தாள். கைத்தாங்கலாக என்னைத் தூக்கி படுக்க வைத்து தரைத்தளத்துக்கு அழைத்துப்போனார்கள். படுத்தவாக்கில் இருந்தாலும் அங்கிருந்த கம்பியொன்றைப் பிடித்து இறுக்கமாகக் கண்களை மூடினேன்.

அந்தக் குழுவில் இருந்த மருத்துவர், 'ஏதேனும் போதைப்பொருள் உபயோகித்தீர்களா' என்றார். ஆமாம் என்று கண்ணை மூடிக் கொண்டே தலையாட்டினேன். உயரத்திலிருந்து கீழிறங்குவதை உணர்ந்தபோது தலைசுற்றி வாந்தி வந்தது. நேற்றிலிருந்து தண்ணீர் கூட குடிக்கவில்லை. வயிற்றை அறுத்துக்கொண்டு நெஞ்சு எரிய ஆரம்பித்தது.

மாத்திரைகள் கொடுத்து தரைத்தளத்தில் ஓர் அறையில் என்னைப் படுக்கப்போட்டார்கள். நெஞ்செரிச்சல் படிப்படியாக அதிகரிக்க ஆரம்பித்தது. தண்ணீர் தாகமாக இருந்தது. ஆனால் எழுந்துபோய் குடிக்க முடியவில்லை. எழுந்து குனிந்து தரையைப் பார்த்தாலே சுற்றியது. தரையோடு தரையாக ஒட்டி அமர்ந்து மூச்சுவிட்டேன். மூச்சுக் காற்றும் எரிந்தது. நெஞ்சில் அமிலத்தை ஊற்றிய மாதிரி மார்பு முழுவதும் பரவி காரமாக இருந்தது. எச்சில் முழுங்கும்போது சுருக்கென்று வலித்தது. அப்படியே தரையில் சரிந்து படுத்தேன்.

விமானத்தில் ஊருக்குத் திரும்பிப்போவது குறித்துச் சிந்தித்தபோது உடல் நடுங்கி வியர்த்தது. எப்படி ஊருக்குப் போவேன்? என்னால் விமானத்தில் ஏறவே முடியாதே? யாராவது கைத்தாங்கலாக உடன் வந்தால் போய்விடமுடியுமா? நடுங்கும் விரல்களில் தொலைபேசியை எடுத்து முதலீட்டாளருக்கு மறுபடியும் அழைத்தேன். அது அப்போதும் அணைத்து வைக்கப்பட்டிருந்தது. அறை வாடகை போக, கையில் காசு எதுவும் இல்லை. வங்கிக் கணக்கில் இருப்பதை வைத்து டிக்கெட் எடுத்துக்கொள்ளலாம். சாய்ந்து அமர்ந்த வாக்கிலேயே மெல்ல நகர்ந்து தண்ணீர் பாட்டிலை எடுத்துக் குடித்தேன்.

அது தண்ணீரல்ல; ரசாயனம். நெஞ்சில் ஒரு அருவியைப்போலப் பெரும் எரிச்சல் புறப்பட்டது. குடித்ததெல்லாம் வாந்தியாய் வெளியே வந்தது. அடிவயிற்றில் ஒட்டிக் கொண்டிருந்த ஈரத்தைக் கூட வெளியே எடுத்து வரும்படி ஓங்கரித்தது. துப்பிய எச்சிலில் ரத்தம் படர்ந்திருந்தது. நிச்சயம் இது சிக்கலான நோய்தான் என்று

தோன்றிய கணத்தில் உடைய ஆரம்பித்தேன். என்னை இறுக்கிப் பிடித்திருந்த அது மெல்ல என் கைப்பிடியில் இருந்து நழுவத் துவங்கியது.

வெளியே எழுந்து போகவும் சக்தியில்லை. ஹோட்டலில் இருப்பவர்களை அழைக்கவேண்டுமானால் இன்னும் கொஞ்ச தூரம் நகர வேண்டும். சாய்ந்தாற்போல அமர்ந்திருந்தால் தலைசுற்றல் இல்லாத மாதிரி இருந்தது. அரை மயக்க நிலைக்கு ஆட்பட்டுக் கொண்டிருந்தபோதுதான் அர்ச்சனாவிடமிருந்து குறுஞ்செய்தி வந்தது. 'லகுடு புது நிலத்தில் பறக்கிறதா? பழைய ஆட்களை மறந்து விட்டதா' என அனுப்பியிருந்தாள். அந்தச் செய்தி மங்கலாக ஆவதற்கு முன்பு, 'நீரருந்த முடியாமல் லகுடு அணு அணுவாகச் சாகிறது. தயவு செய்து அதன் கூட்டுக்குக் கொண்டு போய்விட்டு விடு' எனப் பதில் அனுப்பினேன். தொலைபேசியை யாரோ அணைத்தது போலத் தெரிந்தது. அப்படியே நிலத்தில் சரிந்து மயங்கினேன்.

விழித்தபோது என் தலைமாட்டுக்குப் பக்கத்தில் அமர்ந்து கொண்டிருந்த அர்ச்சனா படுக்கையிலிருந்து எழுந்து நின்றாள். அந்த ஹோட்டலின் அறையில்தான் இருந்தேன். பார்வையைச் சுழற்றிய போது, என்னுடைய உடமைகள் எல்லாம் எடுத்து வைக்கப்பட்டிருந்தன. ஊருக்கு அழைத்துப்போகிறாள் என்பதைப் புரிந்துகொண்டேன். தற்செயலாகப் பார்த்தபோது அந்த பிளாஸ்டிக் மோதிரம் என் விரலில் மாட்டப்பட்டிருந்தது. 'நான் இடுப்பில் வைத்து பறக்கிற வரை தனியாக எங்கேயும் பறக்காதே' என்றாள். அவள் சொன்னாளா? அசரீரி சொல்லியதா?

என்னைக் கைத்தாங்கலாய்ப் பற்றி காரில் ஏற்றி விமான நிலையத்துக்கு அழைத்துப் போனாள். நுழைந்ததும் மீண்டும் உடலில் நடுக்கம் ஏறியது. கைகள் நடுங்குவதைப் பார்த்து ஆதரவாகப் பற்றினாள். எனக்குத் தூக்கம் கண்ணைச் சுழற்றிக்கொண்டு வந்தது. என்னை அமர வைத்துவிட்டு விமான நிலையப் பணியாளர்களிடம் போய்ப் பேசினாள். மேலும் இரண்டு பேர் கூட வந்து விமானத்தில் என்னை அமர வைத்தார்கள். விமானத்தில் அமர்ந்த பிறகும் என்னுடைய உடல் நடுக்கம் குறையவில்லை. மூச்சு சீராக இல்லை. மார்பில் வலியெடுப்பதைப்போல உணர்ந்தேன். என்னருகில் அமர்ந்திருந்த அர்ச்சனா இடுப்புப் பட்டையை எனக்கு அணிவித்த போது தூங்க ஆரம்பித்தேன். மயக்கமா... தூக்கமா? இடையில் எழுந்தபோது என்னுடைய கண்கள் வெள்ளைத் துணியால் கட்டப் பட்டிருந்தன. என்னுடைய கைகளில் ஒன்று அர்ச்சனாவின் கரங்களோடு கட்டப்பட்டு, அவளது தோளில் தலை சாய்ந்திருப்பதை

அறிந்தேன். கையொன்று வெள்ளைக் காகிதத்தை வைத்து வழிந்த என்னுடைய எச்சிலைத் துடைத்துவிட்டது.

விமானம் இறங்கும்போது அரை விழிப்பில் இருந்தேன். உயரம் குறித்த பயம் அடங்கவில்லை என்பதை உணர்ந்தேன். அவளருகில் இருந்ததால் அந்த பயம் என்னைக் கவ்விக்கொண்டு போகவில்லை. விமானம் எனக்கான நிலத்தில் சத்தத்தோடு தொட்டு முத்தமிட்டபோது அப்பாடா வந்துவிட்டேன் என என்னையறியாமல் முணுமுணுத்தேன்.

மாணிக்கவாசகம் விமான நிலையத்துக்கு காரோடு வந்திருந்தான். என்னை ஊருக்கு அழைத்துப்போகையில் அவளும் வருகிறேனெனச் சொன்னபோது விரல்களை பற்றிக்கொள்ள விழைந்தது மனது. காரில் ஏறியதும் மறுபடியும் தூங்க ஆரம்பித்தேன். இடைவெளி விட்டு மழை பொழிகிற மாதிரி கண்ணைச் சுழற்றிக் கொண்டு வந்தது. கண் திறந்த மாதிரி இருக்கும். அப்புறம் எப்போது அது மூடித் தூங்கியது என்பது நினைவில் இருக்காது. காருக்குள் பேச்சுச் சத்தங்கள் கேட்டன. எதையும் உணர முடியவில்லை. இடையில் விழித்தபோது என்னுடைய முகவரியைச் சொல்லியிருந்தேன்.

பின் சீட்டில் என்னைப் படுக்கவைத்து, தெற்குத் தெருவில் அந்தக் கார் ஓடியது அரை மயக்கத்தினிடையே தெரிந்தது. அந்தச் சாலையைக் கடக்கும்போது மூக்குப்பொடி மணம் வரும். அங்கே அதை விற்கும் பெரிய கடையொன்று இருக்கிறது. காரை நிறுத்தி என்னை எழுப்பினார்கள். கண்ணைத் திறக்க முடியவில்லை. பாதித் தூக்கத்துடன் எழுந்து அவர்களோடு நடந்து போனேன். என் வீட்டுக்குப் பக்கத்தில் யார் நிற்கிறார்கள் என்பதுகூட தெரியவில்லை. என்னைத் தரையில் கிடத்துகிறார்கள் என்பது உறைத்தது. இடையில் விழித்துப் பார்த்தபோது இருளுக்குள் கிடைத்த சிறு வெளிச்சத்தில் மாதா சிலை மங்கலாகத் தெரிந்தது. பக்கவாட்டில் திரும்பிப் பார்த்தேன். அப்பா மூச்சு விடுகிற சத்தம் கேட்டது. தூங்காத பொழுதுகளில் அவர் இப்படித்தான் சீரில்லாமல் மூச்சுவிடுவார். கண்கள் சொருகி மீண்டும் தூங்கிப் போனேன்.

# அத்தியாயம் 30

அதிகாலைப் பனி என்னை எழுப்பியிருந்தது. திறந்திருந்த வாசலுக்கு வெளியே மரங்களுக்கு இடையே வானம் விரிந்து கிடந்தது. விடிவதற்கு முந்தைய இருளென அடையாளம் கண்டேன். உடலில் அதுவரை ஒட்டியிருந்த பேயை யாரோ ஓட்டி விரட்டிவிட்டது போலத் தெரிந்தது. தலையைச் சுழற்றியாட்டிய கை எங்கோ மாயமாய் மறைந்தது. மண் குடத்தில் இருக்கிற அத்தனை நீரையும் எடுத்துக் குடிக்க வேண்டுமென்கிற ஆவல் எழுந்தது. வெளிச்சம் உள்ளே வரட்டும் எனப் படுத்துக் கிடந்தேன். விரைவில் அது வந்து விடும். விடிந்தபோது விழுந்த வெளிச்சத்தில் மாதா சிலையை அச்சமின்றி உற்றுப் பார்த்தேன். சாந்தமான விழிகளில் அன்பு பெருக்கெடுத்து ஓடியது. தண்டிக்க முனையும் கண்டிப்பான கண்கள் அங்கேயில்லை.

சிலையின் முகத்தில் தூசு ஒட்டியிருந்தது. அப்பா விட்டிருக்க மாட்டாரே? எழுந்து நின்றபோது தலைசுற்றல் நின்றிருந்தது. குடத்தில் இருந்த தண்ணீரைச் சொம்பில் அள்ளிக் குடித்தேன். நெஞ்சுக்குள் பனித் தூவலைப்போல நீர் இறங்கியபோது அடிவயிறு குளிர்ந்தது. கபகபவென பசிக்க ஆரம்பித்தது. எப்போது கடைசியாய்ச் சாப்பிட்டேன் என நினைக்கத் துவங்கி, எதற்குத் தேவையில்லாத சிந்தனையென அதை உதறித் தள்ளினேன். அப்பாவின் பெட்டியில் துவைத்து மடித்து வைத்திருந்த வெள்ளைத் துண்டை எடுத்துச் சிலையைப் பொறுமையாகத் துடைக்கத் துவங்கினேன்.

வாசலுக்கு வெளியே அப்பா வந்து நிற்பது தெரிந்தது. உள்ளே வராமல் தயங்கி வெளியே நின்றார். நின்றால் நிற்கட்டும் என கண்டு கொள்ளாமல் சிலையைத் துடைக்கிற வேலையில் கவனம் செலுத்தினேன். அவரும் ஒரு காலை நிலத்தில் சாய்த்து ஊன்றி கையை முட்டுக் கொடுத்து தூரத்தில் நின்று வேடிக்கை பார்த்தார். அவர் புன்முறுவல் பூப்பதுபோல, நிமிர்ந்து நோட்டம் பார்த்தபோது

தெரிந்தது. அவர் முகக்குறியில் புதிதாய் ஒரு ஒளி வந்து ஒட்டியிருந்தது. நிச்சயமாக அது அவரது அடியாழத்தில் இருந்து ஊற்றெடுத்துப் புறப்பட்டு வந்திருக்கவேண்டும்.

என்னைச் சுற்றி ஏதோ நல்லது நடக்கப்போவதாக உள்ளூர உணர்ந்தேன். எழுந்து வாசலை நோக்கிப்போய், அவர் உள்ளே போகட்டுமென வெளியேற முயற்சித்தேன். 'என்னுடைய நல்ல நேரத்தை உனக்குக் கையளிக்கிறேன். அதில் உனக்கும் பங்கிருக்கிறது' என்றார் உள்ளே நுழையும்போது. புளியமரத்தில் ஏறலாமா எனத் தோன்றியபோது, உயரம் குறித்த அச்சம் தள்ளி ஓடிப் போய்விட்டதை உணர்ந்தேன். வேப்பங் குச்சியொன்றை உடைத்து வாயில் கவ்விக் கொண்டு அம்மரத்தில் போய் ஏறி அமர்ந்தேன். உடலைத் தழுவிக்கொண்டுபோனது கிழக்கிலிருந்து வந்த காற்று.

அப்பா கிளம்பிப் போன பிறகு வீட்டுக்குள் நுழைந்தபோது, மாதா சிலையின் காலடியில் லாட்டரிச் சீட்டொன்று வெளியில் இருந்து நுழைந்த காற்று பட்டுப் படபடத்தது. சிலையின் காலடியில் தலையை வைத்துச் சீட்டையெடுத்து மல்லாக்கப் படுத்து விரித்துப் பார்த்தேன். 67777 என்கிற எண். அந்த எண்ணை எப்படி மறப்பேன்? விற்காத சீட்டுக்குப் பரிசடித்திருக்கிறது என்பதை ஊகித்தேன். வரிசை எண்ணில் மட்டுமே உடனடியாகக் கண் போனது. பரிசுத் தொகை போட்டிருந்த இடத்தை நிதானமாகப் பார்த்தேன். புதிய வரவான அந்தக் குலுக்கல் சீட்டின் முதல் பரிசு ஐம்பத்தைந்து லட்சம். இரண்டாம் பரிசே இருபது லட்சம். ஐம்பது ரூபாய் விழுந்திருக்குமா? ஐம்பத்தைந்து லட்சம் விழுந்திருக்குமா?

எதுவாக இருந்தால்தான் என்ன? எவனும் தட்டிப் பறிக்காத அதிர்ஷ்டம் எங்கள் கூரைக்குள்ளும் வந்தமர்ந்துவிட்டது. என்னுடைய அப்பா வெறும்பயல் இல்லை. அவர் எதை ஒப்படைத்தாலும் அது எனக்குக் கெதியானதே. தட்டிப் பறிக்காத எதுவும் கெதியானதே என முழுமையாக உணர்ந்தேன். வானில் எம்பிக் குதிக்கிற அளவுக்கு மகிழ்ச்சி உள்ளுக்குள் உருளும்போது குளிர்ச்சியாக இருந்தது. பறவை அவ்வப்போது கூண்டுக்கும் வந்து திரும்ப வேண்டும். எங்கே சுற்றினாலும் அடைகிற கூண்டுதான் ஆகச் சிறந்த சொத்து. சீட்டு வைத்திருந்த இடத்துக்குப் பக்கத்தில் பொட்டலமொன்றும் இருந்தது. பசியோடு அதைப் பிரித்துப் பார்த்தேன். கூடு திரும்பிய மைந்தனுக்கு வெள்ளாட்டின் நெஞ்செலும்புக் கறியை இலையில் பரப்பி விருந்து படைத்திருந்தார் அப்பா.

---

www.ingramcontent.com/pod-product-compliance
Lightning Source LLC
LaVergne TN
LVHW060624051026
849519LV00002B/750